कर्णलोक

धुव भट्ट

अनुवाद
सुषमा शाळिग्राम

मेहता पब्लिशिंग हाऊस

Please contact us at **Mehta Publishing House,** Pune 411030.
✆ +91 020-24476924 / 24460313 / Mob. No. 9545000513
Email : production@mehtapublishinghouse.com
Website : www.mehtapublishinghouse.com

◆ *या पुस्तकातील लेखकाची मते, घटना, वर्णने ही त्या लेखकाची असून त्याच्याशी प्रकाशक सहमत असतीलच असे नाही.*

KARNALOK by DHRUV BHATT
Originally Published in Gujrathi

Translated into Marathi Language by Sushma Shaligram

कर्णलोक / अनुवादित कादंबरी

अनुवाद : सुषमा शाळिग्राम
Email : author@mehtapublishinghouse.com
मराठी अनुवादाचे व प्रकाशनाचे हक्क : मेहता पब्लिशिंग हाऊस, पुणे.
प्रकाशक : सुनील अनिल मेहता, मेहता पब्लिशिंग हाऊस,
१९४१, सदाशिव पेठ, माडीवाले कॉलनी, पुणे ३०.
अक्षरजुळणी : इफेक्ट्स, २१/६ब, आयडिअल कॉलनी, कोथरूड, पुणे ३८.
मुद्रक : ट्रिनिटी ॲकॅडमी फॉर कॉर्पोरेट ट्रेनिंग लिमिटेड
मुखपृष्ठ : फाल्गुन ग्राफिक्स
प्रथमावृत्ती : डिसेंबर, २०२०
किंमत : ₹ ३२०
P Book ISBN 9789353175139
E Book ISBN 9789353175146
E Books available on : amazonkindle Apple Books Google Play Books

---

मानवजातीच्या आद्य मातेस

एक

''**हो,** हो! मारलं, मारलं मी तिला. झाडाच्या डहाळीनं मारलं. डहाळी तुटेपर्यंत झोडपलं.'' दुर्गा सांगत होती. साहेब शांतपणे ऐकत होते. ''आधी त्या लोकांनी शिव्या दिल्या. त्या वेळी आम्ही कायच करत नव्हतो. नुसत्या उभ्या होतो तरी त्यांनी शिव्या दिल्या. मग ते लोक आम्हाला मारायला लागले. एवढ्याशा छोट्या करमीलासुद्धा ते लोक...'' दुर्गाला पुढे बोलवेना.

दुर्गाचं बोलणं ऐकून तेव्हा नवल वाटलं होतं; पण ते तसंच होणार होतं, हे आज समजतंय. माधोनं अन् लक्ष्मीनं कितीही पढवून ठेवलं तरी आपण स्वतः जे केलं तेच दुर्गा सांगणार. जगापासून लपवून ठेवण्यासारखं काही असतं याची जाणीवच नसणारं कोणी याच जगात असू शकतं! अशा 'विरळा' लोकांना कुठे काय बोलावं ते शिकवायचं सामर्थ्य कोणातच नसतं.

''त्या लोकांनी म्हणजे बेटा, कोणी कोणी?'' साहेबांनी आपुलकीच्या स्वरात विचारलं. दुर्गाच्या 'ते लोक' शब्दाचं त्यांना आश्चर्य वाटलं होतं.

''याच की! या, या नलिनीबेननी,'' दुर्गानं निःसंकोचपणे सांगून टाकलं. तिच्या डोळ्यांत भीतीचा लवलेश नव्हता.

''म्हणजे, बेनना तुम्ही 'ते लोक' म्हणता?'' साहेबांनी विचारलं. मलाही तोच प्रश्न पडला होता.

''ते लोक पण आम्हाला, 'ते लोक'च म्हणतात.'' साध्या सहजपणे दुर्गा म्हणाली.

''एकमेकांना 'ते लोक, ते लोक' म्हणत राहायचं वातावरण तुम्ही बदलू नाही शकत?'' बेनकडे पाहत साहेब पुटपुटले.

आज तो प्रसंग आठवल्यावर वाटतं, असल्या प्रश्नांची उत्तरं दिली जात नसतात.

घडलेलं सगळं दुर्गा असं सरळ सरळ उघडपणे सांगून टाकेल, अशी शंका खुद्द नलिनीबेननाच नसेल,

मग माधोला अन् लक्ष्मीला कुठली असायला? साहेबांच्या कचेरीत बोलावून, साहेबांच्या समक्ष कोणी काही विचारलं तर कसं खोटं बोलायचं असतं ते शिकवायच्या आपल्या कौशल्याबद्दल स्वतः माधोची आणि लक्ष्मीची कितीही खात्री असली, तरी त्या दिवशी त्यांची शिकवण कुचकामी ठरली होती. शेवटी व्हायचं तेच झालं. माधोनं लक्ष्मीकडे बघून तोंड वाकडं केलं. लक्ष्मीनं कपाळावर हात मारून घेतला.

चोरी करणाऱ्या, धडाधड उलट उत्तरं देणाऱ्या, त्रासदायक, लबाड, दंगेखोर समजल्या गेलेल्या दुर्गानं ऐन वेळी, अगदी शेवटच्या क्षणी, लक्ष्मीनं आणि माधोनं सांगितलेलं पढवून ठेवलेलं सांगायचं सोडून जे घडलं होतं तेच खरं खरं सांगून टाकलं होतं.

"पोरगी स्वतःच सगळं कबूल करते आहे. आता पुढे काय करायचं ते तुम्हीच सांगा." नलिनीबेनकडे पाहून अधिकारी म्हणाले होते.

"केलेला गुन्हा कबूल करण्यात त्या लोकांना काय लाज वाटणारे?" आपल्या फिकट निळ्या साडीचा पदर सावरत नलिनीबेननी उत्तर दिलं. नेहाबेनकडे त्यांनी नजर टाकली. पांढऱ्या साडीतल्या नेहाबेन आपल्याच विचारात मग्न होऊन शांतपणे बसून राहिल्या. नलिनीबेननी त्यांच्याकडे पाहिलं, ते त्यांच्या लक्षात आलं की नाही कोण जाणे!

इतर कशाकडे लक्ष न देता दुर्गा तपास अधिकाऱ्याकडे बघत होती. तिच्या पाणीदार निर्मळ डोळ्यांत नलिनीबेनच्या शब्दांमुळे अपार आश्चर्य दाटलं होतं. त्या संपूर्ण प्रसंगात गुन्हा म्हणावा असं काय आणि कुठे होतं ते तिला कळलं असावं, असं वाटत नव्हतं.

या तक्रारीचा निकाल काय लागू शकतो, त्यावर शिक्षा कशी करायची अशा सर्व गोष्टींबद्दल साहेबांचं बोलणं चाललं होतं. दुर्गा मात्र आपलं धडधडणारं हृदय ताब्यात ठेवण्याचा आणि डोळ्यांतल्या पाण्याचा लोट आवरून धरण्याचा आटोकाट प्रयत्न करण्यात गुंतली होती. तसं नसतं तर तिनं तपास अधिकाऱ्याला तिथल्या तिथे सगळं समजावून सांगितलं असतं.

तिनं म्हटलं असतं, "तुम्हीच सांगा साहेब, कुलपात बंद करून दडवून ठेवणारा खरा गुन्हेगार, की कुलपातून बाहेर काढणारा गुन्हेगार? मुलांसाठी आणलेल्या खाण्या-पिण्याच्या, नेसण्या-पांघरण्याच्या वस्तू कुलूप-किल्लीत बंदिस्त करून नंतर ते सगळं स्वतःच्या घरी घेऊन जाणाऱ्यांना गुन्हेगार म्हणायचं, की त्या वस्तू कुलपातून काढून आणून मुलांच्या हाती ठेवणाऱ्याला गुन्हेगार म्हणायचं?"

त्या वयात इतकं असं बोलणं दुर्गाला कदाचित जमलंही नसतं, पण तिनं एवढं तरी नक्कीच म्हटलं असतं, "त्या दिवशी आम्ही एकही पेरू तोडला नव्हता

आणि तोडला असता तरी त्यांच्या घरचा तर नव्हता ना? बागेतल्या झाडोऱ्यात उगवलेल्या झाडाचा एखादा पेरू तोडला, एवढ्यावरून त्या लोकांनी कोणाला असं मारायचं असतं? तरी त्यांनी आम्हाला मारलं. काठीनं मारलं. मला जातीवरून शिवी दिली, तरी मी काही केलं नव्हतं, पण करमीला काठी हाणली...''

त्यानंतरची हकिगत टाईप करून अधिकारी साहेबांच्या टेबलावर ठेवलेली होती. नलिनीबेननी त्यात जे लिहिलं होत, ते सगळं घडलं होतं.

जे झालं तेच व्हायला हवं होतं, असं दुर्गाला ठामपणे वाटत होतं. इतक्या मोठ्या आणि भला दिसणाऱ्या अधिकाऱ्याला एवढी साधी गोष्ट समजू नये हे शक्य नाही, असंही तिला वाटत होतं; पण ते बोलून दाखवणं दुर्गाला जमलं नाही. जमलं असतं तरी अशा गोष्टी समजून घेणारा अधिकारी पृथ्वीच्या पाठीवर कुठे असेल का, याचं उत्तर यक्षप्रश्नापेक्षाही कठीण आहे.

आज लक्षात येतंय, की त्या बारा-तेरा वर्षांच्या मुलीला आपण कोणता गुन्हा केलाय, ते कळायची गरजच नव्हती. तसा तिनं प्रयत्न केला असता तरी त्या वेळीच काय, पण आयुष्यभर तिला ते कधी कळलं नसतं, कारण तिनं केलेलं कोणतंही कृत्य 'गुन्हा' या विषयाच्या तिच्या व्याख्येत बसत नव्हतं. स्वयंपाकघरात, कोठारात शिरून कडीकुलपात असलेली दूधपावडर, बिस्किटं अथवा दडवून ठेवलेलं अन्न काढून आणायची कला तिनं पाच-सहा वर्षांची असल्यापासून साध्य करून घेतली होती. काळोख्या रात्रीदेखील पिवळ्या भिंतीवरून उडी मारून, काय वाटेल ते करून ती कैऱ्या तोडून आणायची. अशा अजोड कामगिरीसाठी शिक्षा भोगावी लागत असली, तरी त्या कौशल्याला गुन्हा म्हटलं जावं, हे दुर्गाला कधीच मान्य नव्हतं.

त्या दिवशी चौकशी सुरू होती. बाहेरगावाहून आलेले अधिकारी टेबलामागच्या खुर्चीवर बसले होते. एका बाजूला नेहाबेन. दुसऱ्या बाजूला चेहऱ्यावरचा करारी भाव टिकवून ठेवण्याचा प्रयास करणाऱ्या नलिनीबेन. मागे भिंतीशी माधो. नेहमीप्रमाणेच, नव्यासारखे दिसणाऱ्या कपड्यांत समोरच्या बाजूला लक्ष्मी उभी.

नंदू दाराबाहेर ओसरीवर बसला होता. लाल रंगाच्या फुलाफुलांचा फ्रॉक घातलेली दुर्गा निर्भयपणे गुरू द्रोणाच्या व्यूहात शिरणाऱ्या अभिमन्यूसारखी टेबलासमोर शांतपणे उभी राहून उत्तरं देत होती.

पिवळ्या भिंतीनं वेढलेल्या इमारतीत राहणाऱ्यांशी माझा थोडाफार परिचय झाल्याला जेमतेम दहा-पंधरा दिवस झाले असतील, नसतील.

दोन दिवसांनी तिथलं रुटीन इन्स्पेक्शन होतं. या इन्स्पेक्शनदरम्यान नलिनीबेननी लेखी तक्रार वर पाठवून दिली होती.

नलिनीबेननी पत्रापत्री केल्याचं माधोला माहीत होतं. थोडे दिवस तो काही

बोलला नाही. नंतर एके दिवशी सहजच आल्यासारखा दुकानात आला. स्टूल अलीकडे ओढून पायावर पाय टाकून बसत म्हणाला, "दुर्गा असू दे खोडकर, पण तिचं मन शुद्ध आहे. चांगली आहे बिचारी! चोऱ्या करते, उलट उत्तरं देते, पण मला सांग, आजकाल असं कोण नाही करत?"

उत्तरासाठी आपलं बोलणं थांबवणाऱ्यांपैकी माधो नव्हता. त्याच्याकडे अजिबात लक्ष न देता आपण आपलं काम करत राहिलो तरी स्वतःचा अपमान होतोय, उपेक्षा होतेय, असं त्याला वाटणार नाही, एवढी खात्री देण्याइतकी त्याच्याशी ओळख झाली होती.

दात दिसतील एवढं तोंड पसरून हसत माधो म्हणाला, "कोठारातून कितीतरी वेळा वस्तू गायब होतात. मला माहीत आहे, दुर्गाच पळवते; पण फारशी मोठी बाब नसेल तर मी तक्रार करत नाही. आपल्याला समजतं रे, एवढ्याशा मुलीविरुद्ध तक्रार करतं का कोणी? सांग बरं!"

"कसली तक्रार? कशाची चोरी झालीये?" मी चमकून म्हटलं.

आपण काय म्हणतो ते दुसऱ्याला कळलं नाही, की माधो चिडतो. त्याला वाटतं की त्याचं बोलणं न समजल्याचं मुद्दाम ढोंग करताहेत. अशा वेळी त्याच्या काळ्या रुक्ष चेहऱ्यावर छद्मी हसू उमटतं.

साशंक होत माधो म्हणाला, "घ्या! लालाभाई, आता तुम्हीदेखील या माधोची फिरकी घ्यायला लागलात का? फिर्याद चोरीची नाहीये, दुसरीच आहे. त्या एवढ्याशा पोरीनं बेनला झोडपलं. तू पाहिलं नाहीस का?"

नाही म्हणता आलंच नसतं. प्रत्यक्ष नजरेसमोर घडलं ते पाहिलं नाही असं कसं होईल? पाहिलं होतंच. तीन दिवसांपूर्वी इथे पोहोचल्यानंतर पहिल्याच सकाळी पाहिलं होतं.

"हं चल, आता चहा कर बरं," माधो म्हणाला आणि पुढे सांगू लागला. "मारामारीची तक्रार बेननी इन्स्पेक्शनच्या दिवशीच वर पाठवली आहे. मी सांगतो तुला, दुर्गा कशीही असली तरी मनानं वाईट नाहीये. चोरी करेल; पण पैशाबैशांची नाही. वस्तू चोरून विकून येईल असंही नाही. तिचा जीव फक्त लहान पोरांमध्ये, बस्स! पोरं भुकेली व्हायचा अवकाश, की दुर्गा धडकलीच समजा. दूधपावडर म्हणा, दूध म्हणा, फार तर खाण्यापिण्याचा एखादा पदार्थ असं काही नेईल पळवून. याखेरीज कशाला हात लावणार नाही." असं म्हणून माधो पुन्हा हसला.

दुर्गाबद्दल माधोनं सांगितलं त्याहून अधिक विशेष काही मला ठाऊक नव्हतं. जो माणूस नुकताच या भागात आला आहे आणि आत राहतही नाही त्याला असं काही विचारण्यात अर्थ नाही, हे माधोला समजणं कठीणच होतं. मी म्हटलं, "तुम्हा लोकांचं आत काय चालतं त्याच्याशी इथे कोणाला काही देणंघेणं नाहीये."

"नाही कसं रे? अं?" माधो म्हणाला. "उगाच गंमत म्हणून तुला भेटायला आलो नाहीये. मी म्हणतो माझ्यासारखा छोटा माणूस असं थोडंफार खपवून घेतो. बेन तर इथल्या सर्वांत वरिष्ठ आहेत; त्यांनी जरासं चालवून घेतलं असतं तर एवढ्याशा लहान पोरीबद्दल वरपर्यंत तक्रारही गेली नसती आणि चौकशीसुद्धा झाली नसती."

चौकशी करायला येणार आहे म्हटल्यावर कोणालाही घाबरायला होणार. प्रत्यक्ष बघणाऱ्याला जास्तच! माधोच्या बोलण्याकडे दुर्लक्ष करून चालण्यासारखं नव्हतं. संपूर्ण हकिगत जाणून घेणं भाग होतं. म्हणूनच मुळात फिर्याद काय आहे, चौकशी केव्हा होणार आहे, ते सर्व माहीत करून घेतलं.

सरतेशेवटी माधोनं म्हटलं होतं, "चौकशीच्या वेळी कसं बोलायचं, काय उत्तरं द्यायची हे दुर्गानं कोणाला तरी विचारून ठेवायला हवं. तसं तर मलाही माहीत आहे म्हणा! काय सांगितलं म्हणजे आपण अडचणीत येत नाही हे लक्ष्मीलादेखील चांगलं ठाऊक आहे, पण दुर्गी? तिला वाटतं आपण म्हणजे जणू कोणी राजकन्याच! कोणाला काही विचारलं पुसलं तर जसं काही मोठं गाठोडं जाणार हिचं!"

माधो अन् लक्ष्मीसारख्या सल्लागारांच्या सल्ल्याप्रमाणे वागावं लागतं, याचं ज्ञान त्या लहानग्या पोरीला कुठून असणार? समजा असलं, तरी त्याप्रमाणे वागणं तिला आवडत नसावं. माधो आत्ता इथे दुकानात येऊन सगळं रामायण का सांगतोय ते कळत नव्हतं, पण मी काही बोललो नाही.

माधोचं बोलणं मात्र सुरूच होतं. "तिनं विचारलं नाही तर न विचारू दे, पण वडीलकीच्या नात्यानं आमचंसुद्धा काही कर्तव्य आहे की नाही? आम्ही जसं सांगू तसं तिथे बोलली, तर त्या लोकांनी कितीही खटपट केली तरी त्यांच्या हाती काही लागायचं नाही."

उत्तरं द्यायची कला तुम्हाला अवगत आहे आणि दुर्गाच्या भल्याची इतकी कळकळ आहे तर मग तुम्हीच तिला सांगा ना! मनात आलेला विचार टाळून मी म्हटलं, "दुर्गा रात्रंदिवस तुमच्यासोबत असते, शिकवा की तिला!"

"आम्ही तिला स्पष्टपणे सांगू शकत असतो, तर तुझ्यापर्यंत कशाला आलो असतो रे? मी कितीही चांगल्या मनानं सांगायला गेलो, तरी दुर्गा माझं काही एक ऐकून घ्यायची नाही. लक्ष्मीवर तिचा अजिबात विश्वास नाही. नंदूचं ऐकलं तर ऐकेल कदाचित; पण नंदू असल्या भानगडीत पडणार नाही. पडला तरी भलतंच काही करून बसेल. तू बाहेरचा आहेस. तुझ्या सांगण्यावर तिचा विश्वास बसला तर बसेल."

थोडं थांबून माधो पुन्हा बोलू लागला, "चौकशीच्या वेळी उत्तरं तर बेट्या तुलाही द्यावी लागणारेत! त्या वेळी तू तिथे हजर होतास, हेदेखील लिहिलंय

अर्जात. तुला साक्षीला बोलावल्याशिवाय राहणार नाहीत. म्हणून म्हणतो, तू दुर्गाला भेटून घ्यावंस तेच बरं!''

मलाही या भानगडीत गुंतावं लागणार असेल, तर मात्र हातातलं काम थांबवूनसुद्धा काहीतरी विचार करणं भाग होतं. दुर्गाला मी फार तर एखाद-दोन वेळा भेटलो असेन. त्या रात्री आगगाडीत सोबत होती, पण विशेष बोलणं असं झालं नव्हतं. म्हणावी अशी एकमेकांची ओळख तरी कुठे झाली होती!

इथे आल्याच्या दुसऱ्या दिवशी सकाळी तिचं आणि नलिनीबेनचं जे काय झालं तेव्हा एकदा पाहिली आणि त्यानंतर काल इथे या दुकानात नंदूबद्दल विचारायला आली होती तेव्हा दुसऱ्यांदा. बस्स, तेवढंच. या पलीकडे दुर्गाशी माझी काही ओळख नाही. दुर्गाला समजावणं सोडाच, काही सुचवणंदेखील मला जमेल असं मला मुळीच वाटत नव्हतं.

त्या दोन-चार दिवसांत नंदूनं दुर्गाबद्दल केलेली विधानं, दुर्गाचा परिचय करून घ्यायची मनातली सुप्त इच्छा, माधोचं बोलणं अथवा साथ द्यायची म्हटल्यावर काहीतरी सांगावंच लागणार याचं दडपण... नेमकं कशानं प्रेरित होऊन मी दुर्गाशी बोलायचं ठरवलं कोण जाणे! मी म्हटलं, ''तुमचं ऐकायला मी दुर्गाला सांगून पाहीन आणि साक्ष द्यायची पाळी आली तर मी खूप दूर उभा होतो, मला काही माहीत नाही, असं सांगून मोकळा होईन!''

''अगदी बरोब्बर! हेच उत्तर दे. 'मी पाहिलं नाही' असंच म्हणत राहा. दुसरं काही बोलू नकोस बरं का!'' माधो असं बजावून गेला.

काही गोष्टींवर उपाय शोधण्यासाठी आपण मारे जीव ओतून धडपड करतो आणि पाहावं तर तो प्रश्न अगदी सहजच सुटतो. त्या दिवशी सकाळी माझ्याशी बोलून माधो निघून गेल्यावर, 'लक्ष्मी सांगेल तसाच जबाब दे.' हे दुर्गाला कसं सांगावं हे ठरवण्यातच सगळा दिवस गेला. आपणहून दुर्गाला भेटायला जावं, की ती नंदूकडे आली असेल तेव्हा सांगावं, ते ठरत नव्हतं. तशातच शाळेतून परतत असलेली दुर्गा दिसली.

''एक मिनिट. जरा थांब.''

ती निःसंकोचपणे थांबली. जवळ पोहोचलो तशी थोडं हसली.

काय बोलणार होतो तेच मी विसरलो. जवळपास आपल्याच वयाच्या मुलीला असं रस्त्यात थांबवायचं आणि मग तिच्याकडे बावळटासारखं नुसतं बघत राहायचं लाजिरवाणं वाटू लागलं. बाप रे! मनात योजून ठेवलेले शब्द जणू हवेत विरून गेले होते.

दुर्गा मोठ्यानं हसली.

असं काही झालं की पृथ्वीच्या पोटात शिरून जावं किंवा चुळकाभर पाण्यात

बुडून मरावं असं ऐकलं होतं; पण तसं करावं लागण्याआधीच गेलेलं धैर्य परत आलं. पाठोपाठ शब्दही फुटले. "माहितीये का, तुझी चौकशी व्हायचीये म्हणे!"

अत्यंत बेढब वाक्य! बोलायची पद्धत त्याहूनही बेंगरूळ. वाटलं, दुर्गा पुन्हा हसणार. नक्की फटफजिती होणार, पण तसं झालं नाही.

मी पुढे काय बोलतो ते ऐकायला दुर्गा पुस्तकं छातीशी धरून ताठ तत्पर उभी. मी सांगू लागलो, "त्या दिवशी... त्या दिवशी नाही का, ते बागेत झालं ते... त्याची बेननी तक्रार केलीये. चौकशी होणारे. माधो म्हणत होता, चौकशीच्या वेळी काय सांगायचं असतं, उत्तरं कशी द्यायची असतात ते त्याला न् लक्ष्मीला चांगलं माहितीये. दोघं तुला शिकवतील." आपण बरोबर बोलतोय की नाही या विचारानं मी जरासा थांबलो.

"तू माधोचा वकील कधीपास्नं झालास?"

"मी... मला..." काय उत्तर द्यावं?

चौकशीच्या बातमीनं घाबरण्याऐवजी दुर्गा भलत्याच गोष्टीमुळे चिडली. तिचं हसू केव्हाच मावळलं होतं. तिला काही बोलायचं होतं, पण थोडा वेळ तशीच नुसती बघत राहिली. मग कोण जाणे कोणाची कीव केल्यागत चेहरा करून म्हणाली, "लक्ष्मी-माधो काय शिकवणार कपाळ? असल्या भानगडीत पडण्यापेक्षा दुकानात बसल्या बसल्या सायकली रिपेअर कर. कल्याण तरी होईल."

आणखी काही न बोलता ती निघून गेली. दुसऱ्या दिवशी जाळीपाशी पायऱ्यांवर उभी राहून माधोशी बोलताना दिसली. त्यांच्या-माझ्यात इतकं अंतर होतं, की दोघं काय बोलताहेत, ते ऐकू येत नव्हतं. चौकशीच्या वेळी काय उत्तरं द्यायची हे माधो तिला शिकवतोय, असं मी ठरवून टाकलं.

पुढच्या आठवड्यात तपास-अधिकारी आले. नेहाबेन पण आल्या. सगळ्यांना बोलावलं. सर्वांत शेवटी दुर्गाला बोलावलं. अधिकारी साहेबांनी दुर्गाला प्रेमानं आपल्याजवळ बोलावून घेतलं, मग बेननी केलेली तक्रार वाचून दाखवली. मग तिच्या पाठीवर हात ठेवत म्हणाले, "ते तुझ्या बेननी लिहून पाठवलंय. आता तुझं म्हणणं ऐकू. सांग बरं बाळा, त्या दिवशी काय झालं होतं?"

संपलं. साहेबांनी प्रश्न विचारायचा अवकाश, दुर्गानं धाड्कन सांगून टाकलं, "मी नलिनीबेनना मारलं. सगळ्यांच्या देखत मारलं. डहाळी मोडून जाईपर्यंत झोडपलं. आधी त्या लोकांनी आम्हाला..."

दुर्गा शांतपणे एका जागी उभी होती. आता काय होईल याबद्दल बाकीचे लोक नान तऱ्हेचे तर्क करत होते; पण दुर्गापर्यंत त्यातला एक शब्दही पोहोचण्याची शक्यता नव्हती. एकाएकी तिनं साहेबांना विचारलं, "आता मी जाऊ?" आणि संमती मिळायची वाट न बघता मान खाली घालून धावत सुटली.

बेन, नेहाबेन, साहेब सगळे आपसात बोलण्यात दंग होते. आम्ही बाकीचे सर्व जण परवानगी घेऊन निघालो. नंदू दारातच बसला होता. तो उठून आमच्याबरोबर चालू लागला. बाहेर कंपाऊंडमध्ये पोहोचताच माझ्या तोंडून निघून गेलं, "काहीतरीच झालं!"

चालता चालता थबकून नंदूनं माझ्याकडे पाहिलं. म्हणाला, "काहीतरीच नाही भाई, सगळं चुकीचं झालंय. आजवर हजारो वेळा तिनं जे रोखून धरलं होतं, ते आज घडून गेलं. माझी माय जननी आटोकाट प्रयत्न करून नेहमी लपवत आली, ते अश्रू आज लाख प्रयत्न केले तरी ती लपवू शकली नाही. तू नाही पाहिलं?"

पाहिलं होतं. सगळं नीट पाहिलं होतं. करमीचं नाव निघताक्षणी एखाद्या कपारीतून अवचित झरणाऱ्या झऱ्यागत डोळ्यांतलं खारं पाणी कडांशी येऊन थांबलं होतं. आणखी काही काळ तिथंच थांबावं लागलं असतं, तर ते गालांवर ओघळलं असतं.

दुसऱ्या दिवशी खरेदीसाठी निघालेले माधो आणि लक्ष्मी नंतर माझ्या दुकानात आले. एका गिऱ्हाइकाची सायकल दुरुस्त करून झाल्यावर, ऑफिसात पाठवण्यासाठी मी चहा करून ठेवला होता. त्या दोघांना थोडाथोडा दिला. कप हातात घेत माधोला उद्देशून म्हटल्यासारखं लक्ष्मी म्हणाली, "बेननी उगाचच एवढं मोठं कुभांड रचलं. शेवटी झालं काय, तर काई नाई. पैले पाढे पंचावन्न!"

माधोनं गंभीरपणे म्हटलं, "बेन स्वतः तेच म्हणत होत्या. म्हणाल्या तक्रार व्हायची ती होऊन गेली. आता वाटतं, तेव्हाच विसरून गेले असते तर बरं झालं असतं."

"ते ठीक म्हणा, पण ही दुर्गी भली. वाटलं होतं... एवढीशी गुढघ्याएवढी पोर ही! रडेल, गयावया करेल, हातापाया पडेल पण कसलं काय! एका शब्दानं माफी मागितली नाई!"

वाऱ्यानं उडणारा पदर आपल्या लठ्ठ शरीरावर नीट लपेटून घेत लक्ष्मी म्हणाली, "दुर्गा आणि रडणार? त्या दिवशी पाह्यलं ना डोळे भरून आले तशी मी जाऊ म्हणाली न् उत्तर ऐकायलाही थांबली नाही. गेली पळून."

लक्ष्मी सांगतच होती, "कित्ती चीड आली तरी दुर्गावर रागवायला मन होतच नाही. वाटेल तेवढा दंगा करू दे, त्रास देऊ दे, पण मला माहितीये, दुर्गी दुसऱ्यासाठी झिजणाऱ्यातली आहे."

तिथे राहत होतो त्या काळात लक्ष्मी आणि माधो दोघांना मी पोरांवर खेकसताना अनेकदा पाहिलंय. तशी ती दोघं होती मिजासी, पण कधीकधी त्यांच्यातल्या कोमल हळव्या भावनासुद्धा हलकेच वाहताना पाहिल्यात. माणूस ठरवूनदेखील सतत वाईट वागू शकत नाही. दुष्टपणाच्या अदृष्टातून कधीतरी चांगुलपणाचा निर्झर

अचानकच झुळझुळ वाहू लागतो.

असंच केव्हातरी माधोनं म्हटलं होतं, ''बेनना वाटलं असेल की चला, या तक्रारीच्या बहाण्यानं 'मुलं जुमानत नाहीत' असं म्हणून इथून बदली मागून घेता येईल; म्हणून इतकं मोठं प्रकरण घडवून आणलं.''

एवढ्या लहान वयाच्या मुलीला शिक्षा करता येणार नाही, हे लक्ष्मीच्या बोलण्यावरून लक्षात आलं होतं. कायद्यानुसार बाहेरचा कोणी अधिकारी तिला साधं रागावू पण शकत नव्हता. हां, नलिनीबेन रागावल्या, ओरडल्या किंवा लक्ष्मीनं धमकावलं तर त्यांना कोण काय म्हणणार?

एवढं सगळं होऊन शेवटी ठरलं ते असं, की बेनची नव्हे तर दुर्गाचीच दुसरीकडे बदली करून टाकावी. ठिकठिकाणी असे आश्रम कुठून असणार? म्हणून मग पालीताण्याच्या महिला संरक्षणगृहात द्या पाठवून!

दुर्गा तशी मला परकीच, तरी पण ती जाणार हे नंदूला सांगायला मी धावत त्याच्याकडे गेलो. या लोकांनी दुर्गाला हाकलून द्यायचा निर्णय घेतलाय असं सांगून मी म्हटलं, ''त्या दिवशी सगळं कबूल करून टाकायचा शहाणपणा करायची काय गरज होती? माधोनं चांगलं पढवलं होतं... कायं झालं शेवटी? झाली ना हकालपट्टी?''

अशा वेळी नंदू विचारात गढून जातो. सांगणाऱ्याचा सच्चेपणा तपासत असल्यागत त्याच्याकडे थोडा वेळ पाहत राहतो.

जरा वेळानं आपल्या जानव्याशी खेळत नंदूनं सावकाश परंतु स्पष्ट आवाजात म्हटलं, ''हे बघ, जे सत्य होतं ते दुर्गानं सांगितलं. तिच्याबद्दल काही माहीत नसताना तू मनाला येईल ते खरं मानून टाकशील, तर ते बरं नव्हे. इथे आणखी राहशील तेव्हा तुला दुर्गाची खरी ओळख पटेल.''

माधोच्या अन् लक्ष्मीच्या शिकवण्याचं ऐकून नंदू किंचित हसून म्हणाला, ''आणखी एक सांगतो ते ऐक मुन्ना! आलतूफालतू लोकांनी शिकवलेलं दुर्गा कधीही बोलणार नाही. ती कोण आहे ते एकदा कळल्यावर मग तुझ्या लक्षात येईल, की कोणी पढवलेलं ती का म्हणून बोलेल? पालीताण्याला जावं लागू दे नाहीतर आणखी कुठे. तिला काय फरक पडणारे? हां, इथल्या मुलांना आणि मला फरक पडेल एवढं खरं!''

नंदू बोलायचा थांबला. मग एक खोल श्वास घेऊन म्हणाला, ''तुला फरक पडेल की नाही तेवढं मात्र आत्ताच नाही सांगता येत.''

दोन

मामाचं घर सोडून निघून जायचा निर्णय माझाच होता, पण त्याला 'घरून पळून जाणं' असं म्हटलेलं मला मुळीच मान्य नव्हतं. ते केवळ 'घराबाहेर पडणं होतं' असंच बारा-तेरा वर्षांच्या त्या वयात मला वाटलं होतं.

घर सोडताना मला जे वाटत होतं त्यात न्यूनगंडाची भावना अजिबात नव्हती. तसं नसतं तर दुपारी गुपचूप ट्रेनमध्ये चढण्याखेरीज दुसरं काही मी केलं नसतं; पण स्टेशनवर जाण्यापूर्वीच मी गाडीचं तिकीट काढलं होतं. मुंबईचं. मुंबईला जायचं नव्हतंच. खरंतर कुठे जायचं तेही निश्चित नव्हतं. मामांनी स्टेशनवर जाऊन चौकशी केली तर मी मुंबईला गेलोय, अशी त्यांची समजूत व्हावी एवढंच.

वाटेतच कुठेतरी उतरणार होतो. कुठे ते ठरलं नव्हतं. संध्याकाळी पाऊस सुरू झाला. मधल्या कुठल्याशा स्टेशनवर दोघं पुरुष, एक स्त्री आणि एक मुलगी माझ्या डब्यात चढले.

त्या सुडौल, सडपातळ, सावळ्या, सौम्य स्त्रीचा चेहरा मात्र करारी वाटत होता. खादीच्या धोतर-झब्बा पोशाखातला मजबूत बांध्याचा पुरुष विद्वान असावा असं वाटत होतं, दुसरा त्यामानानं वृद्धत्वाकडे झुकलेला. कमरेला धोतर, वर फक्त बंडी.

सोबतची किशोरी मात्र घडीभर बघत राहावं वाटण्याजोगी. डब्यात शिरताक्षणीच जणू काही संपूर्ण डबा राखून ठेवायचा असल्यागत ती बाकांवर पिशव्या मांडून ठेवू लागली. समोरच्या बाकावर सगळे बसले. थोडंसं सामान बाकाखाली सरकवून ती मुलगी वरच्या बाकावर स्थिरावली. एक पिशवी उश्याला घेऊन तिथंच आडवी झाली. लहानसं वर्तमानपत्र डोळ्यांपुढे धरून वाचू लागली. गाडी सुरू होते न् होते तो पुन्हा खाली उतरली. मागे पडलेल्या स्टेशनाला हात हलवून निरोप देऊ लागली.

त्यांच्यातली ती स्त्री आपल्या बाकावरून उठून

माझ्याजवळ येऊन बसली. "नाव काय तुझं बाळा? एकटाच आहेस का?" तिनं विचारलं.

काय उत्तर द्यावं ते पटकन सुचेना. न ऐकल्यासारखं करून जरा वेळ मुकाट्यानं बाहेर बघत राहिलो. तो धोतर बंडीवाला माझ्याकडे निरखून बघत होता.

त्या स्त्रीनं मला आणखी छेडलं नाही. बंडीवाल्याला म्हणाली, "नंदू, फराळाचा डबा काढ बाबा!"

डबा उघडताच ढेबऱ्यांचा आणि लोणच्याचा खमंग वास दरवळला. वरपर्यंत पोहोचला. बाकावर बसलेल्या मुलीनं वर चढून पिशवीतून वर्तमानपत्र काढलं, त्या स्त्रीकडे देत म्हटलं, "घ्या निम्बेन!"

निमुबेननी कागदाच्या एकेका तुकड्यावर ढेबरे आणि लोणचं ठेवलं. हात लांब करून वरच्या बाकावरच्या मुलीला एक कागद देत म्हटलं, "हे घे दुर्गा... आणि मोटाभाईंसाठी आणलेलं तुझ्या पिशवीत आहे, ते दे बरं!"

दुर्गा पिशवी धुंडाळू लागली. गाकर आणि मेथांबा घेऊन खाली उतरली. त्या खादीधारीच्या हाती देत म्हणाली, "घे घ्या. मोटाभाई तुमचं कमी तिखटाचं!" नंतर कुठलंसं फळ दाखवून विचारलं, "हवंय?"

दुर्गाच्या चेहऱ्याची ठेवण, तिचा गोरा वर्ण, टपोरे डोळे सगळंच तिच्यासोबतच्या इतरांपेक्षा वेगळं होतं. तिचं वागणंसुद्धा सोबतच्या धीरगंभीर दिसणाऱ्या लोकांपैकी कोणाशी मिळतंजुळतं नव्हतं. या लोकांच्या एखाद्या मित्राची वा नातेवाइकाची मुलगी असेल, असा मी कयास केला.

त्यांना निवांतपणे खाता यावं म्हणून दुसरीकडे जाण्यासाठी मी उठलो. तशी निमुबेननी प्रेमानं थांबवत म्हटलं, "थांब बाळा. आमच्यासोबत थोडसं तू पण खाऊन घे." मग त्यांच्यातलं थोडं माझ्या हाती देत म्हणाल्या, "घे बाबा, हा तुझा वाटा. आणखी लागलं तर डब्यातून घे."

काहीशा संकोचानं मी ढेबरे घेतले. खाऊ लागलो. समोर बसलेली दुर्गा माझ्याकडे पाहत होती, म्हणाली, "लोणचं आवडतं?" उत्तराची वाट न बघता वाढलंदेखील. तिनं अजून थोडा वेळ बोलत राहावं असं मला वाटत होतं; पण ती खिडकीबाहेरच्या अंधारात दूरवरच्या गावातले मिणमिणणारे दिवे बघत खात होती. माझी दृष्टी तिच्यावर खिळून राहिली.

मी तिच्याकडेच बघतोय हे दुर्गाच्या लक्षात आलं. जराही न संकोचता तिनं पट्कन म्हटलं, "खाण्याकडे लक्ष दे." मग तेवढ्यात सहजपणे पुन्हा बाहेर बघू लागली.

पोटोबा शांत झाले तशी बसल्या बसल्या केव्हा झोप लागली, कळलं नाही. मध्यरात्री एका मोठ्या स्टेशनवर नंदूनं उठवलं. "इथे उतरायचंय?" त्यानं विचारलं.

निमुबेन आणि मोटाभाई कुठे दिसले नाहीत. हे लोक कोण, कुठले मला काहीच माहीत नव्हतं. थोडा गोंधळलो. 'उतरायचं नाहीये' म्हटलं तर पुढे कुठे जायचंय ते नंदूला सांगावं लागेल, त्यापेक्षा त्यांच्याबरोबर इथेच उतरावं आणि काहीतरी सबब सांगून निघून जावं; ते सोपं वाटलं.

गाडीतून उतरलो खरा; पण लगेच लक्षात आलं की दारापाशी तिकीट द्यावं लागेल. माझं तिकीट मुंबईचं होतं त्यामुळे कदाचित काही चौकशी होण्याचा संभव होता.

जरा गडबडून खिशात हात घातला, तर तिकीट गायब! ज्या खिशात शोधत होतो त्याच खिशात तिकीट ठेवल्याचं पक्कं आठवत होतं, तरी दुसऱ्या खिशात बघितलं. तिकीट तिथंही नव्हतं.

पिशवीत ठेवलं नव्हतंच तरी खाली बसून पिशवीत शोधू लागलो, तेव्हा दुर्गा बोलली, ''तिकडे बघ की जरा. फाटकापाशी कोणी नाहीये.''

नजर उचलून पाहिलं तर लोक दारातून खुशाल ये-जा करत होते. इतका गोंधळून गेलो होतो, की मी तिकीट शोधतोय ते दुर्गाला कसं कळलं, हा विचारच माझ्या मनात आला नाही. बाहेर पडतेवेळी दुर्गा काही वेगळ्याच प्रकारे हसतेय असा मला भास झाला.

बाहेर झिमझिम पाऊस पडत होता. कुठे कुठे पाणी साचलं होतं. नंदू दुर्गाला म्हणाला, ''तुला नेहाबेनकडे पोहोचवतो. अशा पावसात सायकलवर तिघांना जाता नाही येणार.''

''चालेल, पण सकाळी शाळा आहे त्याचं काय?'' दुर्गा म्हणाली.

निसटायची संधी आलेली पाहून मी म्हटलं, ''तुम्ही जा ना! मी माझं बघून घेतो काहीतरी.''

''छे! छे! तू आपला सायकलवरूनच चल. दुर्गाईला मी सकाळी लवकर घेऊन जाईन.'' नंदू लगेच म्हणाला. त्याच्या तावडीतून सुटणं कठीण होतं. त्यांच्यासोबत जाण्याविना गत्यंतर नव्हतं.

जरा पुढे गेल्यावर एका घरापाशी आम्ही थांबलो. दारावरची घंटी वाजवली. एका तरुणीनं दार उघडलं. पाहताक्षणी छाप पडावी असं तिचं व्यक्तिमत्त्व होतं. ''निमुबेन आणि भाई नाही आले?'' तिनं विचारलं.

''ते आधीच मढी रोडला उतरले. स्टेशनवर रात्र काढतील. सकाळच्या बसनं मढीला जातील.'' नंदूनं उत्तर दिलं. आत गेल्यावर म्हणाला, ''या दुर्गाला रात्रभरासाठी तुमच्याकडे सोडतोय. सकाळी लवकर येणारं-जाणारं कोणी भेटलं तर त्याच्यासोबत पाठवून द्या. नाहीतर मी घ्यायला येतो.''

''हरकत नाही. मीच पोहोचवून देईन. मी तर म्हणते, तुम्ही सगळेच राहा इथे.

सकाळी जा.'' ती तरुणी म्हणाली. मी कोण काय याबद्दल तिनं काहीच विचारलं नाही, त्यामुळे माझी एक काळजी मिटली.

''नको नेहाबेन. एकदा तिथे पोहोचलो की बरं वाटेल.'' नंदूनं उत्तर दिलं अन् मला म्हणाला, ''चल.''

वयाच्या बारा-तेराव्या वर्षी घर सोडून निघालेल्या किशोराची व्हावी तशीच मूढ अवस्था माझीही झाली होती. पकडलो गेलो आणि परत जावं लागलं, तर ते असह्य होतं. फसवणूक होऊन एखाद्या अनोळखी भलत्याच टोळीत अडकण्याची भीती भेडसावत होती. एखादी रात्र नंदूकडे काढायला हरकत नाही, असं गेल्या रात्री निमुबेन, दुर्गा, नंदू आणि आत्ता नेहाबेन या सर्वांच्या वागणुकीवरून वाटत होतं. उलट, आपुलकीचा अनुभव आल्यानं जरा मोकळं वाटत होतं.

''हो! चला.'' मी म्हटलं.

त्या रात्री आपल्या सायकलवर मागे बसवून नंदू मला शहरापासून दूर घेऊन गेला. अर्धा-एक तास शेतामधल्या अंधाऱ्या वाटेनं गेल्यावर त्यानं सायकल एका मोठ्या दरवाजाकडे वळवली. भिंतीलगतच बांधलेल्या तीन-चार खोल्यांपैकी शेवटच्या खोलीशी मला उतरवलं आणि तो कुलूप उघडू लागला.

आम्ही आत शिरलो. एक कोरडं धोतर त्यानं माझ्या हातात ठेवलं आणि टॉवेलनं स्वतःचं शरीर कोरडं करत म्हणाला, ''खरं म्हणजे घरून पळून आलेल्या मुलाला, पोलिसांना बोलावून पुन्हा घरी पाठवून द्यायचं असतं. मी पण तेच करायला हवं होतं, पण तुझ्या तोंडाकडे पाहून असं वाटतंय की घरातून पळून जायची वेळच आली नसती, तर तू पळाला नसतास. तसंच काही विशेष कारण असणार, एरवी कोणी आपलं घर का म्हणून सोडेल? तू त्यातला नाहीस हे तुझा चेहराच सांगतोय.''

नंदूचं बोलणं ऐकून मी पार हबकलो. मी घरून निघून आलोय हे या माणसानं कसं काय ओळखलं, ते मला कळलं नाही. मी थोडा गडबडलो; पण शेवटी बोललोच. म्हटलं, ''मी घरून पळालो नाहीये. मला घरच नाहीये.''

''पळाला नाहीस? वा! वा! पळाल्याविनाच त्या रेल्वेच्या डब्यातल्या बाकावर थेट पोहोचलास का?'' कोपऱ्यातली शेगडी अलीकडे ओढत नंदू माझ्याकडे पाहून हसला. ''तू आणखी पुष्कळ काही सांगणार असशील, पण तूर्त हा नंदू काही एक ऐकणार नाही. राहायला लागल्यावर कळेलच हळूहळू. आत्ता मला उद्याच्या कामाची चिंता आहे. रात्र थोडीच उरली आहे, तेवढी तरी झोप घेऊ.'' असं म्हणून तो पाणी प्यायला. मलाही पाणी देत म्हणाला, ''भूक लागली असेल तर बघ त्या तिकडच्या डब्यात बिस्किटं असतील.''

''गाडीत निमुबेननं, तुम्ही सगळ्यांनी खायला दिलं होतं की!'' मी म्हटलं.

“देणारच! निम्बेन तर देणारच देणार. त्यांनीच काय, इतर कोणीही तुला दिलंच असतं. तुझं हे असं रंगरूप पाहिल्यावर दिल्यावाचून कोण राहणार होतं?” नंदू पट्‌कन म्हणाला.

मी त्याची खोली पाहू लागलो. तोपर्यंत नंदूनं मोरीत हात धुतले आणि पुसता पुसता सांगू लागला, “तुझं हे एखाद्या राजकुमारासारखं रूप पाहून, तुझ्यासारख्या नवख्या पळपुट्याला इकडे घेऊन यायचं मला निमुबेननीच सुचवलं होतं. तुला इथेच आणावं लागेल, हे माझ्या तेव्हाच लक्षात आलं होतं. नाहीतर कोणाच्या हातात सापडला असतास कोण जाणे! त्या आरासुरवाल्या देवीनंच हे सगळं योजून ठेवलं असावं. साक्षात कवचकुंडलं धारण करून जन्माला आला असशील रे बाबा, नाहीतर तू बसला होतास त्याच डब्यात नेमक्या निमुबेन कशा काय चढल्या!”

नंदू काहीसा उत्तेजित झाला होता. खाट अंथरताना पुन्हा बोलू लागला. “शेगडी पेटव आधी. चांगलेच भिजलोय पावसात. आजारी पडून चालणार नाही. परवाच्याच दिवशी इन्स्पेक्शन आहे. खूप तयारी करायचीये. दुर्गाला एक तर गप्प राहायला शिकवावं लागेल, नाहीतर कुठेतरी बाहेर पाठवून द्यावं लागेल. कोणाची भीडभाड ठेवणाऱ्यांतली नाहीये ती. काही ना काही बोलूनच टाकेल. तुझ्यामाझ्यासारखी ती माणूस आहे थोडीच? इथे राहिलास की कळेलच. अरे बाबा, ती स्वतः जगतजननी आपणहून आलीये रे या पिवळ्या घरात! तिला रे कोणाची भीती?”

बोलता बोलता नंदू एकाएकी थांबला. मग पुन्हा म्हणाला, “शेगडी पेटवून शेकून घे आणि तू आपला झोपून जा बरं का! माझी अजून पूजा, ध्यान सगळं राहिलंय. निजण्याआधी तेवढं केलं तरच बरं वाटेल.”

मी इकडे तिकडे नजर फिरवली. माठ-कळशी ठेवायची जागा, डबेडुबे, हे...ते...! पुरुषानं सांभाळलेलं घर. खोलीत बाईचा हात कधी फिरला नसावा. म्हणजे, दुर्गा नंदूसोबत राहत नसेल, तर कुठे राहत असेल? काही समजत नव्हतं.

नंदूची पूजा आटोपली. एक शब्दही न बोलता आम्ही दोघं निजलो. खाली चटईवर मी, खाटेवर नंदू.

इन्स्पेक्शन आहे, दुर्गाला समजावलं पाहिजे... यांपैकी काहीच मला नीट कळलं नव्हतं. ‘तुझं मला काही ऐकायचं नाहीये’ असं नंदूनं आधीच सांगून टाकलं होतं. बाकी कोणत्या भानगडीत पडायचा विचार त्या वेळी मनात आला नाही. आपण कुठे येऊन पडलोय ते कळून घेण्याइतकं भानही नव्हतं. नंदूचं बोलणं म्हणजे ‘वय झालेल्या, एकटं राहणाऱ्या पुरुषाची बडबड’ याहून विशेष वाटलं नव्हतं. एका मुलीसारख्या मुलीला ‘जगतजननी’ म्हटल्यावर दुसरं काय वाटणार?

जरा कुठे डोळा लागतो न लागतो तोच दार वाजलं. “आलात का नंदू महाराज? बेननी विचारलंय दुर्गाशी बोलणं झालं का?” घोगऱ्या आवाजात प्रश्न आला.

"नाही झालं. उद्या बोलीन." पडल्यापडल्याच नंदूनं उत्तर दिलं.

मग स्वतःशीच बडबडल्यागत म्हणाला, "मला सांगताहेत. त्यापेक्षा म्हणावं तुम्ही स्वतःच का नाही बोलत? चूक काढायला, रागवायला, ओरडायला बरा जो तो पुढे असतो. आता तिचीच गरज लागली तेव्हा नंदू सापडला काय?"

हे ऐकून जास्तच गोंधळलो. इथे कशाचं इन्स्पेक्शन असतं? पोलीसबिलीस येतील की काय, या भीतीनं पोटात खड्डा पडला. सुनसान, भयाण वातावरणात रडू फुटत होतं. आगगाडीतली गर्दी, स्टेशनवरचा कोलाहल... ती दुनिया सोडून नंदूसोबत जायला तयार झालो, त्याचा पश्चात्ताप वाटला असावा. आठवत नाहीये. कुठल्या तरी गूढ जागी डांबलो गेलोय, असं वाटत होतं.

झोपेतून सारखं दचकून जागं व्हायला होत होतं. त्यामुळे सकाळी उठायला उशीर झाला. नंदू उठून, अंघोळ पूजा उरकून बाहेर गेलाय हे कोनाड्यातल्या देवांवरची ताजी फुलं पाहून लक्षात आलं.

दुर्गा सकाळी लवकर येणार होती असं रात्री ठरलं होतं; पण ती आल्याचं चिन्ह दिसत नव्हतं. घर रिकामं होतं. नंदू तिला आणायला गेला असावा.

खोलीचं दार उघडून मी बाहेर आलो. चारी बाजूंनी कंपाऊंडच्या भिंतीनं वेढलेल्या जागेत मधोमध छानशी बैठ्या घाटाची, सरकारी इमारतीसारखी वाटणारी पिवळी इमारत. दवाखान्याच्या किंवा शाळेच्या इमारतीत असते तशी दर दोन खोल्यांमधून मागच्या आवारात जाता येईल अशी बांधणी. तिकडे जायचा रस्ता जाळीबंद. मैदानात पुष्कळशी मुलं आणि एक स्त्री काहीसं करण्यात गुंतलेली. जाळीबंद आवाराच्या दोन्ही बाजूंना खोल्या असाव्यात. जाळीबाहेरच्या उजवीकडच्या खोलीवर पाटी होती 'ऑफिस!'

डावीकडे जरा दूर छोटीशी बाग. बागेत मुलांसाठी झोपाळे, घसरगुंड्या असं. कडेनं पेरू, लिंबू, सीताफळ, डाळिंब अशी झाडं. थोडी फुलझाडंसुद्धा. बागेपाठीमागे चार घरं दिसत होती.

उजवीकडे मोठं फाटक. त्यातूनच काल रात्री आम्ही त्या कंपाऊंडमध्ये शिरलो होतो. आतली जागा छान होती. काल रात्री वाटलेली भीती दूर व्हावी अशी छान. बाहेरच्या बाजूला काय आहे ते बघायला फाटकाच्या दिशेनं गेलो.

बाहेर पाहताच लक्षात आलं की आसपास ना घरं होती, ना दुकानं, काहीच नव्हतं. फाटकापासून थोड्या अंतरावर सडक होती. सडकेपलीकडच्या नाल्यातून लहानसा ओहळ वाहत होता. त्या पलीकडे लांबवर शेतं, त्यातल्या झोपड्या... त्याही पलीकडे क्षितिजावर शहरातल्या सोसायट्यांच्या इमारती दिसत होत्या.

रस्त्यावर अजून फारशी वाहनं नव्हती. एखादी बैलगाडी, कुठे दूधवाल्याची मोटारसायकल, शहराच्या दिशेनं कामावर जाणाऱ्यांच्या तुरळक सायकली...

एवढंच. त्यापेक्षा अधिक रहदारी नाही. त्या काळी आजच्यासारखी आणि इतकी वाहनं होतीच कुठे म्हणा!

थोडं फिरून पुन्हा आत यायला वळलो अन् पिवळ्या इमारतीभोवतालच्या लांबवर बांधलेल्या उंच भिंतीवर माझी नजर गेली. रस्त्याच्या पलीकडून येणारा ओढा पुढे जाताना त्या भिंतीला लगटून जात होता. एवढ्या भल्या मोठ्या आवारात फक्त एवढीच घरं!

हा नंदू कुठे राहतो अन् काय काम करतो, तेच कळत नव्हतं. आतली घरं जवळून बघण्याच्या विचारानं फाटकापाशी आलो तोच माझी नजर फाटकावरच्या मोठ्या कमानीवर लिहिलेल्या अक्षरांवर पडली.

पाचव्या वर्षांपासून पूर्वजांच्या सात पिढ्यांची नावं घडाघडा बोलायला शिकलेला, रोज त्यांची नावं घेऊन त्यांना मनोमन नमस्कार करणारा, गौरवशाली पिता आणि तेजस्वी माता यांचं अपत्य असलेला मी, ज्यानं कधीच येऊ नये अशा जागी येऊन उभा होतो. ज्या शब्दापासून दूर राहण्यासाठी घर सोडून निघालो होतो, तोच शब्द माझ्यापुढे लालभडक रंगात चमकत होता...!

'बालाश्रम!'

तीन

निघूनच गेलो असतो. नंदूला भेटण्यापुरतंसुद्धा थांबणार नव्हतो. पिशवी उचलून चालू लागायचा काय तो उशीर, तेवढ्यात जिथे उभा होतो तिथून मागे फिरण्याच्या क्षणीच पिवळ्या इमारतीच्या आवारातून जाळी ओलांडून येणारी दुर्गा दिसली.

काल रात्री तिला अधूनमधून पाहिली होती. आज सकाळी ती काही वेगळीच भासली. खुलत्या गुलाबी रंगाचा फ्रॉक घालून तयार झालेल्या दुर्गाकडे मी अवाक होऊन पाहत राहिलो.

पृथ्वीवर जन्माला आल्यापासून मी अनेक प्रकारचं सौंदर्य पाहिलं आहे. त्यानं दिपून गेलेलो आहे, हे मी नाकबूल करणार नाही. पहाटेच्या गुलाबी आकाशापासून ते रात्रीच्या चमचमत्या चांदण्यांनी भरलेल्या आकाशाची मोहिनी, फुलांचे रंग, पक्ष्यांचं विहरणं अथवा शिंगरा-वासरांच्या डोळ्यांतलं आश्चर्य... सौंदर्याच्या या साऱ्या आविष्कारांनी कधीकधी दिङ्मूढ झालो आहे; परंतु एका अनाथाश्रमात, समोरून चालत येणारी ही दुर्गा नामक मुलगी! शांत, शीतल... अगदी वेगळीच!

मी तिच्याकडे पाहत राहिलो. एक छोटा मुलगा आणि दीड-दोन वर्षांची एक लहान मुलगी, दोघं जण दुर्गाच्या दोन्ही बाजूंना, तिचं बोट धरून चालत होते. त्यांच्यापेक्षा थोडा मोठा एक मुलगा मागून येत होता. मला पाहताच, जरासा आखूड होणारा आपला फ्रॉक खाली ओढायचा प्रयत्न करत दुर्गा बिनधास्तपणे किंचित हसली. मग ते सगळे बागेत गेले.

नेमक्या परत फिरण्याच्या क्षणी कोणती भावना मला ओढून बागेत घेऊन गेली कोण जाणे! मी बागेत गेलो. तिथंच एका झोपाळ्यावर बसून झोके घेऊ लागलो. दुर्गा मुलांना घसगुंडीवर खेळवत होती, ते बघत बसलो. मनात आलं, आपण उतरावं आणि मुलांना झोपाळ्यावर झुलू द्यावं, तेवढ्यात घसरगुंडी सोडून ते सर्व जण झाडावरचे पेरू मोजत पेरूच्या झाडाखाली उभे!

"मोजा पाहू, किती आहेत?" दुर्गा मुलांना म्हणाली.

"दुर्गाई, तो बघ तो तिकडे... पिकलेला." ती लहानगी बोलली.

"हं! बघ. पिवळा पडायला लागलाय." दोघांपैकी मोठा मुलगा म्हणाला. पेरू मोजायचे सोडून, पिकलेले पेरू शोधण्यात सगळे गुंतले.

रात्री नंदूनं दुर्गाचं केलेलं वर्णन मला आठवलं. इन्स्पेक्शनच्या वेळी गप्प बसायला दुर्गाला समजावलं पाहिजे, असा बेननी निरोप पाठवला होता, तेही आठवलं. जिला समजावायला बेन इतक्या आतूर झाल्या आहेत, नंदू जिला जगन्माता म्हणतो, तिला मी विशेष लक्षपूर्वक न्याहाळू लागलो.

दुर्गा आणि मुलं आपसात बोलण्यात दंग होती. जराशानं मी झोपाळा सोडून त्यांच्या दिशेनं चालू लागलो. त्याच वेळी पाठीमागच्या घरातून घाईघाईनं चालत येणारी सावळीशी, भरल्या अंगाची, निळी साडी नेसलेली चाळिशीतली एक बाई मला दिसली. मी होतो तिथेच थबकलो. मुलांचं लक्ष अद्याप पेरूकडेच होतं.

"काय चाललंय इथे? बाहेर भटकू नका म्हणून सांगितलं होतं की नाही? जरा शाळेला सुट्टी पडायचा अवकाश, की मोकाट ढोरांसारखे निघालेच भटकायला." ती स्त्री त्यांच्याजवळ जात म्हणाली. लहान मुलांशी इतक्या कठोरपणे बोलताना मी क्वचितच कोणाला पाहिलं होतं. पाऊलभर पुढे जाऊन मी घरसगुंडीशी थांबलो.

लहान पोरांनी दचकून मागे वळून पाहिलं. त्यांच्या चेहऱ्यावरचा रंग पालटला. दुर्गा मात्र उत्तर न देता त्या पोरांचा हात धरून, तशीच समोर पेरूंकडे पाहत शांतपणे उभी होती.

"तुला विचारत्येय दुर्गे, ऐकू येतंय ना?" ती स्त्री पुन्हा ओरडली.

"काऽय?" दुर्गानं मागे वळून कंटाळल्या स्वरात विचारलं.

"काय म्हणजे? असं खुशाल बाहेर उंडारताय ते?" त्या बाईनं विचारलं. लगेच पुढे म्हणाली, "परवाच्या दिवशी तुमचा तो काकोबा इन्स्पेक्शनला येऊन उभा राहील. त्या वेळी मला कसलीही गडबड नकोय. समजलं?"

"बाहेर कुठे भटकतोय? कम्पाऊंडमध्येच तर आहोत!" दुसऱ्या प्रश्नाचं उत्तर दुर्गानं टाळलं.

"अस्सं! कम्पाऊंडमध्येच आहात काय?" त्या स्त्रीनं दुर्गाला वेडावत म्हटलं. "पेरू चोरायला निघालात ते कबूल का नाही करत त्यापेक्षा?"

आता मात्र दुर्गाचा स्वर बदलला. "हे बघा नलिनीबेन, उगाच खोटा आळ घेऊ नका. पेरूला कोणी हातदेखील लावला नाहीये."

"उलट उत्तर देतेस! एक ठेवून देईन ना अशी..." नलिनीबेन म्हणाल्या. थोबाडीत मारण्यासाठी हातही उगारला.

तत्क्षणी दुर्गानं मुलांना आपल्या मागे दडवलं. म्हणाली, "कोणाला मारायबिरायचं

नाहीये. उगाच चिडायला लावू नका!''

आपल्याला इतका राग कशाचा येतोय ते न कळल्यागत नलिनीबेन बेचैन झाल्या. परत जायला मागे फिरल्या आणि जणू काही दुर्गाला मारता न आल्याचा बदला जिभेनं घेण्यासाठी मोठमोठ्यानं बडबडू लागल्या, ''कोण जाणे कोणाची अवलाद आहे, कोण कुठल्या जातीची...''

शरमेनं माझी मान खाली झुकली.

या लहानशा टोमण्यानं त्या छोट्या जिवात किती मोठं वादळ उठलं असेल, ते माझ्यापेक्षा जास्त समजू शकेल, असं तिथे कोणी नव्हतं. नवल म्हणजे दुर्गाच्या चेहऱ्यावर संतापाचं अथवा उलटून वार करण्याचं कोणतंही चिन्ह उमटलं नव्हतं. कमालीच्या शांत, निर्मळ, दृढ स्वरात अगदी नेमके शब्द उच्चारत तिनं म्हटलं, ''तुझ्याच जातीची आहे.''

संपलं! बाण सुटला होता. अनर्थ तेवढा घडायचा बाकी होता. बेन थांबल्या. त्यांनी इकडेतिकडे पाहिलं. खाली पडलेली झाडाची डहाळी हातात घेतली. दुर्गाकडे वळल्या. पुढे येत म्हणाल्या, ''काय म्हणालीस? फार मातलीस न् काय! पुन्हा बोल पाहू!''

''हो! तुझ्याच जातीची आहे.'' आधीच्याच स्वरात दुर्गानं आधीचेच शब्द पुन्हा उच्चारले. ती ना घाबरली, ना संकोचली. अंगावर घाव झेलून घ्यायच्या तयारीनं स्वस्थपणे जागच्या जागी उभी राहिली. नलिनीबेन तिच्यापाशी पोहोचल्या.

नवलंच घडलं. दुर्गाच्या ठामपणाचा परिणाम होऊन म्हणा, की दोन दिवसांनी इन्स्पेक्शन असल्याचं आठवून म्हणा, की दुर्गा थेट सामोरीच होईल या भयानं म्हणा... जे असेल ते असो, पण बेननी दुर्गावर वार केला नाही एवढं खरं. एकाएकी त्यांनी वेगळंच पाऊल उचललं. त्या पुढे झुकल्या. दुर्गाच्या मागे उभ्या असलेल्या त्या लहानशा पोरीला त्यांनी पुढे ओढलं अन् ओरडल्या, ''चोरटे, पेरू चोरायचेत नाही का? घे. हे घे पेरू.'' असं म्हणत त्यांनी हातातल्या शिपटीनं त्या पोरीला मारलं.

मी नीट पाहिलं होतं. त्या मुलीच्या तोंडून शब्दही फुटला नव्हता. न ओरडता, न किंचाळता पोट आवळत ती दुर्गाला बिलगली. दुर्गा जागची मुळीच हलली नाही. तिनं फक्त हात तेवढा पुढे केला. ''एवढ्याशा या छोट्या करमीला...'' दुर्गा यापेक्षा एकही शब्द अधिक बोलली नव्हती, हे मला अगदी नीट आठवतंय.

मी फारसा दूर नव्हतो. सगळं स्पष्टपणे दिसेल, ऐकू येईल एवढ्याच अंतरावर होतो, तरीदेखील नलिनीबेनच्या हातातली सोटी दुर्गाच्या हातात केव्हा अन् कशी आली, ते मला दिसलं नाही. दुर्गाचा केवळ हात हलत होता, देह अगदी स्थिर होता. हालचाल होतच नव्हती. सटासट फटकारे बसत गेले. बारक्या फांदीची ती

छडी शेवटी तुटून गेली.

दुसऱ्या क्षणी माझं लक्ष गेलं, तेव्हा हातात उरलेला तुकडा दुर्गा जमिनीवर फेकत होती. जराही विचलित न होता मुलांचा हात धरून ती निघाली. मुलांना म्हणाली, "चला."

एवढं सारं घडत असताना दुर्गा पूर्णपणे शांत होती, स्थिर होती, याचं मला फार आश्चर्य वाटत होतं. इतके शांत, निश्चल, दृढनिश्चयी आणि आपण नेमकं काय करणार आहोत, त्याचा स्पष्ट निर्णय दाखवणारे भाव क्वचितच कोणाच्या चेहऱ्यावर बघायला मिळत असतील!

तिथे क्रोध होता, पण तो प्रकट होत नव्हता. सटासट छडी फटकारली गेली होती, पण त्यात काही हिंसक नव्हतं. सूड उगवल्याचं समाधान वा आता पुढे काय होईल याची चिंता... त्या चेहऱ्यावर यातलं काहीच नव्हतं.

ही घटना घडली नसती, तर मी त्या पिवळ्या इमारतीचा शेजारी झालोच नसतो. मला पक्कं आठवतंय, जणू काही घडलंच नाही अशा तऱ्हेनं मुलांशी बोलत बोलत दुर्गा तिथून निघून गेली होती. नलिनीबेन तिच्याकडे बघत राहिल्या. मी तिथून निघायच्या तयारीत होतो तेवढ्यात माझ्यावर त्यांची नजर पडली. "अरे ए, तू रे कोण?" शांत राहण्याचा प्रयत्न करत नलिनीबेननी विचारलं. मी उत्तर देण्याआधीच, बागेच्या टोकाशी सायकलवरून उतरणाऱ्या नंदूकडे आमचं दोघाचं एकाच वेळी लक्ष गेलं.

"बेन, माझ्या मित्राचा मुलगा आहे. पुतण्याच म्हणा ना!" असं म्हणत नंदू आमच्यापाशी आला.

नलिनीबेन काही बोलल्या नाहीत. माझ्याकडे अगदी निरखून पाहत नंदूला म्हणाल्या, "नंदू, ऑफिसमध्ये ये." मग ऑफिसकडे जात म्हणाल्या. "भाचा की पुतण्या जो कोण आहे त्याला ठेवून घे. मला न भेटता जाऊ देऊ नकोस."

मी नंदूचा नातेवाईक अथवा मित्राचा मुलगा आहे ही गोष्ट नलिनीबेननी केवळ ऐकूनच घेतली आहे; पण ते त्यांना पटलं नाहीये, याची मला खात्री होती. नंदूच्याही ते लक्षात आलं नव्हतं, असं नाही.

आता या गोष्टीची खातरजमा केली जाणार. त्याला मी तयार नव्हतो. त्याहीपेक्षा विशेष म्हणजे अनाथाश्रम म्हणवणाऱ्या ठिकाणी राहायला माझं मन कधीही तयार झालं नसतं. मला मम्मी-पप्पा नाहीयेत. जवळच्या नात्याचंही कोणी नाहीये. तरीसुद्धा मला कोणी अनाथ म्हणावं, हे मला कदापि मान्य नव्हतं.

अनाथ म्हटल्या जाणाऱ्या अपत्यांबद्दल माझ्या मनात एक विशिष्ट प्रतिमा होती. त्या मुलांचा जन्म ज्या प्रकारे झालेला असतो तसा माझा जन्म झाला नव्हता, असं मी तेव्हा समजत होतो. शेजाऱ्यापाजाऱ्यांकडून ऐकावा लागणारा हा 'अनाथ'

शब्दच तर मामीचं घर सोडण्यामागचं मुख्य कारण होतं!

बेनच्या मागोमाग नंदू ऑफिसात गेला. नंदूच्या खोलीकडे जाताना मी आपल्याशीच बोलत होतो, ''जाणार. निघून जाणार. इथे मुळीच राहणार नाही.''

कितीतरी वेळानं नंदू खोलीत आला, तसं मी लगेच आपल्या मनातलं बोलून टाकलं, ''मला इथे नाही राहायचं.''

तो माझ्याकडे बघून हसला. मी पुन्हा म्हटलं, ''हसायचं तर हसा, पण मी इथून जाणार म्हणजे जाणार.''

''बरं, जा; पण कुठे जाणार लाला?'' नंदूनं अगदी सहजतेनं विचारलं. ''घरी परत जाणार असशील तर सांग, मी पोहोचवतो; पण घराखेरीज इतर कुठेही हा नंदू तुला जाऊ देणार नाही. स्टेशनबिशनवर राहायचा विचार करत असशील तर ते डोक्यातून काढून टाक. असा रूपवान मुखडा घेऊन तू तिथे राहू शकशील, हे घडणं अशक्य!''

नंदूच्या बोलण्यात तथ्य होतं. घरी परत जाण्यानं मामीच्या आणि माझ्या अडचणी वाढण्यापलीकडे दुसरं काही हाती लागलं नसतं. स्टेशनवर अथवा दुसरीकडे कुठेही पोलीस किंवा त्यांचे 'प्रियजन' मला सुखानं जगू देतील, हेही अशक्यच!

मी विचारात पडलेला पाहून नंदू माझ्याजवळ आला. त्याच्या विशिष्ट शैलीत मला समजावू लागला. ''ऐक. मी तुला माझ्याकडे ठेवून घेणार नाहीचाय. सकाळी शहरात गेलो होतो ते त्यासाठीच. महेशभाईंना सांगून तुझी सगळी व्यवस्था करून आलोय. चल, ऊठ.'' माझ्या खांद्यावर थोपटत तो म्हणाला.

कोण महेशभाई आणि कसली व्यवस्था ते कळायचं बाकी होतं. नंदूसोबत गेल्यानंच कळलं असतं. फाटकाकडे जाता जाता नंदू बडबडत होता. ''बेननी आज मोठाच घोटाळा करून ठेवलाय. माझ्या 'माय'ला दुखावून भलं होणार नाहीये, पण त्या तरी बिचाऱ्या काय करतील म्हणा! त्यांना हवंय ते काम सरकार देत नाही आणि करायचं नाहीये ते गळ्यात पडलंय. शेवटी सगळी माणसंच आहेत!'' तो सकाळच्या घटनेबद्दल बोलत होता, ते कळत होतं.

आम्ही मोठ्या फाटकाच्या बाहेर आलो. वाटेत नंदू आपल्याच नादात जे बडबडत होता त्यावरून दोन गोष्टी कळल्या. एक म्हणजे, नंदूची अन् माझी काही ओळखपाळख नाहीये, हे तो नलिनीबेनपासून लपवू शकला नव्हता. दुसरं म्हणजे ओढ्यालगत कंपाऊंडच्या भिंतीला लागून महेशभाई नावाच्या कोण्या गृहस्थाची जमीन होती, तिथे मी सायकल दुरुस्तीची आणि चहा-पाण्याची छोटीशी केबिन सुरू करायची व्यवस्था नंदू करून आला होता.

फाटकाच्या उजवीकडे थोड्या अंतरावर लाकडं, फळ्या, लोखंडी अँगल,

प्लॅस्टिकचं कापड असं काय काय पडलं होतं. मला तिथे नेऊन नंदू सांगू लागला, "ही जमीन, हे सामानसुमान महेशभाईंचं आहे. इथे तुला जे काम करावं वाटेल ते करायची त्यांनी परवानगी दिली आहे, पण फुकट काही नाही. तुला जमेल तेवढं भाडं तू द्यायचंस."

तिथे पडलेल्या वस्तूंकडे मी पाहिलं; पण गप्पच राहिलो. नंदूला वाटलं मी संकोच करतोय. त्यानं पुन्हा म्हटलं, "पैसे आत्ता मागणार नाहीयेत. तू कमावू लागलास, की नंतर थोडे थोडे देत चल. राजा माणूस आहे तो. इथे वसुलीसाठी येणार नाहीत. आपण स्वतः त्यांच्या ऑफिसात देऊन यायचं. तुझ्यानं जाणं झालं नाही तर माझ्याकडे दे, मी पोहोचवून देईन."

एवढं झालं तरी मी काही बोलत नाही म्हटल्यावर नंदू जास्तच बेचैन झाला. रडवेल्या आवाजात म्हणाला, "निम्बेननी माझ्यावर जबाबदारी टाकलीये बाबा, मी तुला दुसरीकडे कुठेही जाऊ देणार नाहीये. तिकडे आत मी ठेवून घेऊ शकत नाही. लाला माझं ऐक. सायकल पंक्चर काढायला शीक. चहा-पाण्याची लारी सुरू करून टाकू. आपल्या पायांवर उभा राहा एकदा, मग आपल्या वाटेनं कुठे जायचं तिथे जा. त्या वेळी हा नंदू तुला अडवणार नाही."

मी मागे वळून लोखंडी अँगल उचलला. नंदूकडे पाहून म्हटलं, "खोदायचं साधन मिळेल का काही?"

त्या दिवशीचं काम पूर्ण करून जातेवेळी नंदूनं म्हटलं, "इथे तुझं मन रमणार नाही, हे मला माहितीये लाला." त्याच्या आवाजात प्रेमळ ओलावा होता. "ही जागा तुझ्यासाठी नाहीये, हे मला लख्ख दिसतंय रे. हे कामदेखील तुझं नव्हेच. असं सुंदर रुपडं! एक तू आणि दुसरी ती माझी माय. तुम्हा दोघांना इथे का यावं लागावं? कर्माचे भोग, दुसरं काय?" त्याला पुढे बोलवेना.

एखाद्या अनाथालयात माझं स्थान नसलं पाहिजे, असं नंदूलाही वाटतंय हे पाहून मला उचंबळून आलं होतं हे खरं, पण त्यानं म्हटलेली दुसरी गोष्ट मला आवडली नव्हती. दुर्गासारख्या अनाथाश्रमात राहणाऱ्या मुलीशी त्यानं माझी बरोबरी करावी, हे मला अपमानस्पद वाटलं होतं. कर्माचे भोग वगैरे शब्दांनी तर मला संतापच आला होता. माझ्या आसपासच्या साऱ्या दुनियेला माझ्याबद्दल बोलताना असलेच शब्द का आठवत होते कोण जाणे! पूर्वजन्माची कर्मं, मागच्या पिढ्यांचा शाप, पितरं, नशिबाचे भोग... मला मुळीच आवडत नव्हतं.

तरीसुद्धा नंदूला माझी काळजी वाटेतय, या जाणिवेनं मला बरं वाटलं होतं आणि... मोठ्यात मोठी समाधानाची गोष्ट म्हणजे पिवळ्या इमारतीतला रहिवासी म्हणून मला तिथे राहावं लागणार नव्हतं!

मी स्वतंत्र होतो. कोणाला माझी ओळख सांगायची नव्हती. कोण्या एका

शापित पणजोबांना, ते अनाथ झाल्यामुळे कोण्या आत्याबाईंच्या घरी राहावं लागलं होतं, असल्या कहाण्या ऐकायच्या नव्हत्या. माझ्यावर, आमच्या घराण्यावर, आमच्या वंशावर असलेल्या कोण्या ऐकीव कहाणीचा... जी मला कधीही मान्य नव्हती... या इथेच अंत होणार होता.

मी तिथे राहायचं ठरवलं. ठरवलं ते असं, की बाहेर राहायचं. आतल्या कोणात मिसळायचं नाही. मी आणि माझं काम. त्या इमारतीत राहणाऱ्यांशी काही संबंध नसला की झालं. तिथल्या लोकांशी माझी घसट वाढणार नाही, एवढं लक्षात ठेवायची जबाबदारी माझी.

रात्री नंदूनं मला त्याच्याकडे बोलावलं. मग विचारलं, "सकाळी काय झालं होतं रे? दुर्गा इतकी कशानं डिवचली गेलीये? नलिनीबेन असं काय बोलल्या?"

"हां... कोण जाणे कुठल्या जातीची आहे... असंच काहीतरी." मी उत्तर दिलं.

काही न बोलता नंदू माझ्याकडे एकटक बघत राहिला. नंतर एकेक शब्द सावकाश उच्चारत म्हणाला, "स्वयंजात आहे माझी माय! आणि जातीचं काय रे, जातबित सगळं आपल्यासारख्या मानवांसाठी. बेन तिचा चेहरा नीट लक्षपूर्वक पाहतील, तर त्यांनाही कळेल ती कोण आहे! असं रूप धारण करून अवतरणं मानवाला कधी शक्य होणारे का?"

मला काही म्हणायचं नव्हतं. दुर्गासाठी नंदूचं आतडं पिळवटत होतं, त्याचा जीव तिच्यासाठी तुटत होता ते दिसून येत होतं... आणि तरीही तो नलिनीबेनवर रागावला नव्हता की त्यांच्याबद्दल काही लागट बोलला नव्हता, हे मला जाणवलं.

चार

दुकान तयार झालं त्या दिवशी नंदू तिथे नव्हता. दर पौर्णिमेला मढीला जायच्या त्याच्या नेमाप्रमाणे तो गेला होता. मढीहून थोड्याच अंतरावर निमुबेनची वाडी. तो त्यांच्याकडे जाणार होता. माझं पहिलं गिऱ्हाईक मोहन. त्याची हातगाडी ढकलताना खूप जड वाटायची. 'बघ जरा आणि सर्व्हिस करून ठेव' म्हणाला. दुसऱ्या दिवशी घ्यायला येणार होता. चार चाकं खोलायची आणि पुन्हा फिट करायची. काम फारसं मोठं नव्हतं, पण सगळंच नवं असल्यानं ग्रीझिंग, फिटिंग आटोपेतो संध्याकाळ झाली. रात्री दुकानातच मुक्काम करायचा इरादा होता. प्रायमस स्टोव्हवर जमेल तसं कच्चंपक्कं शिजवून जेवण उरकलं. थोडा वेळ बाहेर बसलो. मग मोहनच्या हातगाडीवर चटई अंथरून तिथंच आडवा झालो. वर आकाश निरभ्र होतं.

रात्री नवाच्या सुमारास नंदू मढीहून परतला. आल्या आल्या म्हणाला, "ही घे पुस्तकं. एवढी वाचून झाली, की पुढच्या पौर्णिमेला आणखी आणीन." तीन-चार पुस्तकांतलं एक त्यानं हातगाडीवर ठेवलं. अंधूक प्रकाशात मी पुस्तकाचं नाव वाचलं, 'छोटी यंत्रे आणि त्यांची निगा.'

"वाचून ठेव. शिवणयंत्रापासून सायकलपर्यंत पुष्कळ साधनांची माहिती आहे." माझ्यासमोर बसत नंदू म्हणाला.

"तुम्ही आणलीत?"

"नाही. निम्बेननी पाठवलीत तुझ्यासाठी. बाकीची आतल्या मुलांसाठी. निम्बेन गावात स्वतःची लायब्ररी चालवतात. तऱ्हेतऱ्हेची पुस्तकं असतात. ज्याला जी हवी ती वाचू देतात. इथल्या मुलांना वाचायला मोफत देतात."

"मी इथला नाहीये." रुक्ष स्वरात माझ्या तोंडून शब्द निघून गेले. तेवढ्या अंधारातसुद्धा नंदूचा चेहरा उतरल्याचं जाणवलं.

"मोफत म्हणजे दान नाही रे. इकडे जवळपास कुठे मिळत नाहीत, म्हणून तिकडून पाठवतात. एकदा तुला निम्बेनकडे घेऊन जाईन. आवडेल तिथे तुला. तुम्हा सगळ्यांना वाचायला म्हणून त्यांनी पुस्तकं पाठवलीत. वाचून झाल्यावर परत करायची."

नंदूला स्पष्टीकरण द्यावं लागलं म्हणून मी थोडा संकोचलो. म्हटलं, "एकदा येईन तुमच्यासोबत."

नंदू आनंदला. म्हणाला, "तुझं जाणं होईलच अरे! जाशील तेव्हा मनात जे असेल ते निम्बेनशी बोलून टाक. मला तुझ्याकडून काहीही माहीत करून घ्यायचं नाहीये. मी तुझं नाव पण विचारणार नाही. विचारलं तरी तू खरं सांगशील याची खात्री नाही. इथे कोणीच तुला काही विचारणार नाही; पण बघ, शक्यतो निम्बेनपाशी मन मोकळं कर. तुझी जी काय व्यथा, कथा असेल ती त्यांना सांगून टाक. खात्यापित्या घरातून बाहेर पडताना मनाला वेदना झाल्या असतीलच की! निम्बेनना सांग, त्या मार्ग काढतील."

खरंतर नंदूच्या बोलण्याचा मला राग आला होता; पण मग वाटलं निम्बेनना आपली व्यथा सांगणाऱ्याचे प्रश्न आपोआप सुटतात, अशी त्याची खरोखर समजूत असेल, तर ती मी उखडून टाकायची गरज नाही.

तरीही मी शांतपणे उत्तर दिलंच, "तुम्ही समजून चालला आहात तसं काही नाहीये. एके काळी होतं, आता नाहीये. दूरच्या मामा-मामींखेरीज मला कोणी नातेवाईक नाहीत. घरी माझी वाट पाहत कोणी बसलं नाहीये. शिवाय, अगदी परक्या माणसाकडे मी स्वतःच्या तोंडानं स्वतःबद्दलच का सांगू?"

"ते तुला नाही कळणार." नंदू सांगू लागला. "आणि परके कोण? निम्बेन? भाई, हा नंदू उगाच काहीतरी सांगणाऱ्यातला नाही. सगळं समजून उमजून सांगतोय. आज ना उद्या स्वतःहून त्यांना सांगणं तुला भागच आहे. तुझ्या वहीत लिहून ठेव हवं तर, तू स्वतः निम्बेनना काही सांगितलं नाहीस ना, तरी तू, तुझं दुःख सगळं त्यांनी जाणलंच असेल."

नंदू गेला. यापुढे इथे राहावं की न राहावं अशी घालमेल पुन्हा माझ्या मनात रात्रभर होत राहिली.

दुसऱ्या दिवशी सकाळच्या प्रहरीच आणखी एक नवी ओळख झाली– माधोची. नुकतंच दुकान उघडून मी साफसफाई केली होती. हव्या असलेल्या सामानाची यादी करत होतो, तेवढ्यात तो आला. स्वतःचंच दुकान असल्यागत प्रत्येक वस्तू हात लावून, उचलून घेत तपासली. मग म्हणाला, "अजून पुष्कळ गोष्टी लागतील की रे! मी बाजारात चाललोय. म्हणशील तर आणतो."

माधोला मी प्रत्यक्ष बघितलं नव्हतं, पण त्या रात्री 'नंदू महाराज, आलात

का...' म्हणणारा आवाज मी ओळखला, ''मी पण बाजारातच जातोय,'' मी म्हटलं.

''गुडघ्याएवढा पोर पाहून फसवतील तुला. किंमतसुद्धा नीट कळायची नाही.'' असं म्हणून स्टूल ओढून माधो त्यावर बसला. ''पैसे बिसे लागले तर सांग. देईन मी, पण व्याज घेईन बरं का!''

''नंदूकाकांनी उसने दिलेत मला. कोणती वस्तू कुठून घ्यावी ते लिहून दिलंय. तशीच गरज वाटली तर जमीनवाल्या महेशभाईंना भेटेन.'' मी म्हटलं. का कुणास ठाऊक, पण सकाळी सकाळी हा माणूस इथे येऊन टपकला ते मला आवडलं नव्हतं. तेवढ्यात माधोनं विडी पेटवायला काडेपेटी मागितली. मी लगेच म्हटलं, ''इथे दुकानात बसून विडी ओढू नका. ओढायचीच असेल, तर बाहेर बसून ओढा.''

माधोनं विडी खिशात ठेवून दिली. मग तिरकसपणे म्हणाला, ''ओहोहो! तुम्ही तर मोठे शेठ दिसताय! होय बाबा, नंदूचं दुकान आणि पाठीशी महेशभाईंसारखा बडा माणूस! चालू द्या तुमची दादागिरी, चालू द्या न् काय!''

माधोच्या अशा शेऱ्यानं मन जड झालं. त्याच्याकडे लक्ष न देता मी आपलं काम करत राहिलो. तसा माधो जरा नरमून म्हणाला, ''मी काय म्हणतो, इथे तुला काही अडचण नाहीये. ही जागाच अशी मोक्याची आहे, की इथे तुझं चांगलं चालणार. तुझ्याशी स्पर्धा करायला दुसरं आहेच कोण? तू चार पैसे जास्त लावलेस तरी जाणार कुठे?'' मग त्यानं अचानक नवाच विषय काढला. म्हणाला, ''स्वयंपाक करता येतो? खायची-प्यायची काय सोय करणारेस?''

''अजून काही ठरवलं नाही. हातानं करीन किंवा नंदूकाकासोबत जेवीन.''

थोडा वेळ माधो गप्प राहिला. मग माझ्याकडे निरखून बघत म्हणाला, ''आतल्या स्वयंपाकघरातलं चांगलं जेवण हवंय?''

त्याच्या बोलण्याचा अर्थ चटकन माझ्या लक्षात आला नव्हता, पण नंतर कळलं की तिकडे आतल्या मुलांना देतात ते जेवण द्यायची सोय करून द्यायचं म्हणतोय. मी उठत म्हटलं, ''नको. मला आत यायचंच नाहीये.''

''असं धाडकन नाही म्हणून उठू नकोस. बस, जरा विचार कर.'' माधो म्हणाला, ''तिथपर्यंत यायची गरज नाही. परस्पर तुला पोहोचवलं जाईल. एवढ्या मोठ्या स्वयंपाकघराला तू एकटा काय जड आहेस? काही फरक पडत नाही.''

मी पुन्हा नकार दिला तसा माधो म्हणाला, ''ठीक आहे, मर्जी तुझी. तुला काम करायला वेळ मिळावा म्हणून म्हणत होतो. हरकत नाही, सांगून ठेवलंय. उद्या उठून विचार बदलला तर कळव. तू परका थोडाच आहेस? आतली पुष्कळ कामं तुला मिळणारेत. ऑफिसच्या चहा-पाण्याची व्यवस्था करायचं काम तुला द्यावं, असं नलिनीबेन कालच म्हणत होत्या.''

"आजवर कोण करत होतं?" मी नकळत विचारलं.

"कोण म्हणजे? मी. स्वयंपाकघर माझ्या माथी असलं म्हणजे मलाच करावं लागणार, नाही का?" माधोनं उत्तर दिलं. मग न विचारताच पुढे म्हटलं, "तसं पाहिलं तर कोठार आणि स्वयंपाकघर दोन्ही नंदू महाराजांचंच म्हणायचं. माझी पोस्ट 'असिस्टंट कुक'ची. कोठाराचा हिशेबसुद्धा नंदू महाराजांनीच ठेवायचा असतो पण... ते महाराज म्हंजे संत-महात्म्याचा अवतार..."

बोलता बोलता माधो अडखळला. विडीची तलफ त्याच्यानं फार काळ रोखवेना झाली. स्टूल बाहेर नेऊन त्यानं विडी शिलगावली अन् बोलणं सुरू ठेवलं, "धान्य, कडधान्य, झालंच तर भाजीपाला असं सारं रोज रोज तोलून मोजून द्या, वहीत लिहून ठेवा, स्टॉकचा ताळेबंद राखा, हे न् ते ! एवढं करून आपल्याला लाभ शून्य. पगार जातो नंदू म्हाराजाला. आता सांग, अशा परिस्थितीत मी थोडंसं एस्ट्रा काढायचा प्रयत्न केला, तर तो मोठा गुन्हा आहे का? हो, शिवाय भल्या पहाटे उठून ऊन पाण्यासाठी भट्टी सुरू करायचं कामही माझंच बरं का!"

माधोनं विडीचा जोरदार झुरका घेतला. बोलणं सुरूच. "राहायला क्वार्टर म्हटलं तर नंदूच्या शेजारची खोली. तसल्या खोलीत राहणं नंदू म्हाराजाला जमेल एक वेळ; मला नाही जमायचं. मी आपला कोठारासमोर खाट टाकून निजतो. पाऊस पडला तर आहेच ऑफिस!"

उत्तर दिलं तरी माधोची बडबड संपणारच नाही असं वाटलं म्हणून गप्प राहिलो, नाही तर म्हटलं असतं, "खरंय हो, अगदी खरं. माधो साहेबांसारख्यांनी तसल्या बिनापंख्याच्या खोलीत राहायचं असतं?"

शेवटी माधो निघणारच, तेवढ्यात तिकडून बस येऊन थांबली. केसांना चपचपून तेल माखलेली, नव्यासारखे कपडे ल्यालेली, लठ्ठशी एक स्त्री बसमधून उतरली आणि फाटकाच्या दिशेनं चालू लागली. तिची नजर माझ्या दुकानाकडे गेली. तिनं माधोला पाहिलं असावं. माधोकडे बघून हात हलवून ती दुकानाकडे येऊ लागली.

तिला येताना पाहून माधो पुटपुला, "या आल्या लेडी माऊंटबॅटन. सरकारी खर्चानं पालीताण्याचा डोंगर हिंडून आल्या." मग मोठ्यानं म्हणाला, "या लक्ष्मीबेन, आलात का?" आपलं पुटपुटणं लक्ष्मीला ऐकू गेलं असेल की काय या शंकेनं माधो थोडा गडबडला.

लक्ष्मी नजीक येऊन झोपडीशी थांबली. मला वरपासून खालपर्यंत न्याहाळलं अन् लागलीच माधोला म्हणाली, "हा तुझा कारभार वाटतं?"

"माझा? काय संबंध?" माधो जरा बिचकून म्हणाला, "हा आपल्या नंदू म्हाराजांचा पुतण्या आहे. बेननी बोलावून घेतलंय. जरा हाताशी येईल. सायकली

बियकली रिपेर करेल, शिवाय चहा-पाण्याचं बघेल. पैसे नंदू म्हाराजांनी दिलेत बरं का!''

माधोच्या त्या धडधडीत खोटं बोलण्याचा मला संताप आला. मी चिडून म्हटलं, ''नंदूकाकांनी पैसे खर्च केलेत म्हणून तुम्हाला कोणी सांगितलं? त्यांनी खर्च केले नाहीयेत. उसने दिलेत मला थोडे!''

''अग्गोबाई!'' आश्चर्य वाटल्यासारखं दाखवत डोळे मोठे करून लक्ष्मी म्हणाली, ''तू नंदूकाकांचा पुतण्या काय? सांग बरं बेट्या, तुझ्या काकांच्या गावाचं नाव तरी ऐकावं म्हणते!''

गप्प बसायची वेळ आली! ऐकलं न ऐकलं करून मुकाट्यानं बाजारात जायला निघण्याखेरीज दुसरा मार्ग नव्हता.

माधो निर्लज्जासारखं हसला. फाटकाकडे जाता जाता लक्ष्मी म्हणाली, ''माध्या, या लक्ष्मीनं अर्धी जिंदगी इथेच काढली आहे. सगळ्यांचे सगळे उद्योग मला माहीत असतात.'' थोडं थांबून पुन्हा म्हणाली, ''पालीताण्याला सरकारी कामासाठी गेले होते. बेननी पाठवलं म्हणून. माझी काळजी करण्यापेक्षा स्वतःचं पाहा. पोरांच्या दुधातून वाटा कोण काढून घेतं आणि अर्धा स्वयंपाक कोणाच्या घराची वाट धरतो, ते पक्कं ठाऊक आहे मला. कोणाच्या तोंडचा घास पळवताय ते वर बसलेला तो बघतोय, एवढं लक्षात असू द्या. करा, काय हवं ते करा, पण लक्ष्मीशी तरी खरं बोला. मी कुठे तक्रार करायला जात्येय? सरळ सांगून टाक ना, की तू आणि नंदूनं भागीदारीत दुकान काढलंय. माझं काय जातंय? माझी काऽऽही हरकत नाहीये.''

कुठला विषय कुठे गेला! सगळं बिनसत चाललं होतं.

लक्ष्मी दूर गेली तसा माधो बडबडू लागला. ''तुझी हरकत असती तरी तुला विचारतो कोण? आम्ही स्वयंपाकघरातलं दूध, अन्न काय असेल ते नेतो आणि तू बाकीच्या गोष्टींवर डल्ला मारतेस ते? त्याचं काय? तू मोठी सत्कर्मांची मूर्तीच जशी!'' मग माझ्याकडे वळून म्हणाला, ''सौ चूहे खाके... तशातलं आहे. स्वतःला मिळतं तेव्हा मारे खूश असते, दुसऱ्याला मिळताना पाहिलं की मात्र पोटात दुखतं हिच्या.''

मी काही बोललो नाही. बाहेर राहणारा होतो, आतल्या भानगडीत मला पडायचंच नव्हतं. तरीदेखील माझ्या दुकानात नंदूनं भांडवल गुंतवलंय आणि त्यात त्याची भागीदारी आहे असल्या वावड्या उठाव्यात, हे मला सहन होईना. मी पुन्हा एकदा ठामपणे म्हटलं, ''नंदूकाकांचा या दुकानात हिस्साबिस्सा काहीएक नाहीये. त्यांनी फक्त मला मदत...'' माझं बोलणं न ऐकता अर्ध्यातूनच माधो निघून गेला.

मला फार वाईट वाटलं. अशा तऱ्हेनं नंदूला बोल लागायचा असेल, तर मला दुकानाचा विचार सोडून द्यायला हवा.

बाजारात जायचं रहित करून मला नंदूशी याबद्दल बोलायचं होतं. त्याच्या खोलीवर गेलो. तो तिथे नव्हता. मी दार लोटून घेतलं. तिथंच पडलेलं एक पुस्तक वाचत खाटेवर आडवा होऊन त्याची वाट बघू लागलो. जरा वेळानं दार वाजलं. पाठोपाठ उघडलं. दारात दुर्गा उभी होती. बेधडक आत आली. जरा इकडे-तिकडे पाहिलं, मग म्हणाली, "नंदूकाका कुठेत?"

"माहीत नाही. मला वाटलं तुमच्याकडे गेले असतील." उठता उठता मी उत्तरलो.

काही क्षण दुर्गा गप्प राहिली. मग म्हणाली, "ते बाहेरचं दुकान कोणाचं आहे? तू घातलंय ना?"

ते ऐकून मला हसू येणार होतं तोच मी म्हटलं, "हो!"

"खरं सांग, अगदी खरं खरं. नंदूकाका तुझे कोण लागतात?"

"तुझे जे लागतात तेच." जेमतेम दोन दिवसांपूर्वी नंदूकाकांनी दुर्गाशी माझी बरोबरी केली, तेव्हा मला ते अपमानास्पद वाटलं होतं. आता कोण जाणे कोणत्या गूढ शक्तीच्या प्रेरणेनं मी स्वतःच माझी तिच्याशी बरोबरी करून टाकली होती!

मी तिला शिवी देत नाहीये याची खातरजमा करत असल्यागत तिनं साशंक नजरेनं माझ्याकडे बघितलं. नंतर जरा नरमाईच्या सुरात म्हणाली, "ऐक तर मग. माधोनं अन् लक्ष्मीनं जे म्हटलं... तेच ते... दुकानातल्या भागीदारीचं... ते नंदूकाकांकडे बोलू नकोस."

"लपवाछपवी करायचे संस्कार नाहीयेत माझ्यावर." मी आपली बाजू मांडली.

उत्तरादाखल दुर्गा परत एकदा गूढपणे हसली. तिचं ते हसणं माझ्या पक्कं लक्षात राहिलं आहे. त्या हास्याचा अर्थ उमजू शकण्याइतकी समज त्या वयात कदाचित माझ्यात नसावी. आज वाटतं, दुर्गाच्या त्या हसण्यात तुडुंब दया होती, तेवढंच मला उभा चिरून टाकण्याचं सामर्थ्यही होतं. हसून ती म्हणाली, "जो माणूस मुंबईचं तिकीट काढून दुसरीकडेच उतरतो, तो पुष्कळ काही लपवू शकतो."

फुत्कारत्या सर्पासमोर उभा असल्यागत माझी गात्रं शिथिल पडली. त्या रात्री माझं तिकीट कुठे गेलं ते तत्काळ कळून चुकलं. म्हटलं तर त्या गोष्टीवरून दुर्गावर आरोपांचा वर्षाव करता आला असता, पण ते जमलंच नाही.

मोठ्या कष्टांनी मी म्हटलं, "ते काहीही असू दे. त्याची पंचाईत तुला कशाला? मी दुकान सुरूच करणार नाहीये. इथून चालता होणारे. दुसऱ्या कोणाला, ज्यानं मला मदत केली त्याच्या माथी घाणेरडा बोल लागेल, अशी वेळच येऊ देणार नाही. नंदूकाकांना सांगून आजच्या आज मी इथून निघून जाईन."

"आला मोठा! उगाच राजा विक्रमाचा आव नको आणूस. नंदूकाकांना सांगायला

जाशील तर सगळं उलटंच होऊन बसेल. तू ओळखत नाहीस त्यांना. हे असलं ऐकून तुझ्याआधी नंदूकाका स्वत:च इथून चालू लागतील. तुला जायचं तर खुशाल जा. त्यांना जाऊ देता येणार नाही. तुला काही करायची गरज नाही म्हटलं ना? खबरदार एक शब्द काढशील तर!'' असं दरडावून दुर्गा निघून गेली.

दुर्गानं मला उघड उघड धमकावलं होतं आणि मी अजिबात उत्तर दिलं नव्हतं. त्या वेळी तो अपमान सहन होत नव्हता. इतका संताप आला होता... पण दुर्गाला उत्तर द्यावं की न द्यावं, ते ठरवताच येईना. नुसतं ऐकून घेतलं आणि नंदू खोलीकडे परतण्याआधीच बाजारात जायला निघालो.

परतलो तेव्हा दुर्गा फाटकाबाहेर उभी होती. मी दुकानात शिरलो. पाठोपाठ ती आली. म्हणाली, ''काही मदत करू?''

''नको.''

''चिडलाहेस?''

''कशासाठी?''

दुर्गानं याचं उत्तर दिलं नाही. जमिनीवर पडलेले नट बोल्ट वेचून ती डब्यात भरू लागली. जरा वेळानं म्हणाली, ''नंदूला कोणी काही म्हटलं की मला वाईट वाटतं.''

''ते पुराण मला ऐकायचं नाहीये. माधोनं पुष्कळ सांगून झालंय.''

काम करता करता दुर्गाचे हात थांबले. माझ्याकडे पाहून म्हणाली, ''नंदूबद्दल बोलण्याला तू पुराण म्हणतोस? माधोनं तुला काय सांगितलं असेल ते माहितीये मला. नंदूची कामं मला करावी लागतात, असं तो आम्हालासुद्धा सारखं सारखं सांगत असतो. तू माधोचं बोलणं खरं मानलंस, आम्ही नाही मानत एवढाच फरक.''

''माझ्या मानण्या न मानण्यानं काय फरक पडतो?'' माझा राग अजून गेला नव्हता.

''तुला नसेल पडत, नंदूला पडतो. त्याची कामं माधोला दिली गेली त्यामागे कारणं आहेत. तुला माहीत नसतील. मला माहितीयेत. नोकरीच्या पंधराव्या दिवशीच नंदूनं बेनच्या तोंडावर म्हटलं होतं, 'बेन मी स्वयंपाक करीन. तुम्ही म्हणाल तसा, म्हणाल तितक्या वाजता, म्हणाल तितक्या वेळा स्वयंपाक करीन, जमतील तेवढी इतर कामंही करीन, पण धान्यधुन्य सांभाळणं, त्याचा हिशेब ठेवणं आणि तुम्ही म्हणाल तशी त्याची आपसात वाटणी करणं असलं काही माझ्यानं होणार नाही. असली कामं बेन एक तर तुम्ही करा, अथवा दुसऱ्या कोणाकडून करवून घ्या.''

दम घेण्यापुरती दुर्गा थांबली. मग म्हणाली, ''तेव्हा तर माझा जन्मही झाला

नव्हता, पण मी जेव्हा हे ऐकलं तेव्हा वाटलं होतं, अरेरे! हे इतकं असं बोलताना त्या म्हाताऱ्या माणसाला किती वेदना झाल्या असतील! पण... जाऊ दे. तुला ते इतक्यात नाही कळायचं.''

त्या वेळी खरोखरच नव्हतं समजलं. माणूस आयुष्यभरच किती किती सोडून देत असतो, किती गोष्टी रहित करून टाकतो, काय काय हातचं जाऊ देत असतो ते आज कळतंय. नंदूच्या बाबतीत हेच घडलंय. यांपैकी कशाला त्याग म्हणता येईल ते मला आजतागायत उमजलेलं नाहीये. एखाद्यानं उभ्या आयुष्यात काय गमावलं, काय सोडलं, काय मिळवलं, त्याला काय लाभलं या सगळ्याबद्दल त्यानं अनुभवलेल्या भावना त्यासाठी अगदी तटस्थपणे समजून घ्याव्या लागतील.

हे करण्यासाठी क्षणाक्षणानं जगल्या जाणाऱ्या जीवनाचा हिशेब मांडावा लागेल. ते क्षण, ते भाव आणि अगणित घटना तटस्थपणे तपासून बघण्यासाठी या पृथ्वीच्या पाठीवर लांबवर पसरलेल्या मातीच्या कणाकणाला समजून घेण्याइतका धीर आणि तेवढंच शहाणपण हवं. कोणाला कधी हे जमेल की नाही ते मला माहीत नाही, तरी पण एक गोष्ट मात्र मी जाणता, की केवळ वर्तनावरून एखाद्या माणसाला जोखणं चुकीचं आहे.

त्या दिवशी सुट्टी होती. बाहेर फाटकापर्यंत मुलं हिंडताना दिसत होती. पुष्कळशी मुलं त्यातल्या त्यात बरे कपडे घालून ऐटीत इकडेतिकडे फिरत होती. मुलांना इथवर यायला मिळालं होतं, हे विशेषच म्हणायचं.

पाच-सहा वर्षांचा एक मुलगा एकसारखा डोकावून रस्त्याकडे बघत होता. हाक मारून मी त्याला दुकानात बोलावून घेतलं. उचलून स्टुलावर बसवत नाव विचारलं.

"राहुल." तो म्हणाला.

"आज तुम्ही सगळे फिरायला जाणार आहात का?"

मान हलवून नकार देत राहुल म्हणाला, "पाहुणे येणारेत."

"कुठले पाहुणे?"

"त्या... नेहाबेन."

"नेहाबेन तर नेहमीच येतात."

"आज पाहुणे येणारेत." राहुलला याहून काही ठाऊक नव्हतं.

स्टुलावरून घसरून तो खाली उतरला. थोडा वेळ एका सायकलचं चाक फिरवून पाहिलं; मग फाटकाच्या आत पळून गेला.

अकरा वाजायच्या सुमाराला दोन मोटारी आल्या त्या मोठ्या फाटकातून थेट आत गेल्या. डोळे फाडून बघत राहावं अशा मोटारी. त्या काळी मोटार नुसती बघायला मिळाली तरी किती आनंद व्हायचा, या तर केवढ्या मोठ्या आणि देखण्या!

'पाहुण्यांच्या सरबराईसाठी, त्यांच्या चहा-पाण्याचं बघण्यासाठी मला ऑफिसात बोलावलंय,' असा थोड्याच वेळात निरोप आला. ताबडतोब गेलो.

उंची वस्त्रांतल्या तीन-चार स्त्रिया बेनसमोरच्या खुर्च्यांवर बसल्या होत्या. एकीच्या हातात एक अल्बम होता. नलिनीबेनच्या शेजारी खुर्ची टाकून नेहाबेन बसल्या होत्या. कपाटातला संस्थेचा अहवाल पाहुण्यांना

पाच

द्यायला त्यांनी मला सांगितलं, तेवढा दिला आणि चहाची व्यवस्था करायला आत गेलो.

पाहुण्या म्हणाल्या, "बॉम्बेमध्येसुद्धा अशी एक संस्था आहे म्हणा, पण यू नो, तिथे असं आपल्या गावाच्यासारखं वातावरण नसतं."

मी चकित होऊन ऐकत होतो. नलिनीबेन हसल्या. नेहाबेननी ऐकून न ऐकल्यासारखं केलं.

"इतकी मोठाली मुलंच दाखवणार आहात का? एखादी छोटी फिमेल चाईल्ड असेल तर दाखवा की!" दुसरी एक जण म्हणाली.

"आहे एक लहान मुलगी, पण अगदीच लहान आहे. चार दिवसांपूर्वीच आली आहे." नलिनीबेननी सांगितलं आणि लगेच हाक मारली, "लक्ष्मी, शेफालीला आण गं. जरा नीटनेटकी करून आण हं!"

झळाळत्या नक्षत्रलोकाखाली, या धरित्रीवर मानवजातीत जन्माला आलेल्याला पाहून पारखून, तपास-चौकशी करून घेऊन जाण्याचा प्रघात नवा नाही. गुलामांच्या खरेदी-विक्रीच्या कहाण्या वाचल्या आहेत. लाडाकोडाच्या लेकींचीसुद्धा वाणी, दृष्टी, श्रवण, त्वचा, हालचाल सर्व काही अतिशय चतुरपणे, चारचौघांच्या उपस्थितीत तपासून घेण्याचा रिवाज आहे. सूर्यमालेतल्या या एकमेव सजीव मानल्या गेलेल्या ग्रहावर माणसाचं रंगरूप पाहून त्याला पसंत करण्याची अन्यही अनेक ठिकाणं असतील.

या सत्याची पहिल्यांदाच जाणीव झाली तेव्हा झाल्या नसतील एवढ्या यातना आज नलिनीबेनचं ते वाक्य आठवल्यानं होत आहेत.

मी पण शेफालीला बघितलं. लक्ष्मीच्या हातात ती रडत होती. इथल्या कोणाशीही कोणत्याही प्रकारचा संबंध न ठेवण्याच्या प्रतिज्ञेची मी मनातल्या मनात पुन्हा उजळणी केली नसती, तर मलाही रडू फुटलं असतं.

इतकं होऊनदेखील, तिथले सर्व जण शेफाली जन्मल्यानंतर इथे आली म्हणून तिला भाग्यवान समजत होते. ज्या बाईंनी तिला पसंत केली त्या मुंबईच्या कोण्या लक्षाधीशाच्या घरातल्या कर्त्या बाई होत्या. त्यांच्यासारख्या बाईंनी पाहताक्षणीच शेफालीला दत्तक घेतली! शेफाली मोठी भाग्याची म्हणूनच असं घडलं ना!!

मीटिंगमधून शेठजींना बोलावून आणायला ड्रायव्हरला सांगितलं गेलं. मधल्या अर्ध्या तासात त्या स्त्रिया नलिनीबेनच्या घरी जाऊन आल्या. दरम्यान, नेहाबेन जाळीमागच्या आवारात मुलांशी गप्पा मारत बसल्या.

शेठ आले. कागदपत्रं तयार झाली. सह्या झाल्या आणि परत जायला निघण्याबद्दल नेहाबेनना निरोप गेला.

येताक्षणीच नेहाबेननी विचारलं, "शेफालीची मेडिकल करून झाली आहे ना?"

"बाकी आहे अजून, पण विशेष गरज नाही. चालून जाईल." नलिनीबेननी उत्तर दिलं.

"गरज कशी नाही? आपण करूनच घ्यायची असते." नेहाबेन म्हणाल्या.

आता त्या शेठचं लक्ष या संभाषणाकडे गेलं. "कायद्याचं कोणतं काम शिल्लक राहणार नाही तेवढं बघा बरं का. कोर्टात हेलपाटे घालायला मला वेळ नसतो. वाटलं तर अजूनही डॉक्टरांना बोलावून घेऊ आपण."

"खासगी डॉक्टर नाही चालायचा. सिव्हिलमध्ये जावं लागेल." नेहाबेन म्हणाल्या. मग नलिनीबेनकडे वळून त्यांनी विचारलं, "दुर्गा कुठे आहे? तिला सोबत पाठवलेलं बरं. काही लागलंबिगलं तर उपयोग होईल."

"ती बाहेर गेली आहे. लग्नाच्या पंगतीत वाढायला मुलं पाठवा म्हणून काल एका लग्नघरून रिक्वेस्ट आली होती. पाच मुलांना पाठवलं आहे."

"ठीक आहे." नेहाबेननी म्हटलं. नंतर माझ्याकडे वळून म्हणाल्या, "फारसं काम नसेल तुला तर तू येतोस का रे? कागदांवर शिक्के मारून घ्यायला मोठी रांग असते."

सिव्हिल हॉस्पिटलच्या बालरोगतज्ज्ञांनी शेफालीला तपासलं आणि ती 'स्वस्थ' असल्याचं सांगितलं. अगदी शेवटी शेवटी रिपोर्ट तयार होणार तेवढ्यात शेठाणींना शंका आली की पोरीची नजर स्थिर वाटत नाही! त्यांनी आपली शंका डॉक्टरांना बोलून दाखवली. डोळे तपासून डॉक्टर म्हणाले, "तिला कदाचित दिसतही नसेल."

"ओह!"

नेहाबेन तिथंच होत्या. त्या मध्ये पडल्या. म्हणाल्या, "डोळ्यांबद्दलचं मत पिडियाट्रिक डॉक्टर नाही देऊ शकत. आपण डोळ्यांच्या तज्ज्ञाला दाखवायला हवं."

शेठाणी ठासून म्हणाल्या, "असली 'वहीमवाली' मुलगी मला नको. मी नाही घेऊन जाणार."

वहीमवाली मुलगी! जेमतेम चारच दिवस झालेत जन्माला येऊन म्हणून डोळे हलत असतील इकडेतिकडे!

आम्ही शेठना डोळ्यांच्या डॉक्टरांकडे नेलं. शेफालीला तपासून डॉक्टर म्हणाले, "इतक्या लहान बाळाचे डोळे स्थिर राहत नाहीत, असं होऊ शकतं. आणखी नीट तपासायचं म्हटलं तर डोळ्यांच्या आत बघायला हवं. एवढ्या लहान बाळाच्या डोळ्यांतल्या बाहुलीवर प्रकाशाचा झोत टाकता येत नाही. अजून मोठी झाल्यावरही नजर स्थिर ठेवू शकली नाही, तर पुन्हा तपासून पाहू."

शेठाणींनी शेठना काय म्हटलं कोण जाणे, पण दोघंही तडक निघूनच गेली.

गेलेच, कोणाला काहीही न सांगता ते सर्व निघून गेले. शेफालीला तिथे त्या दवाखान्यातच टाकून निघून गेले. शेफाली त्यांना सोपवून दिली होती, त्यांची झाली होती. त्यांनी सह्या केल्या होत्या हे सारं विसरून निघून गेले. खराब झाली असल्याची शंका असलेली भाजी कोण कशाला विकत घेईल?

रोझम्मा नावाच्या नर्सबेनना नेहाबेननी सोबत चलण्याची विनंती केली आणि शेफालीला घेऊन आम्ही परत आलो. इकडे नलिनीबेननी शेफालीला पुन्हा आश्रमात दाखल करून घ्यायला साफ नकार दिला. "रजिस्टरमध्ये एन्ट्री होऊन चुकली आहे. आता ट्रस्टींपर्यंत जाणार ही गोष्ट."

नंदू तिथंच होता. तो पट्‌कन म्हणाला, "नेहाबेन, त्या मदुराईवाल्या डॉक्टरांना विचारून पाहा. तोपर्यंत मी हिला घेऊन जातो."

"म्हणजे, तू कुठे नेणार हिला?" नलिनीबेननी विचारलं.

"दुसरीकडे कुठे नेणार? परवाच्या दिवशी पौर्णिमा आहे. मढीला दर्शन घ्यायला जाईन. दर्शन झालं की पोरगी निम्बेनना सोपवून देईन. त्या कुठे ना कुठे आसरा शोधून काढतील. आमच्या गावात दहा-बारा दिवसांसाठी कुठलीच आई नाही म्हणणार नाही."

रोझम्माच्या हातातून शेफालीला घेऊन नंदू आपल्या खोलीकडे चालू लागला. त्याची बडबड जणू काही शेफालीला समजणारच होती, अशा आविर्भावात तिच्याशी बोलू लागला, "वाईट नको वाटून घेऊस माय. एक ना एक दिवस तू कोणाला तरी आवडशील हं. शेठ लोकांना नाही आवडली तर नाही. काही हरकत नाही. मी रोज स्वयंपाक करतो म्हणून मला माहितीये की सगळ्यांनाच आवडेल असा स्वयंपाक कधीच होत नसतो."

चहा होईपर्यंत, आता पुढे काय करावं याची चर्चा सुरू होती. शेवटी नेहाबेननी रोझम्माला विचारलं, "सिव्हिलमध्ये नाही ठेवू शकत?"

"ऐसा तो नही है कि हम लोग ना बोलेगा, लेकिन ऐसाही एक बेबी अभी वहाँपर है, फिर भी आप बडे साबसे बात कर लो।"

"बेबी है?" नेहाबेननी लगेच विचारलं. "मेल की फिमेल?"

"लडकी है। मदर छोडके चली गयी। पता नही कहाँ गयी।"

"किती दिवस झाले आहेत? पोलीस पेपर्स झाले?"

"आठ दिन हुआ। पोलीस का पेपर्स तो कब का हो गया। पोलीसने तपास भी किया। पेपरमें आ गया। मदर मिसिंग." रोझम्मानं माहिती पुरवली.

"तो अब आप लोग वो नया बेबीका नाम क्या रखा है?"

"सौमिया, सोमवार के दिन आया।"

"आप सौम्या को यहाँ दे दो, मै सिव्हिल में बात करती हूँ कि शेफाली को

वहाँ रखो बस आठ-दस दिन, तब तक हम कुछ करते है।'' नेहाबेननी उपाय सुचवला.

''ठीक है, आप बात कर लो।'' रोझम्मा म्हणाली.

आयुष्याची एक गंमत आहे. जे पाहण्या-समजण्यासाठी संपूर्ण आयुष्य घालवतो, तीच गोष्ट हे बेटं आयुष्य कधीकधी पळभरात दाखवून मोकळं होतं. आज आता पिवळ्या इमारतीतल्या एकूण एक मुलांना शेफालीबद्दल कुठून ना कुठून कळेलच. तेच एकमेकांना सांगतील, एकमेकांकडून ऐकतील. पाच वर्षांचा तो राहुल उद्या अचानक दहा वर्षांचा दिसू लागला, तर मला आश्चर्य वाटणार नाही!

सहा

कुठल्याशा लग्नघरी पंगत वाढायच्या कामावर गेलेली दुर्गा दुसऱ्या दिवशी परत आली. आत शिरली तशीच मागे येऊन तिनं मला विचारलं, "काल, नेहाबेनसोबत तू दवाखान्यात गेला होतास?"

"हो." सायकल पुसता पुसता मी म्हटलं.

"होय ना, मग सुरुवातीपासून सगळं नीट सांग बरं." एक फडकं अंथरून माझ्यासमोर बसत दुर्गा म्हणाली.

"आता सगळं ऐकूनच तर आलीयेस तू."

"तुझ्या तोंडून ऐकायचंय." दुर्गानं आपलं म्हणणं सोडलं नाही.

मी पहिल्यापासून सर्व सविस्तर सांगितलं. दुर्गानं माझ्याकडे पाहिलं. म्हणाली, "शेठनं पैसे परत नाही मागितले?"

"पैसे?" असलं काही पहिल्यांदाच ऐकत होतो.

"हो. शेठ लोकांनी भरले असतील ते पैसे, शिवाय या लोकांनी त्यांच्याकडून उकळले असतील ते वेगळे!" दुर्गानं सांगितलं. "पैसे परत करावे लागतील या भीतीपोटीच नलिनीबेननी शेफालीला ठेवून घ्यायला नकार दिला."

प्रसंग घडला तेव्हा दुर्गा तिथे हजर नव्हती, तरीही प्रत्यक्ष पाहिल्यासारखा प्रत्येक तपशील तिला संपूर्णपणे माहीत होता. लक्ष्मीकडून अथवा असंच कोणाकडून कळलं असावं. "शेफालीचं नाव एकदा इथून रद्द झालं, की तिच्या नावे मिळणारे पैसे सरकार देणार नाही. संस्थेच्या खर्चानं तिला कोण ठेवून घ्यायला बसलंय! शिवाय, ते जास्तीचे घेतलेले पैसे शेठनी परत मागितले तर?"

"आई-वडिलांकडून पैसे मिळतात?" मला खूपच नवल वाटत होतं.

"हो. ती मंडळी जेवढी श्रीमंत तेवढे जास्त पैसे. मुलगा हवा असेल तर आणखी जास्त. आमचे, मुलींचे कमी," दुर्गानं बेधडक बोलून टाकलं.

"त्याखेरीज, मूल जितके दिवस संस्थेत राहिलं असेल, त्या काळातल्या त्याच्या देखभालीचा कायद्यानुसार जेवढा ठरेल तेवढा खर्च द्यावा लागतो. औषधपाणी करावं लागलं असेल, तर त्याचे वेगळे. कशाकशाच्या नावे, किती किती घेत असतात!"

शेवटी दुर्गा म्हणाली, "अर्ज आले तरी या लोकांना मुलं द्यायची नसतात ती तेवढ्यासाठीच. आई-बापाकडून पैसे उकळायचे, मूल जितके दिवस राहील तितक्या दिवसांसाठी सरकारी अनुदानं मिळवायची. देणग्या लाटायच्या. एक ना दोन, अनेक कारणांनी हे लोक दत्तक मुलाच्या मागणीसाठी आलेले अर्ज रजिस्टरमध्ये क्वचितच दाखल करून घेतात."

मुलं दत्तक द्यायला इथली माणसं तयार नसतात, ही गोष्ट सहजासहजी पटण्यासारखी नव्हती; पण दुर्गा सांगतेय म्हटल्यावर पुढे वाद घालायचं कारण उरतच नाही.

दुर्गा गेली. एक जण पंक्चर काढायचं काम घेऊन आला. उकिडवा बसून त्याचं काम करत होतो, तेवढ्यात लक्ष्मी आली. आली ती प्रश्न विचारतच. "दुर्गाई आली होती?"

उत्तर देण्याची गरज नव्हती. दुर्गा तिला वाटेतच भेटली असेल. मी कानशीनं ट्यूब घासायचं काम तसंच चालू ठेवलं.

लक्ष्मी माझ्यासमोर बसली. अगदी मायेनं विचारत असल्यागत म्हणाली, "कसं काय चाललंय? काय म्हणतंय तुझं दुकान?"

लक्ष्मी माझ्याशी क्वचितच बोलायची. बोलली तरी कामापुरतं अथवा कधी टोमणा मारण्यापुरतं. एकाएकी अशी वडीलधाऱ्या माणसाच्या आपुलकीनं विचारपूस करू लागली त्यावरूनच मी ताडलं, की त्या मुंबईकरांनी पैशाबैशाची बात काढली होती की नव्हती, ते तिला जाणून घ्यायचंय!

लक्ष्मीचा स्वभाव कळायला दोन दिवस पुरेसे आहेत. मला तर इथे येऊन चार महिने उलटून गेले होते.

"चाललंय! काम करतोय." मी थोडक्यात उत्तर दिलं.

"छान, छान. चला आपली काळजी मिटली." लक्ष्मी म्हणाली. मग विचारलं, "ती दुर्गाई त्या रेखीची चहाडी करायला आली होती की नाही?"

"कोण रेखा?"

"ती उंचाडी. रोज इथून तुझ्या समोरून शाळेला जाते ती रे!"

जरा आठवून पाहिलं. सावळीशी, उंच, गंभीर चेहऱ्याची मुलगी. लहान मोठ्या सगळ्या मैत्रिणी एकमेकींच्या सोबतीनं शाळेत जातात. लक्ष्मी त्या कुण्या रेखाबद्दल विचारायला आली नव्हती. तिला जे विचारायचं होतं ते उघडपणे विचारता येत नव्हतं.

"नाही बुवा! तिचं नावही निघालं नाही."

"दोघी पोरट्या भांडल्यात. आमच्या रेखाबाई म्हणजे काय, साक्षात लेमळट. एवढं तेवढं झालं की रडून देणार. आई-बाप, भाऊ-बहीण सारे डोळ्यांदेखत गेले आगीत जळून. त्यामुळे सदा घाबरलेली, भेदरलेली असते. म्हणून तर नलिनीबेन तिची विशेष काळजी घेतात."

"रेखाचं असं झालंय?" नकळत माझ्या तोंडून प्रश्न निघून गेला. ज्या मुलांची जन्मकहाणी जगापासून लपवून ठेवायची असते, तीच मुलं अनाथाश्रमात आणली जातात, अशी माझी आत्तापर्यंत समजूत होती. पिवळ्या इमारतीत आलेल्या मुलांना त्यांच्या आईनं दाटल्या कंठानं, छान रेशमी वस्त्रात गुंडाळून इथे आणून पोहोचवलं नसेलही, पण एके काळी ज्या मुलांना आई-वडील होते हे सत्य जगजाहीर असताना त्या मुलांना अनाथ कसं म्हणावं?

ज्या बालकांना घरीदारी, उघडपणे जगाच्या मान्यतेसह जन्म घ्यायला मिळाला असेल त्यांच्यासाठी ही जागा नव्हेच, असं मी मानत होतो.

जणू काही प्रथमच पाहत असावी, अशा नजरेनं लक्ष्मी माझ्याकडे पाहत राहिली.

"म्हणजे, तुला नाहीच का ठाऊक? शहरात त्या लोकांचं दुकान होतं. प्लॅस्टिकच्या पिशव्या तयार करायच्या न् विकायच्या." लक्ष्मीनं माहिती पुरवली. "आई-बाप, भाऊ-बहीण रात्री पिशव्या तयार करत. दिवसा आई घर सांभाळायची. दुपारी पुन्हा पिशव्या करायची. मुलं शाळेत जात. प्लॅस्टिकच्या पिशव्यांचे गठ्ठे सायकलवर टाकून बाप गिऱ्हाइकांकडे पोहोचवायला निघे.

त्या रात्री, आईनं केलेल्या पिशव्या तोलून रेखा त्यांचे गठ्ठे बांधत होती. अचानक वरून प्लॅस्टिकच्या गरम रसाचा मोठा थेंब तिच्या मांडीवर पडला. तशी ती किंचाळत धावत सुटली. आईनं वर बघितलं. छतापर्यंत टेकवलेल्या लाकडी मांडणीच्या सर्वांत वरच्या खणातले गठ्ठे वितळत होते. संपूर्ण मांडणी जळून जाऊ नये यासाठी ती प्रयत्न करायला गेली, की काय झालं ते बघायला गेली कोण जाणे! नक्की काय घडलं ते कोणालाच कळलं नाही. काय घडतंय ते बघणारी रेखाच तेवढी एकटी. तिनं पोलिसांना सांगितलं की सगळीच्या सगळी मांडणी धाडकन पडली. मोठा भडका झाला. त्याच्याच खाली आई, बाप आणि भाऊ तिघंही!"

रेखाची कहाणी ऐकल्यावर वाटलं, दुर्गा इथे कशी काय आली तेही विचारून घ्यावं; पण मग असंही वाटलं, की दुर्गाबद्दल विचारायचं तर नंदूला विचारावं, लक्ष्मीला नकोच. शेवटी गप्प राहिलो.

सायकल दुरुस्त करून हवा भरून दिल्यावर गिऱ्हाईक निघून गेलं. तो माणूस

गेला तसं लक्ष्मीनं पदराखालून हात बाहेर काढून माझ्याकडे करत म्हटलं, ''घे.'' रंगीबेरंगी कागदात गुंडाळलेलं, सुरेखसं, रेशमासारखं मऊ गुळगुळीत चॉकलेट. लहानपणी पप्पा माझ्यासाठी चॉकलेट आणत ते आठवलं. इतकं महागडं चॉकलेट लक्ष्मी मला का देतेय, ते लक्षात आल्यामुळे मी हात पुढे केला नाही.

पिवळ्या इमारतीच्या भिंतीशी राहत असताना वेळोवेळी ऐकाव्या लागलेल्या असंख्य अप्रिय वाक्यांपैकी मला सर्वाधिक अप्रिय वाटणारं वाक्य त्या वेळी लक्ष्मीनं मला उद्देशून म्हटलं होतं. ती म्हणाली होती, ''मी तुझ्या आईसारखीच आहे. आईकडून घ्यायचं असतं!''

हे वाक्य त्या इमारतीत फार वेळा ऐकू यायचं. प्रथाच जणू! आश्रमाला भेट द्यायला येणाऱ्या बाहेरच्या माणसांचाही असाच समज असायचा, की इथे राहणाऱ्या मुलांच्या मनाला स्पर्शून जाणारी मोठ्यात मोठी गोष्ट कोणती असेल तर ती म्हणजे 'आई!'

पाहुण्यांचा परिचयसुद्धा तसाच करून दिला जायचा. पाहुण्या पुरुषाची ओळख करून देताना म्हटलं जायचं, ''आपल्या सर्वांचे वडीलधारे...'' आणि पाहुण्याबाईंना हमखास म्हणत, ''आपल्या सर्वांची माता!''

मुलांना दत्तक घेऊन जाणारे काही जण जरा अधिकच भावनावश होत. हळवे होऊन इतर मुलांनाही म्हणत, ''मी तुमचीपण आई आहे बरं का.''

ऐकणाऱ्या प्रत्येकाला पक्कं ठाऊक असायचं की हे बोलणं 'न भूतो न भविष्यति' अशा प्रकारचंच आहे, तरी सगळेच्या सगळे मुकाट्यानं ते ऐकून घेत. एक दुर्गाच काय ती पाहुण्यांना 'असं खोटं नाही बोललात तरी चालेल' असं म्हणायचं धाडस करू शकत होती.

माझ्या जीवनात माझ्या माता-पित्याचं फार आगळं स्थान होतं. त्यांचं ते स्थान कोणी हिरावून घेऊ पाहत असेल, तर मला कसं सहन होईल? लक्ष्मीनं एकदाचं तिथून लवकर निघून जावं म्हणून मी चॉकलेट घेतलं.

बोलायचं नव्हतं तरी शिष्टाचार म्हणून माझ्या तोंडून निघून गेलं, ''छान आहे. कुठून आणलंत?''

लक्ष्मी क्षणभर अडखळली, पण नंतर घाईघाईनं म्हणाली, ''मी कुठून आणणार? ते शाहसाहेब नाही का, म्हणजे नलिनीबेनचे यजमान, ते शहरात गेले होते... त्यांनी आणलीत. मी त्यांची कामं करते ना, म्हणून मग आणतात त्यातलं थोडं मला देतात.''

आणखी थोडा वेळ लक्ष्मी इकडचं तिकडचं बोलत बसली. शेवटी तिनं विचारून टाकलंच. ''सकाळी ते शेठ लोक गेले ते काय म्हणत होते रे?''

''नाही, काही नाही. काही न बोलताच निघून गेले. आम्हाला कळलंच नाही

केव्हा गेले!'' खरं ते मी सांगून टाकलं आणि दुकान साफ करायच्या कामाला लागलो.

''बरंय, मग निघू मी?'' असं म्हणून लक्ष्मी गेली.

मी खिशातून चॉकलेट काढलं. गुंडाळलेला कागद दूर करून तुकडा तोंडात टाकताच मला दुर्गाची आठवण झाली. उद्या पुस्तक बदलायला नंदूकडे जायचं होतं. दुर्गा तिथे येणार होती. दोघं मिळून खाऊ, असा विचार करून मी उरलेलं चॉकलेट पुन्हा कागदात गुंडाळून खिशात ठेवून दिलं.

सकाळी नंदू विहिरीवर कपडे धुवायला गेला होता. आम्हाला थोडा वेळ त्याची वाट बघत बसावं लागलं. दुर्गापाशी सात-आठ पुस्तकं होती. माझं पुस्तक तिच्या हाती देत मी म्हटलं, ''तुझ्यातलं एखादं चांगलं मला दे.''

तिनं तिच्याजवळच्या गठ्ठ्यातून 'माऊंट ऑफ माँटेक्रिस्टो' नावाचं पुस्तक निवडलं. मला दिलं.

मी चॉकलेट काढलं. तुकडा तोडून तोंडात टाकला. उरलेलं तिच्यापुढे धरलं.

''कुठून आणलंस?'' दुर्गानं लगेच विचारलं.

''लक्ष्मीनं दिलं. शाहसाहेबांनी तिला दिलं म्हणत होती.''

''अकलेचं पंक्चर काढता येत असेल तर ताबडतोब घे काढून.'' दुर्गानं थट्टेच्या सुरात, पण रागानं म्हटलं. ''मूर्खच आहेस! इतकं महाग चॉकलेट शाहसाहेब लक्ष्मीला कशाला द्यायला बसलेत? इतके महिने झाले इथे येऊन, एवढीशी गोष्ट तुझ्या लक्षात नाही येत?''

दुर्गानं मला सरळ सरळ मूर्ख म्हटल्यानं मी थोडा ओशाळलो होतो. तिला काय उत्तर द्यावं, असा विचार करायच्या आतच तिनं म्हटलं, ''मुलांच्या तोंडचं काढून घेतलेलं चॉकलेट आहे हे. त्या दिवशी लायन्स क्लबचे अध्यक्ष आमच्यासाठी घेऊन आले होते.''

दुर्गा संतापली असेल त्या वेळी गप्प बसणं श्रेयस्कर असतं.

''काही हरकत नाही.'' दुर्गा म्हणाली. ''या वेळी झालं ते झालं, पण जी उरली असतील ती सगळीच्या सगळी नलिनीबेनच्या घशातून काढून आणते की नाही, बघच तू.''

आम्ही बोलत असताना नंदू आला. पुस्तकांचं कपाट उघडत त्यानं विचारलं, ''काय झालं माय? इतक्या कोपायमान का बरं झाला आहात?''

''काय नंदूकाका...'' दुर्गा हसली. नंदूच्या प्रश्नाचं उत्तर न देता पुस्तकं बदलून हसतखेळत निघून गेली.

मी बोलून गेलो. ''मुंबईवाले शेठ काय म्हणाले ते विचारायला लक्ष्मीबेन माझ्या दुकानात आल्या होत्या. त्यांनी मला चॉकलेट खाऊ घातलं, ते मी दुर्गाला सांगितलं. तेवढ्यानं चिडली होती.''

नंदू म्हणाला, "फुकटची नाटकं आहेत लक्ष्मीची. हे असलं एवढं तेवढं... सारं निरर्थक आहे. बाबा रे, यातून काहीही निष्पन्न व्हायचं नाहीये." एवढ्या साध्या गोष्टीनं संतापून दुर्गानं काही म्हणावं ते नंदूला कळलं नसल्यागत तो माझ्या तोंडाकडे बघत राहिला.

दुर्गाशी झालेलं सगळं बोलणं जसंच्या तसं नंदूला सांगावं की नाही, ते ठरत नव्हतं. थोडासा गोंधळून मी थांबलो. या वेळी नंदूनं स्पष्ट विचारलं, "एवढंच? की आणखी काही आहे?"

"आहे ना! ती चॉकलेटं कोणीतरी मुलांसाठी भेट दिलेली होती. मुलांना द्यायला लावते की नाही बघ, असं म्हणून गेलीये."

नंदू मोठ्यानं हसू लागला. दोन्ही हात आकाशाकडे उंचावून म्हणाला, "त्या लोकांची लबाडी ओळखलीये माझ्या मायनं. आता बघ, कडीकुलपातनं आणेल पळवून. ज्यांच्यासाठी आणली होती त्यांच्या मुखात घालेल, तेव्हाच राहील. सहा-सात वर्षांची असल्यापासून 'चौसष्टाव्या कलेत' पारंगत आहे. असं कौशल्य साध्या माणसात नसतं. लाला, ठरवेल ते करूनच दाखवेल ती. मनुष्य प्राण्याला जमण्यातलं नाहीये ते."

ठरवलेलं दुर्गानं करूनच दाखवलं. दुसऱ्याच दिवशी तुकडा तुकडा चॉकलेट प्रत्येक मुलाला मिळालं. मग हसत हसत मला म्हणाली, "बघ, ऑफिसातल्या मोठ्या कपाटात लपवून ठेवली होती तरी आणलीच की नाही?"

"चॉकलेटं मोठ्या कपाटात लपवलीत असं तुला कोणी सांगितलं?"

"मुंग्यांनी सांगितलं," तिनं त्रोटक उत्तर दिलं.

"छान होतं, नाही?" मी विचारलं.

"मी नाही खाल्लं." दुर्गा उत्तरली.

डोक्यावर वीज कोसळल्यागत मी मौन, मूढ पुतळ्यासारखा उभा राहिलो.

सात

शेफालीला सिव्हिलमध्ये ठेवली होती, पण तिच्याबदलीची सौम्या अजून आली नव्हती. कागदपत्रं व्हायची होती. रस्त्यावरून कधीतरी जाणाऱ्या एकटदुकट रिक्षामध्ये रोझम्मा दिसते का ते उगाचच बघायची इच्छा होत होती.

शहराच्या दिशेनं नजर लावून उभा असलेला नंदू एकदा दिसला होता. आज सकाळी मोहनकाकांच्या विहिरीवरून अंघोळ करून आलो, पाहतो तो नंदू येऊन बसला होता. म्हणाला, "भाई, या खेपेला माझ्यावतीनं तू मढीला जाशील का रे?"

"का बरं?"

"रोझम्मा त्या पोरीला पोहोचवायला यायची होती. ती अद्याप आली नाहीये. ती येईल तेव्हा मी इथे असायला हवं. देव न करो, पण आठ-दहा दिवसांच्या पोरीला काही झालंबिलं तर दवाखान्यात घेऊन जाणारं मिळायचं नाही कोणी." स्टूल ओढून त्यावर बसत नंदू म्हणाला.

"ती दवाखान्यातूनच येणारे ना! दर पौर्णिमेला जायचा नेम आहे तुमचा. नेम धरलाय तो मोडायचा कशाला?"

"नेम आहे म्हणून तर माझ्यावतीनं तुला जायला सांगतोय." जरासं हसून नंदू म्हणाला. "मातेच्या दर्शनाला जायला नाही म्हणू नकोस. त्याच पावली निम्बेनच्या वाडीवर जाऊन त्यांना पण भेटून ये."

त्या रात्री आगगाडीत निमुबेनची भेट झाल्याला चार-पाच महिने उलटले होते; पण मी ना मढीला गेलो होतो, ना त्यांच्या वाडीवर! काहीच पाहिलं नव्हतं. वाडीहून येणारी पुस्तकं वाचत होतो. निमुबेन आणि मोटाभाई. नदीकिनाऱ्यावरची त्यांची वाडी, त्यांनी चालवलेले उपक्रम... असं सगळं नंदू अधून मधून सांगायचा. एकदा तिथे जाऊन यावं असं मलाही वाटायचं.

"चालेल. जाऊन येईन."

“हे घे पैसे.” नंदूनं दहाची नोट माझ्यापुढे केली.

“आहेत माझ्याकडे.” आढेवेढे घेत मी म्हटलं, “शिवाय, मी सायकलवरून जाणारे.”

“तुझ्या पैशानं माझी वारी कशी होईल बाबा? सायकलवरून जाणार असशील तरी वाटखर्चाला असू दे.” नंदूनं बळंच माझ्या खिशात पैसे कोंबले. म्हणाला, “निम्बेनकडे जायचं. तिथंच जेवायचं. म्हणाल्या तर एखादी रात्र राहायला पण हरकत नाही. त्यांच्या शेतापासून मढी फार दूर नाहीये.”

“बरं. अर्ध्या तासानं निघतो.”

“तू तयार हो, तोवर मी स्वयंपाकघराकडे चक्कर टाकून येतो.” असं म्हणून नंदू गेला.

मी सायकल साफसूफ केली. हिवाळ्यातल्या सकाळी सजवलेल्या सायकलवरून पहिल्यांदाच लांबवर फिरायला जायचा उत्साह मनात उफाळून आला. ‘जाऊन येतो’ असं नलिनीबेनना सांगायला सायकल घेऊनच गेलो.

बेन म्हणाल्या, “निम्बेनकडे जातो आहेसच तर एवढं काम कर. करमीला वाडीवर पाठवायची आहे. तिला सोबत घेऊन जा.”

“करमीला? वाडीवर?” इथल्या मुलांना वेळप्रसंगी पंगती वाढायला अथवा आजारी माणसांच्या सेवेसाठी पाठवलं जातं हे ठाऊक होतं; पण करमी केवढीशी! दोन अडीच वर्षांची असेलनसेल.

या पिवळ्या इमारतीत येणारे अनेक वेगवेगळ्या वाटांनी येत असतात. कोणाला गावातली माणसं आणून सोडतात. कोणी पोलिसांकडून, कोणी कोर्टाकडून, काही बिचारे मॅटर्निटी होममधून थेट इथे!

करमी निमुबेनना महीसागर नदीकाठच्या कोण्या खळग्यात सापडली होती. तेव्हा असेल दीड एक वर्षांची. तिची आई नदीत बुडून मेली होती की भीषण गरिबीमुळे मुलीला सोडून गेली होती, कोण जाणे! तिचे नातेवाईक सापडतात का ते पाहिलं. वर्तमानपत्रात बातमी दिली. कोणीही घ्यायला आलं नाही.

पिवळ्या भिंतीआड आली तेव्हा लक्ष्मीनं तिला ‘अक्करमी’ म्हटलं होतं. दाखल करताना निमुबेननी लिहवलं, ‘करमी.’ सणावारी निमुबेन तिला आपल्याकडे बोलावतात, इकडचे तिला पाठवतात.

एवढं कळलं तशी दुर्गा इथे कशी काय आली ते जाणून घ्यायची इच्छा पुन्हा एकदा बळावली. नंदूला विचारायची हिंमत होत नव्हती. तशी संधीदेखील मिळाली नाही म्हणा! नलिनीबेनना विचारणं बरं दिसलं नसतं. वाडीवर जातोच आहोत, निमुबेनना माहीत असेल तर विचारावं असं वाटलं, पण इतक्या थोड्या परिचयाच्या आधारावर त्यांना अशी गोष्ट विचारावी की नाही, ते ठरवता येईना.

"ठीक आहे, पण मी सायकलवरून जाणारे." मी म्हटलं. नको ते विचार करत बसण्यापेक्षा जायच्या तयारीला लागावं तेच बरं!

"तुझ्या सायकलला पुढे छोटी सीट आहे की!... आणि नसली तरी करमी बसली असती दांड्यावर. नंदूनं नेलंय पुष्कळदा. दिसते एवढीशी, पण चलाख आहे. लक्ष्मी आत आहे. तिला म्हणावं, अंघोळ घालून पाठव." नलिनीबेन म्हणाल्या.

फाटकाच्या आतल्या कम्पाऊंडमध्ये मी फिरलो आहे. ऑफिसात रोजचं जाणं होतं. एक-दोनदा नलिनीबेनच्या घरी जायची वेळ आली होती, पण अजूनपर्यंत आतल्या भागात, दोन खोल्यांच्या मधल्या ओसऱ्या ओलांडून जाळीपलीकडच्या परसात गेलो नव्हतो. आज तिथपर्यंत जाऊन 'करमीला तयार कर' असा निरोप लक्ष्मीपर्यंत पोहोचवायचा होता.

जाळी ओलांडल्यावर परसाच्या समोरच्या कोपऱ्यातल्या मोरीत पाटावर लक्ष्मी बसली होती. समोर पाण्याचे दोन टब होते. रेखा आणि दुसरी एक छोटी मुलगी अशा दोघी लक्ष्मीजवळ उभ्या होत्या.

"चला, आणा." लक्ष्मीनं मुलीला फर्मावलं. दोघी जणी डावीकडच्या दोन खोल्यांत गेल्या.

झाडलोट झाली असली तरी परसातल्या फरशीवर कसले कसले डाग पडलेले होते. मुली जिकडे गेल्या त्या खोल्यांपुढून जाताना जरा घाण वास आला. लक्ष्मीपाशी पोहोचलो. तेवढ्यात दुर्गा आणि एक मुलगा दोघं मिळून परसदारातून पाण्यानं भरलेली बादली आणताना दिसले.

"घ्या लक्ष्मीबेन, गरम पाणी." एका टबात पाणी ओतत दुर्गा म्हणाली. तोच तिची नजर माझ्याकडे गेली. मी तिथे हजर असलेलं न आवडल्यागत माझ्याकडे पाहू लागली.

"का बरं येणं केलंत इथे?" लक्ष्मीनं प्रश्न टाकला.

"मढीला चाललोय. नलिनीबेननी करमीला सोबत न्यायला सांगितलंय."

"म्हंजे, नंदूकाका जात नाहीये वाटतं?" लक्ष्मीनं निरर्थक प्रश्न विचारला.

मी उत्तर द्यायच्या आत दुर्गा मध्येच मला म्हणाली, "तू तुझी तयारी कर, जा. करमीला तुझ्या दुकानात आणून पोहोचवते." मग पुन्हा घाईघाईनं म्हणाली, "जा. जा. तू. तयारी कर, जा."

चौकातून येऊन जाळी बंद करायला मागे वळलो, तर मघाच्या त्या दोन पोरी लहान बाळांना घेऊन येताना दिसल्या. दोघींनी त्या मुलांना लक्ष्मीजवळ ठेवलं. लगेच दुसऱ्यांना आणायला गेल्या.

टबात हात घालून लक्ष्मीनं पाणी तपासलं. एका मुलाला जमिनीवरून उचलून

टबातल्या पाण्यात बुचकळून काढलं आणि तसंच ओलंच्या ओलं मोरीत ठेवलं. लगेच दुसऱ्याला उचलायला वळली. दुर्गा खाली बसून त्या रडणाऱ्या ओल्या बाळाला कापडात गुंडाळून त्याचं अंग पुसू लागली.

मला तिथून बाहेर काढायची दुर्गाची घाई समजण्यासारखी होती. दोन दिवसांच्या तान्ह्या बाळांपासून वर्षभराच्या मुलांपर्यंत, सर्व मुलांना कपबश्यांसारखं धुतलेलं पाहिलं न पाहिलं करून जाळी बंद न करताच मी चालू लागलो.

दुकानात पोहोचलो. उकिडवा बसून, दोन्ही हातांनी पॅडल पकडून माझ्या सायकलीचं चाक फिरवत असलेला राहुल दिसला. सायकलचा स्टँड नीट लॉक केला नसता, तर सायकल त्याच्या अंगावरच पडली असती. "अरे, अरे! काय करतोस?" मी जवळजवळ ओरडलोच.

माझा प्रश्न, माझा रागीट स्वर... कशाची दखल न घेता राहुल शांतपणे उठला. एखादी खूप तातडीची गोष्ट विचारावी तशा आवाजात घाईघाईनं म्हणाला, "करमी तिच्या मम्मीकडे जाणारे?"

"असं तुला कोणी सांगितलं?"

"सुरेश म्हणाला." राहुलनं पट्‌कन उत्तर दिलं. नंतर मात्र गप्प होऊन बाहेर रस्त्याकडे पाहू लागला.

नंदू करमीला निमुबेनकडे नेणार होता, एवढंच कोणा मुलानं ऐकलं असावं. राहुलनं आणि त्याच्यासारख्या इतर मुलांनी तेवढ्यावरून आपल्याला हव्या त्या वेगवेगळ्या कल्पना लढवल्या असतील, तर त्यात नवल नव्हतं.

राहुलच्या प्रश्नाला उत्तर द्यावं की नाही हे ठरवायच्या आधीच त्यानं माझा शर्ट पकडून म्हटलं, "मला पण सायकल चालवायचीये."

"मोठा झालास की चालवता येईल. हिच्यावर तुझे पाय पोहोचणार नाहीत."

"मी छोटी चालवीन. इथे दुसरं चाक असतं तशी," मागच्या भागावर हात ठेवत राहुल म्हणाला. "नलिनी म्याडमच्या घरी आहे."

नलिनी मॅडमच्या घरी तीनचाकी सायकलच काय आणखी ढीगभर खेळणी आहेत. ती सगळी तुमच्यासाठीच दिलीयेत. देणारे देतात आणि बिचारी पिवळ्या इमारतीतील मुलं ही खेळणी घेऊन खेळतील आणि खूश होऊन आशीर्वाद देतील या समाधानानं निघून जातात. आपण दिलेल्या खेळण्याशी एकही मूल एकदाही खेळणार नाहीये, हे कोणाला कधीच कळत नाही. खुद्द नलिनीबेनची मुलंही नाही, कारण ती तर मोठी होऊन लांब तिकडे शहरात शिकायला गेलीत.

...पण हे सगळं त्या लहानग्या पोराला कसं सांगायचं?

पाहुण्यांनी दिलेल्या वस्तू दागदागिन्यांसारख्या जपून ठेवाव्या लागतात, हे इथे काम करणाऱ्यांना ठाऊक आहे. सर्व काही स्टॉक रजिस्टर नावाच्या वहीत नोंदवून

ठेवावं लागतं आणि वार्षिक हिशेबाच्या वेळी ते मोजून दाखवावं लागतं. नियमच आहे तसा. रजिस्टरमधून नोंद काढून टाकण्याजोगी एखाद्या वस्तूची अवस्था झाली, की संपलंच. सरकारी ऑडिटरचं समाधान होईल असे कागद करावे लागतात. हे जग नाशवंत आहे, तशाच या वस्तूही क्षणभंगुर आहेत, हे समजून घ्यायला ऑडिटर सहजासहजी तयार होत नाहीत, पैसे मोजावे लागतात तेवढ्यासाठी!

पदरात काही पडणार नसेल तर असलं संकट कोण ओढवून घेईल? मग काय करा, तर तमाम वस्तू वापरूच नका. जपून ठेवा. ऑडिट आलं की मोजून दाखवा म्हणजे निश्चिंती!

गंमत म्हणजे, इथे चोपड्यातून चीजवस्तूंची नोंद काढून टाकणं अवघड आहे; पण इमारतीत राहणाऱ्या मुलांपैकी एखाद्याचं नाव चोपड्यातून कमी करणं अगदी सोपं आहे!

"चल, तुला एक चक्कर मारून आणतो. मग आत जायचं बरं का!" असं म्हणून मी राहुलला उचलून पुढच्या छोट्या सीटवर बसवलं.

लहानशी चक्कर मारून उतरताना ब्रेक दाबला तशी सायकल जराशी घसरली. मी धास्तावलो, पण राहुलला फार मजा वाटली. हसत हसत उतरून तो फाटकाच्या आत धावला.

धावता धावता मध्येच थांबून म्हणाला, "माझी मम्मी पण येणारे. पाहुण्यांबरोबर मला घ्यायला येईल. मोठ्या मोटारीत बसून."

सायकलची घंटी वाजवून मजेत त्याचा निरोप घ्यायचा होता, पण माझ्यानं ते झालं नाही. अचानक चहूकडे खिन्नता पसरली. घंटीवरचं बोट तसंच राहिलं.

राहुलला पाठवल्यावर दोन-तीन कपडे पिशवीत भरले. कॅरियरला पिशवी अडकवत होतो तेव्हा दुर्गा करमीला घेऊन आली. पुढच्या सीटवर बसवत तिला म्हणाली, "असं नीट मध्यभागी धरून बसायचं. इकडे तिकडे कुठे हात लावायचा नाही बरं का, बोट चेमटेल, हे बघ असं..." एवढं म्हणून तिनं करमीचं बोट मध्ये ठेवून ब्रेक थोडासा दाबला.

झटकन हात मागे घेत करमीनं तोंड वाकडं केलं.

"मठ्ठ आहेस का गं? तिला लागणार नाही?" मला अतिशय चीड आली होती.

"ए सायकलवाल्या," दुर्गा खेकसली, "धावत्या सायकलला जोरदार ब्रेक मारताना आत्ताच पाहिलंय तुला. तशा वेळी मध्ये हात सापडण्यापेक्षा काय होईल ते करून दाखवलेलं बरं नाही का?"

"वा, वा! महान कार्य केलंत!" मी उपरोधानं बोललो. करमीला मजा वाटावी म्हणून उगाचच घंटी वाजवली. म्हणालो, "चला, निघायचं?"

मान डोलावून करमीनं होकार दिला, पण बोलली काही नाही. काहीतरी गडबड असावी, असा मला संशय आला. दोन अडीच वर्षांची मुलगी अजिबात बोलत नाही, हे मला स्वाभाविक वाटेना. मी दुर्गाकडे पाहिलं. तिला काही विचारणार तोच दुर्गानं मला थांबवत म्हटलं, "मला पण तिसऱ्या वर्षी बोलता आलं होतं. पुरे आता. तू नीघ, जा बरं दोघं."

परिस्थितीचा अचूक अंदाज घेण्याची आणि त्याअनुरूप निर्णय घेण्याची विलक्षण समज दुर्गामध्ये होती. करमीच्या देखत तिच्या वाणीबद्दल विषय न काढू देता, या वेळी तिनं उपरोधानं म्हटलं, "आता सांग, मठ्ठ कोणाला म्हणतात?"

अवघ्या बारा-तेरा वर्षांच्या मुलीच्या ठायी इतकी समज कुठून आली, ते मला कळत नव्हतं.

आम्ही निघालो. हिवाळ्यातली सकाळ, कोवळी उन्हं, हिरव्यागार शेतातून जाणारी वाट. त्यातून स्वतःच्या मालकीची नवी सायकल आणि किशोर वय. काय तोरा होता! सायकलवर करमी नसती तर मी नागमोडी वळणं घेत तुफान वेगानं सायकल दामटली असती, पॅडलवर उभा राहून सुसाट पळवली असती, काय काय केलं असतं. सायकलवरून जाताना करमीलाही मजा वाटत असणार. "काय करमी, मजा येतीये की नाही?" मी विचारलं.

डोकं वरखाली हलवून करमीनं हो म्हटलं. एखादी वेगळीच गोष्ट दिसली, की हात लांब करून मला दाखवू लागली. रस्त्यात जे दिसेल ते लक्षपूर्वक पाहू लागली.

वाटेत नदी लागली. पुलाच्या टोकाशी मी सायकल थांबवली. सायकल स्टँडला लावण्याआधीच तिरप्या दांड्यावर पाय टेकवत करमी पटकन खाली उतरली.

दूरवर गेलेलं नदीचं पात्र डोळ्यांत साठवत थोडा वेळ आम्ही पुलावर थांबलो. मग पुळणीवर गेलो. नदीचं पाणीसुद्धा प्यायलो. पाण्यात दगड फेकून ठिकऱ्यांचा खेळ खेळलो. करमी मुठीमुठीनं नदीत वाळू टाकण्यात रमली होती. जराशानं मी म्हटलं, "चल करमी, आता जाऊ या."

दुडुदुडु धावत करमी चढ चढून गेली. सायकलवरून उतरली तशीच पाय टेकवत सीटवर चढून बसली. पिवळ्या इमारतीच्या चौकाच्या बंद जाळीवर चढण्या-उतरण्याच्या सरावामुळं तिनं असं कौशल्य मिळवलं असावं.

पूल पार करून एक वळण घेतलं. तसं पलीकडे मढीची ध्वजा दिसू लागली. थोड्याच वेळात मढीला पोहोचलो. दर्शन घेतलं. मग तिथल्या पुजाऱ्याला विचारलं, "मोटाभाईच्या वाडीला कोणीकडनं जायचं?"

"मढीच्या मागच्या अंगानं एक छोटी पायवाट थेट गावाकडे जाते. थोडं पुढे गेलं की फाटा फुटतो. तिथून दुसरी पायवाट नदीला समांतर शेजारच्या गावी जाते.

त्याच रस्त्यावर निमुबेनची वाडी आहे. शिरल्या शिरल्या निंबाचा मोठा वृक्ष. त्याच्यापुढे घर. जरा खालल्या अंगाला विहीर.''

निमुबेन कडुनिंबाच्या पारावर बसल्या होत्या. समोर एक गावकरी मान खाली घालून त्यांचं बोलणं ऐकत उभा होता. ''काय, खरं आहे की नाही भाई? फार माज चढला असेल तर कुदळ घेऊन दोन वाफे तरी खणून काढावेत, असं घरातल्या माणसाला मारणं बरं दिसतं?''

''पण. बाईच्या जातीनं...'' तो गावकरी उत्तर देऊ लागला, पण निमुबेनच्या चेहऱ्यावरचे बदलते भाव दिसताच बोलायचा थांबला. त्याचे शब्द ओठातच विरले.

''रोजच्या रोज मढीत जाऊन पागोटं जिच्या पायाशी ठेवून 'माते माते' करत कपाळ टेकवता तीदेखील स्त्रीच आहे, पुरुष नाही. समजतंय का?'' निमुबेन म्हणाल्या. तो माणूस मुकाट्यानं बघत राहिला. काही काळ निमुबेनही त्याच्याकडे बघत होत्या. ''आता बोल. काय म्हणणं आहे तुझं?'' त्यांनी विचारलं.

''आत उरलंच काय बोलायला?'' उत्तर आलं.

''झालं तर मग. बाईची जात बाईची जात म्हणत घरच्या लक्ष्मीवर हात टाकणार असाल, तर मढीला जाणं बंदच करून टाका. तिथे मढीत बसली आहे तीच तुमच्या घरात आहे, एवढं पक्कं ध्यानात असू द्या.'' निमुबेननी म्हटलं. आवाजात जराही तिखटपणा न येऊ देता शांतपणे समजावू लागल्या.

''काय म्हणते ते लक्ष देऊन ऐक. तुमच्या वस्तीतून यापुढे एकाही बाईची तक्रार आली ना, तर ज्या कोणाची चूक असेल त्याला एकतर हातकड्या चढवीन किंवा सरळ उचलून महीसागर नदीत फेकून देईन. मला ओळखतोस ना नीट?''

''हो.'' बजावून सांगितलेली गोष्ट नाकारणं शक्यच नव्हतं.

आम्ही तिथवर पोहोचलो तेव्हा निमुबेननी बोलणं आवरतं घेतलं होतं. नमस्कार करून मी म्हटलं, ''नंदूकाकांना थांबावं लागलं.''

नंदू का आला नाही ते निमुबेननी विचारलं नाही. करमीला आपल्यासोबत घेतलं मग घराकडे जात म्हणाल्या, ''गोमती, करमी आली आहे गं. सायकलवर बसून आली माझी बाबी, सायकलवर!''

एक तरुणी बाहेर आली. तिनं करमीला कडेवर घेतलं. तिचे लाड करू लागली. मग तिला आत घेऊन गेली. निमुबेन माझ्याकडे वळल्या. म्हणाल्या, ''तिथे बरं चाललंय ना तुझं? सगळ्या मुलांशी ओळख झाली की नाही?''

''आत जात नाही मी. त्या लोकांपैकी जे दुकानात येतात त्यांच्याशी ओळख झालीये.''

निमुबेन थबकल्या. भेदक नजरेनं माझ्याकडे बघत म्हणाल्या, ''काय म्हणालास? दुकानात कोण येतात?''

“अजून सगळ्यांची ओळख झाली नाहीये. लहान-मोठे जे कोणी माझ्याकडे येतात त्यांना ओळखतो.” या वेळी ‘ते लोक’ म्हणायचं मी टाळलं. पुढे काही न बोलता निमुबेन ओट्याच्या पायऱ्या चढू लागल्या. त्यांच्या मागोमाग जात मी उगाचच बोलून गेलो, “दुर्गाला पालीताण्याला पाठवणारेत.”

निमुबेन अचानक थांबल्या. माझ्याकडे पाहू लागल्या. म्हणाल्या, “छे! पालीताण्याला कसे पाठवतील? तिथे लहान मुलांसाठी सोय नाही. दुर्गाई अठरा वर्षांची होईपर्यंत तिला तिथे पाठवता येणार नाही.”

पुन्हा पायऱ्या चढू लागत त्या म्हणाल्या, “तुझं...”

आत्ता माझं नाव विचारतील, मग माझ्या गावाचं नाव विचारतील. जे मला कोणाशी बोलायचं नाहीये, ते आता बोलावं लागेल. इथे आलोच नसतो तर बरं झालं असतं. नंदूचा भयंकर राग आला, पण तो मनातच ठेवावा लागला. आता निमुबेन जे काय बोलतील त्याला तोंड द्यायला सज्ज होऊन खांबाला टेकून उभा राहिलो.

“मी काय म्हणते ते ऐक. तुझं तिथे बस्तान बसलं असेल नीट, तर आतल्या मुलांसाठी जेवढं करता येईल तेवढं कर. शाळा सुटल्यावर एखाद्याला तुझ्या हाताखाली घे. त्याला थोडंफार काम शिकव.”

झोपाळ्यावर टेकता टेकता निमुबेननी आपलं बोलणं पूर्ण केलं. मग विचारलं, “जमेल का? खर्चबिर्च काय असेल तो देऊ.”

मला हुश्श झालं, पण मी काही बोललो नाही. त्यांनीदेखील आणखी काही विचारलं नाही. गोमतीला हाक मारून म्हणाल्या, “करमीला घेऊन फिरत नको बसूस. आतल्या कपाटात खेळणी असतील त्यातली दे. खेळत बसेल.”

तेवढ्यात मोटाभाई आले. मला पाहून म्हणाले, “बरा आहेस का?”

“मजेत.”

“आज राहणार आहेस ना?” त्यांनी विचारलं, पण उत्तराची वाट न बघता हातपाय धुवायला मोरीकडे जात निमुबेनना म्हणाले, “आज पुन्हा तो बसकंडक्टर त्याच्या रिक्षावाल्या मित्राचं सांगत होता. सौम्याला घेऊन यायचं त्याच्या बायकोच्या फार मनात आहे म्हणे. नेहाबेनना भेट एकदा आणि त्यांना सोबत घेऊनच संस्थेत जा म्हटलं मी. समोरासमोर बोलून घे. ही बाई मागते आहे सौम्याला, तर नलिनीबेननी चांगुलपणा दाखवून देऊन टाकावी. त्यांनाही बरं आणि पोरीलाही बरं. सुखी होईल.”

त्यांचं बोलणं ऐकून माझं कुतूहल जागं झालं. सौम्याला घेऊन जायचं म्हणतंय कोणीतरी! आत्ताशा कुठे ती पिवळ्या इमारतीत येतेय. आज आली असेल कदाचित. एवढ्यातच कोण्या आईला तिला घेऊन जावंसं वाटतंय. तिचं नाव

नोंदवतील, कागदपत्रं तयार करतील तो लगेच कोणी तिला घेऊनसुद्धा जाईल! सगळ्यांच्या बाबतीत असं नाही घडत.

"नेहाला सवड होईल का? बस अजून गेली नसली, तर या मुलासोबत चिठ्ठी पाठवून द्या. म्हणावं नेहाबेनना घेऊन नलिनीबेनकडे जायची सोय तुझी तूच करून घे. त्याची स्वतःची रिक्षा आहेच की!"

निमुबेननी स्वतःच चिठ्ठी लिहिली. माझ्या हाती देत म्हणाल्या, "जा एवढी कंडक्टरला दे. फारूख रिक्षावाल्याला दे म्हणावं. नीट उलगडा करून सांग की सौम्याला मागतोय त्या फारूखला दे."

"मुसल..." मी बोलणार होतो, पण तोंडून शब्द निघाले नाहीत.

मोटाभाई, गोमती, निमुबेन सगळ्यांसमोर जणू काही उघडा पडल्यागत मी शरमलो. सर्वांची माझ्याबद्दल काय समजूत झाली असेल या विचारानं माझी मान खाली गेली. मलाच कल्पना नव्हती असं काहीतरी मी करून बसलो होतो. एखाद्या उंच शिखरावरून स्वतःला खोल दरीत फेकून दिलेलं मी बघतोय, असं वाटू लागलं.

जणू काही घडलंच नाही अशा रीतीने निमुबेननी चिठ्ठी माझ्या हाती ठेवली. म्हणाल्या, "जा बरं. निघायची वेळ होत आली."

किती शरम वाटली होती! माझ्या मनात असा विचार आलाच कसा ते कळत नव्हतं. निमुबेनपुढून निघून फाटकाबाहेरच्या धुळीच्या रस्त्यावर सायकल दामटताना मी झाली गोष्ट विसरायचा पुष्कळ प्रयत्न केला, तरी मला कसंसच होत होतं.

वाडीवर परतलो तेव्हा निमुबेन भाजी चिरत होत्या. मला पाहून म्हणाल्या, "बस होती?"

"हो. कंडक्टरला चिठ्ठी दिली." पुढे काय बोलावं कळेना. तिथंच खांबाला टेकून बसलो.

असा निमूटपणे बसलेला पाहून निमुबेननी मला जवळ बोलावलं, म्हणाल्या, "वाईट वाटतंय?"

माझ्या मनात काय चाललंय ते निमुबेनना कसं कळलं! "हं..."

"एवढं कसलंही ओझं बाळगू नये. तुझ्या तोंडून 'मुसलमान' असं निघून गेलं म्हणून लाज वाटते आहे. होय ना?"

उत्तर सुचेना. निमुबेनच म्हणाल्या, "अशा घटनांमधून हळूहळू आपल्याला आपली ओळख होत असते. असं घडलं की त्यातूनच आपण कोण आहोत, याची जाणीव होते. आपण काय शिकलोय, आपल्या आसपासचं जग काय आहे, हे कळत जातं आणि सगळं दिव्यासारखं लख्ख दिसू लागतं." एवढं बोलल्या आणि थोडंसं हसल्या. म्हणाल्या, "मला वाटतंय बरं की, जे तुझ्या मनात पट्कन आलं

ना, ते बाहेरून कुठून तरी तुझ्याकडे आलेलं वरवरचं आहे; म्हणूनच ते फार काळ टिकायचं नाही. ज्यामुळे तू बोलता बोलता थांबलास, ज्यामुळे तुला आत्ता वाईट वाटतंय ते टिकणारं आहे. ते शाश्वत आहे. ज्यानं तुला बोलताना रोखलं तो खरा तू आहेस. जो थांबला तोच खरा तू आहेस. आजपासून तुझं 'शिकणं' सुरू झालं समज.''

अचानक माझं मन प्रफुल्लित झालं. कुठल्याही दडपणाविना, कुठल्याही विचाराविना मी अगदी सहजतेनं उठून उभा राहिलो.

''बोलता बोलता जो थांबला ना, तोच खरा तू आहेस...'' निमुबेनच्या त्या शब्दांचा अर्थ स्पष्टपणे कळण्याइतका तेव्हा माझा आवाका नव्हता, पण त्या क्षणी मला नक्कीच वाटलं होतं की, गेल्या सात पिढ्यांची नावं माहीत असल्याचा अभिमान बाळगत जो जगतोय, इतरांना जो स्वतःपेक्षा कमी किंवा उच्च लेखत आलाय, 'अनाथ' असा स्वतःचा उल्लेख ऐकून ज्याला अत्यंत वाईट वाटतं, पिवळ्या इमारतीत राहणाऱ्यांमध्ये आपली गणना होऊ नये म्हणून जो सतत झटतोय, त्याच्या पलीकडे कोणी नवा, वेगळाच, अनोखा 'मी' माझ्यात वसतोय.

''जा, नदीवर अंघोळ करून ये.'' निमुबेननी सांगितलं.

नदीत अंघोळ केल्याला कित्येक वर्षं लोटलीत. अगदी लहानसा, मा-बापूंसोबत होतो त्या वेळी ते मला नदीच्या पलीकडच्या काठावरच्या देवळात घेऊन जात. मा देवळात पूजाअर्चा करायची आणि बापू मला नदीत गुडघाभर पाण्यात नेऊन अंघोळ घालायचे. स्वतःही स्नान करायचे, सूर्याला अर्घ्य द्यायचे. पिंपळाला पाणी घालायचे. आमच्या पूर्वजांची नावं माझ्याकडून म्हणवून घ्यायचे. पिंपळाच्या पाया पडायला लावायचे. क्वचित कधी एखाद्या पराक्रमी पूर्वजाची कहाणी ऐकवायचे.

ते सारं एकाएकी कुठेतरी हरवून गेलं. मा आणि बापूंसोबत तेही अचानक नाहीसं झालं.

बारा-पंधरा दिवस नातेवाइकांनी घर भरून गेलं होतं. मग हळहळत, माझी कीव करत, माझ्या डोक्यावरून हात फिरवत, एक एक करत सगळे निघून गेले. माच्या दूरच्या नात्याचे भाई-भाभी असलेले एक मामा-मामी तेवढे आणखी थोडे दिवस थांबले. का कोणास ठाऊक, मला एकट्याला सोडून जाणं मामीला जड जात होतं. शेवटी आम्ही मामांकडे गेलो. मामांच्या गावी नदी नव्हती.

नदी असती तरी मामांनी नदीवर अंघोळ करायला नेलं नसतं. मामांची सरकारी नोकरी होती. मोठे हुद्देदार इंजिनिअर असल्यानं त्यांना राहायला गावाबाहेर क्वार्टर्स होते. तिथे राहायचं आणि कचेरीत अथवा जिथे बांधकाम सुरू असेल तिथे जायचं. नदी असली, आपल्या कुटुंबीयांसह स्नानाला जायला वेळही असला, तरी मोठ्या साहेबांनी तसं करायचं नसतं!

माझ्या वयाचे मित्र क्वचितच मिळाले. आम्ही कुलवंत. उच्च जातीचे, शिवाय मोठ्या साहेबांच्या घरचे, त्यामुळे गावातल्या इतर लोकांची मुलं आमच्याकडे येत नसत. सणावारी कधी मामीनं कोणाला जेवायला बोलावलं तरी फक्त मुलीच तेवढ्या जेवायला येत.

मामांचा मुलगा माझ्याएवढाच होता, पण तो शिकायला शहरात गेला होता. सुटीत घरी यायचा तेव्हा आम्ही गप्पा मारत असू, भटकायला जात असू. किशोरवयातली स्वप्नंही एकमेकांसोबत बघितली असतील.

आज सगळंच बदललंय. जगात शाश्वत असं काहीच नसतं हे माहीत झालंय. हिमयुगाच्या थिजलेल्या आदिकाळानं शुभ्र शिखरांवरून घरंगळत वाहायला सुरुवात केली त्या क्षणापासून...कदाचित त्याही आधीपासून सर्व काही क्षणाक्षणाला बदलत आलं आहे. त्याला नवं म्हणा, की पहिल्यापेक्षा वेगळं म्हणा; काहीच जसं असतं तसंच्या तसं राहत नसतं. तद्वतच काळाच्या ओघात माणूस, त्याची विचारधारा, त्याची रीतभात हेही सतत बदलत राहतं, हे मी समजू शकतोय.

जे गेलं त्याचं मला दुःख नाही. जे गेलं नाहीये त्याचं दुःख आहे. अशा न गेलेल्या अडकून पडलेल्या गोष्टी माणसाच्या भावविश्वावर हुकूमत चालवतात. त्यांना रोखणं, लाख प्रयत्न केले तरी त्याला शक्य होत नाही.

नदीच्या पाण्याचा स्पर्श होताच सगळा भूतकाळ नजरेसमोर तरळू लागलाय. आठवतात ते माझे मा-बापू. दोघं एकाच वेळी गेले, तेव्हा त्या वेळी जमलेले लोक माझी कीव करत, 'अरेरे...' म्हणत माझ्याबद्दल बोलत. काय झालंय ते कळण्याइतकं माझं वय नव्हतं. कधीकधी तर इतकी माणसं माझी काळजी करताहेत, हे पाहून बरंही वाटलं असेल.

नंतर तीच माणसं मला सतत सांगू लागली, "आता तुझं कोणी नाही बरं का!" मामांकडे जातो न जातो तोच, मामांसोबत राहत असलो तरी गावातल्या लोकांनी माझ्या माथी 'अनाथ' असल्याचा शिक्का मारला तो मारलाच.

मी म्हणजे एखादी प्रेक्षणीय वस्तू असल्यागत मामाचे पुष्कळसे मित्र मुद्दाम मला बघायला म्हणून येऊन गेले. काही जण मामा-मामीची स्तुती करत. हे सगळं माझ्यासमोर चाले. तेवढं सोडलं तर मामीकडे राहिलो, त्या चार-पाच वर्षांत मला दुसरं फारसं काही सहन करावं लागलं नव्हतं.

मामीच्या बा अधूनमधून त्यांच्याकडे राहायला येत. तशा त्या आल्या नसत्या तर कदाचित मी आजही मामीकडेच राहत असतो. त्या म्हाताऱ्या आजींना आमच्या अवघ्या जातीचा इतिहास ठाऊक असावा. रोज संध्याकाळी अंगणात खाट टाकून बसायचं आणि आपल्या जातीतल्या कोणत्या ना कोणत्या कुटुंबाशी असलेल्या त्यांच्या जवळच्या दूरच्या नात्याच्या, परिचयाच्या कुटुंबात घडलेल्या कहाण्या

सांगायच्या, हे त्यांचं आवडतं काम. कोणाचं कोणाशी काय नातं आहे, ते कुठून कसं जुळलं, कोण कोणाचं काय लागतं हे ऐकणाऱ्याला जड जात असलं तरी गंमत वाटायची एवढं खरं.

अशाच एकदा गप्पा मारत बसल्या होत्या न् अचानक मला बोलावलं. समोर बसवून घेतलं अन् विचारलं, ''बेटा, शांतुबापू तुझे कोण लागतात?''

''चौथ्या पिढीतले आजोबा.'' आमच्या पिढ्यांचा उल्लेख झालेला पाहून मला मौज वाटली होती. उत्साहाच्या भरात मी म्हटलं, ''माझ्या सात पिढ्यांच्या पूर्वजांची नावं मला पाठ आहेत.''

''वा! खूपच म्हणायचं!'' आजीबाई कौतुकानं हसून म्हणाल्या. मग विचारलं, ''तर... मग... असं सांग बाळा... शांतुबापूंना भावंडं नव्हतं हे खरं?''

''हो. खरं.'' मी उत्तर दिलं. ''शांतुआजोबांना, त्यांच्या नंतरच्या पिढीतल्या आमच्या कोणत्याच वाडवडिलांना भाऊ-बहीण नव्हते. माझ्या बापूंना पण नव्हते. आम्ही सगळेच एकुलते एक होतो.'' मी जास्तीची माहिती पुरवली.

आजीबाई गालातल्या गालात हसल्या. मामाकडे वळून म्हणाल्या, ''बघा जावईबापू, मी म्हणत नव्हते? शांतुभै एकुलते एक. त्यांच्या लहानपणीच त्यांचे आईबाप त्यांना एकटं ठेवून देवाकडे गेले. या तुमच्या भाच्यासारखेच ते पण कोण्या आत्याकडे राहून मोठे झाले.''

माझ्यासमोर एवढंच बोलणं झालं. मी ऐकू नये असं जे होतं ते मला नंतर कोणीतरी सांगितलं. मुळात गोष्ट अशी होती की आजीबाईंनी कुठूनसं एक गुपित शोधून काढलं होतं. गुपित असं... कालगती म्हणा, की काही म्हणा, शांतुआजोबा ज्यांच्याकडे राहत होते, त्या घरचा वारस तरुण वयात मरण पावला होता. दुसरं मूलबाळ नव्हतंच. त्यामुळे घरची संपत्ती, शेतीभाती एकूण एक शांतुआजोबांनी बेधडक उपभोगलं.

असं का व्हावं? इतर हितचिंतकांच्या सोबतीनं तेही शोधून काढायला आजीबाईंनी वेळ लावला नाही. पूर्वजाला मिळालेला शाप अथवा पितृदोषच या गोष्टीला जबाबदार असल्याचं आजींच्या जातीतल्या एका महान ज्योतिष्यानं छातीठोकपणे सांगितलं होतं. नक्कीच, तेच कारण! एवढ्या मोठ्या ज्योतिष्याची विद्या खोटी कशी असेल? आजींची खात्री झाली.

त्यानंतर खूपदा या विषयावर मामा-मामी आणि आजीबाई या सर्वांच्या चर्चा झडत. त्या चर्चांचा मी केवळ साक्षीदारच नव्हतो तर भागीदारही होतो, कारण हे शापित ठरलेले पूर्वज कोण होते, कुठे राहून वाढले, मोठे झाले असे तपशील मला वारंवार विचारले जाऊ लागले.

शेवटी सगळी गाडी जिथे पोहोचायची तिथेच पोहोचली. मामा-मामीच्या

तोंडावर लोक सांगू लागले की, दयेपोटी म्हणा की समाजाच्या भीतीनं म्हणा, तुम्ही ज्याला आश्रय देऊन बसलात तो या शापित पिढीचा वंशज आहे. शांतुआजोबांचा खापरपणतू असल्यानं हा मुलगा त्याच्या घराण्याच्या साऱ्या गोष्टी सोबत घेऊनच तुमच्या घरी आला असणार. मग तो शाप असो की पितृदोष!

त्या दिवसापर्यंत मी बिचारा अनाथ होतो. आता शापित वंशाचा झालो. असली कहाणी शेजारीपाजारी विशेषतः लहान गावात वाऱ्याच्या वेगानं पसरत असते.

त्यानंतर मामीची जी अवस्था झाली ती माझ्यानं बघवत नव्हती. ती भोळीभाबडी भली गृहिणी शापाच्या भयानं धास्तावली असली, तरीही मला कधीच आपणहून तिच्या घराबाहेर काढू शकली नसती. दुसरीकडे, शहरात शिकायला गेलेल्या आपल्या मुलाची तिची काळजी वाढीला लागली. त्याचं पत्र यायला थोडा जरी उशीर झाला तरी वासराला शोधत फिरणाऱ्या गायीसारखी तिची दशा व्हायची.

त्या लहान वयातदेखील मामीच्या मनाची घालमेल मला जाणवत होती. मला कळत होतं... आणि सहन होत नव्हतं. अशा परिस्थितीत मामीसमोर जायचीसुद्धा माझी हिंमत होत नव्हती.

मामांच्या घरून निघून जाण्याखेरीज दुसरा कोणताही उपाय मला सुचत नव्हता. मी तेच केलं. मला त्याचा पश्चात्ताप वा दुःख नाही. हां, कधीकधी वाटतं की, एका उच्च कुळातला, विद्वान पित्याचा एकुलता एक पुत्र आज कुठे राहतोय! वाटतं खरं!!

आजूबाजूच्या वातावरणापासून अलिप्त होऊन आपल्याच विचारात बुडालेला मी नदीच्या पाण्यात कितीतरी वेळ पडून होतो. गावच्या म्हशी पाण्यात शिरल्या नसत्या तर मी भानावर आलो नसतो.

म्हशी राखणारी छोटी मुलं म्हशींपाठोपाठ पाण्यात उतरली. म्हशींच्या पाठीवरून धबाधबा उड्या मारत कलकलाट करू लागली. तिथेच चार-पाच बायका कपडे धूत होत्या. त्यांच्या धोपटण्याचा लयबद्ध आवाज, चढत्या दुपारीचा गरम वारा, पलीकडे दूरवर अंघोळ करणाऱ्या पोरीबाळींचा आरडाओरडा आणि पाण्याचा थपथपाट... माझ्या मनातली खिन्नता दूर करून वाहत्या पाण्यासोबत वाहून न्यायला एवढं पुरेसं होतं.

आठ

निमुबेनच्या वाडीवरून निघतेवेळी त्यांनी मला थोडंसं थांबवून घेतलं. म्हणाल्या, "आपल्याला जे अनुभव येतात, आपल्याला जे वाटतं, त्याहून वेगळंच असं खूप काही या जगात असतं बरं! एखाद्याबद्दल चट्कन मत बनवून टाकू नये. घाईघाईनं त्याचा निवाडा करू नये. असं शहाणपण माणसाला हळूहळूच येत असतं. आपल्या डोळ्यांसमोर घडणारं नीट बघावं, ऐकावं, कधीकधी असं होतं, की एखाद्या विशिष्ट क्षणी अचानकच आपण कोण आहोत, कसे आहोत ते उमगत जातं."

मोटाभाईंनी एक डायरी भेट दिली. म्हणाले, "जे तुला वाटेल, जे मनात येईल ते या डायरीत लिहीत जा. वाचनाची सवय लावून घेतली आहेस, आता हळूहळू लिहायची पण सवय कर."

ती सुरेखशी डायरी मी घेतली. तिच्यात काही लिहीन की नाही माहीत नव्हतं.

फाटकातून सायकल बाहेर काढत होतो तेव्हा निमुबेन म्हणाल्या, "नलिनीबेनला म्हणावं मी त्यांना पत्र लिहितेच आहे. जमलं तर दुर्गाला इकडे राहायला पाठवा. म्हणावं गोमती आली आहे, दोघी मैत्रिणी राहतील सोबत."

आपल्यापेक्षा दुप्पट वयाची गोमती दुर्गाची मैत्रीण कशी असेल ते समजत नव्हतं, पण मी तसं विचारलं नाही. त्या पिवळ्या इमारतीत दुर्गा कुठून आली ते जाणून घ्यायचं कुतूहल दाटून आलं, पण मी मन आवरलं. वाडीहून दुकानात पोहोचेतो संध्याकाळ ढळू आली. मोहनकाकांचा धाकटा भाऊ समरू दुकानात माझी वाट बघत बसला होता. त्याच्या लॉरीचं पंक्चर काढलं तोवर अंधार पडला. इथून पुढे स्वयंपाक करण्याच्या भानगडीत पडण्यापेक्षा नंदूकडे जावं आणि असेल ते तोंडात टाकावं, असा विचार केला.

नंदू संध्याकाळची पूजा करत होता. "आलास का?" त्यानं विचारलं. "तुला ते आपलं नेहाबेननी उद्या बोलावलंय तुला. कोर्टात जायचंय. मदुराईवाले

डॉक्टर आणि डॉक्टरीण बाई शेफालीला घ्यायला आलेत.'' दोन पानं मांडत नंदूनं म्हटलं, ''इथेच जेवून घे आता.''

''सौम्या आली?'' भाजीचं पातेलं आणत मी विचारलं.

नंदूनं आसनं अंथरली. दोघांसाठी खिचडी काढून घेऊन खाली बसत म्हणाला, ''हो, आली की! शेफालीसोबत उद्या तिची पण ऑर्डर कोर्टातून घ्यायचीये. तुला अन् दुर्गाला सोबत यायला सांगितलंय नेहाबेननी!''

''म्हणजे उद्या सौम्याला आई-वडील मिळणार तर!''

''आई-वडील नाही.'' नंदू शांतपणे उद्गारला. ''कोर्ट दत्तक नाही देत. कायदेशीर पालक म्हणून देतील. तसा कायदा आहे.'' तेवढं बोलला आणि माझ्याकडे पाहू लागला.

नंदू काय म्हणतोय, ते माझ्या लक्षात यायच्या आतच नेहमीच्या सवयीप्रमाणे त्यानं पुन्हा बोलायला सुरुवात केली. ''नाही कळायचं तुला. मला तरी हे कायद्याबियद्याचं तंत्र कुठे समजतंय? माणसाच्या जातीला कायदे घडवायची गरज भासली तो क्षण महादुःखदायक म्हणायला हवा, एवढंच काय ते मला समजतंय!'' असं म्हणून नंदू बोलायचा थांबला.

आम्ही दोघं मुकाट्यानं जेवत होतो. नंदूचं जेवण माझ्याआधी आटोपलं तसा तो उठला. ताट विसळताना पुन्हा बोलू लागला. ''सगळ्यात आधी पापपुण्याची व्याख्या करावी लागली असेल. त्यानंतर धर्म, नीतिशास्त्र... हे न् ते काय काय घडवावं लागलं असेल. त्याच्या पुढे मग राज्य न् कायदा. काय असेल ते असो, पण सर्वांत आधी ज्या लोकांना हे सारं निर्माण करावं लागलं असेल, त्यांना किती दुःख किती वेदना सहन कराव्या लागल्या असतील, ते मला कळतंय.''

नंदू जे बोलला ते मी नीट ऐकलं होतं; पण माझं लक्ष जेवणाकडे आहे म्हणून मी त्याला काही प्रतिसाद देत नाहीये, असं नंदूला वाटलं. तोच पुन्हा म्हणाला, ''तुला खरं न वाटू दे, पण हा नंदू बोलतो ती वायफळ बडबड नसते. निमुबेनकडची ढीगभर शास्त्रं वाचून काढलीयेत. 'धर्माची सूक्ष्म तत्त्वं कळणं कठीणच आहे' अशी कित्येक महापुरुषांची वचनंही वाचलीयेत. त्यांची अडचण, त्यांची पीडा, खरं-खोटं काय ते सांगायची त्यांची असहाय असमर्थता... हे सगळं मी वाचलंय. गोंधळलेल्या मनःस्थितीच्या वेळी स्वतःच उत्तरं शोधण्याची धडपड करण्याखेरीज दुसरा तरणोपाय नसतो, हे त्यांनी वर्णन करून सांगितलंय. तूही वाच कधीतरी.''

नंदू आणखी बोलत राहिला असता तेवढ्यात दुर्गा आली. आली तसंच तडक मला विचारलं, ''सकाळी तू नेहाबेनबरोबर जाणारेस?''

''हो.''

''मला घेऊन जा.''

"सायकलवरून?"

"हो. तुला जड जात असेल तर सांग. मला पॅडल मारता येतं." असं म्हणून दुर्गा मोठ्यानं हसली. मी उत्तर दिलं नाही तशी निघून गेली. जाता जाता एवढंच म्हणाली, "विसरू नकोस बरं का, सकाळी!"

शहर जवळपास मैलभर दूर होतं. आम्ही सकाळी लवकर निघालो. सायकल पळत होती. खूप वेळ आमच्यापैकी कोणीच काही बोललं नाही. मग दुर्गा म्हणाली, "दमलास की सांग. मी पॅडल मारीन." मग सायकल चालू असतानाच दोन्ही पायातल्या चपला काढून हातात धरल्या, पाय पॅडलवर ठेवत म्हणाली, "कुठलाही मुलगा मुलीसमोर 'मी दमलो' म्हणणार नाही. चल, थोडी जागा कर. दोघंही चालवू."

मागे बसलेली दुर्गा माझ्या बरोबरीनं पॅडल मारत होती आणि हसत होती. तिच्या नाजूक पायांचा माझ्या पायांना स्पर्श घडत होता.

मोहरीची आणि गव्हाची शेतं दुतर्फा डोलत होती. येणारे-जाणारे लोक आम्हा दोघांना अशा तऱ्हेनं सायकल चालवताना पाहून गमतीनं हसत होते.

शहराशी आलो. डबलसीट सायकल चालवताना पोलिसांची भीती वाटली म्हणून खाली उतरलो. सायकल हातानं धरून नेहाबेनच्या घराकडे चालू लागलो.

एकाएकी दुर्गा म्हणाली, "त्या दिवशी आगगाडीत तू बावळटासारखा बसून राहिला होतास ते पाहूनच मला हसू येत होतं."

"तुझं काय, तुला रोजच हसू येत असतं."

पुन्हा एकदा दुर्गा खळखळून हसली. म्हणाली, "येतं ना, आजही येतं; पण त्या दिवशी येत होतं तसं नाही. वेगळं."

"हसण्याचे प्रकार असतात का काय?"

"आम्हा मुलींचे असतात." मग गंभीर होऊन म्हणाली, "एक विचारते ते सांग. असंच हं. उगाच आपलं माहीत व्हावं म्हणून. उत्तर द्यायचं असलं तरच दे. नसेल द्यायचं तरी हरकत नाही, पण मी विचारतेय त्यातून उगाच भलते अर्थ नाही काढायचे."

गप्प बसण्यातच गंमत मानून मी चालत राहिलो.

दुर्गानं विचारलं, "त्या वेळी तू खरोखरच मुंबईला जाणार होतास?"

अचानकच दुर्गानं हे विचारावं, याचं मला आश्चर्य वाटलं. उत्तर द्यावं की नाही ते ठरवण्यात मी आणखी दोन-चार पावलं चाललो. मग म्हटलं, "कुठे जावं ते कळत नव्हतं, पण घरी मात्र राहायचं नव्हतंच."

"तुला आपलं घर, आपलं गाव... कशाची आठवण नाही येत?" दुर्गा हे इतकं सारं का विचारतेय ते अजूनही लक्षात येत नव्हतं. ती एखाद्या विशिष्ट हेतूनं

किंवा माझ्याकडून माहिती काढून घ्यायच्या इराद्यानं विचारत नाहीये, याची मला खात्री होती. मी उत्तर दिलं नाही. वाट सरत होती.

थोडा वेळ थांबून दुर्गा म्हणाली, "सांगावंसं वाटत नसेल तर नको सांगूस."

त्या क्षणी वाटलं, दुर्गाची जन्मकथा, ती इथे कशी आली त्याची कहाणी... असं पुष्कळसं विचारता येईल अशी परिस्थिती तिनं आपणहून निर्माण केलीये. मी तिला उत्तर दिलं की लगेच माझा प्रश्न टाकता येईल.

"मा-बापू गेल्यानंतर आमचं म्हणायला निश्चित असं गाव किंवा ठिकाण नव्हतंच." इतकं बोलून मी थांबलो. बघतो तर दुर्गा अतिशय गंभीर होऊन ऐकत होती, ऐकता ऐकता चालत होती. तिचा एक हात सायकलच्या तिच्या बाजूच्या हँडलवर होता. दृष्टी खाली रस्त्यावर खिळली होती.

मा-बापू, मामांचं घर, मामीनं केलेला सांभाळ, सारं काही मी शक्य तेवढं थोडक्यात सांगितलं.

"अरे, इतकं सारं चांगलं होतं तर घरून पळालास कशाला?"

दुर्गा असं विचारेल हे माझ्या अपेक्षेपलीकडचं होतं. नेमकं वर्मावर बोट ठेवल्यागत माझं मन आक्रसलं. चिडून मी म्हटलं, "हजार वेळा मी तुम्हाला सगळ्यांना सांगितलंय, की मी घरून पळून आलो नाही, मला घरच नाहीये. घर करण्याआधीच माझे आईबाप दोघंही एकाच वेळी मरण पावले. त्या वेळी मी जेमतेम पाच वर्षांचा होतो. समजलं का आता तरी?"

"असा चिडू नकोस बाबा!" दुर्गा ओशाळून म्हणाली. "जाऊ दे. आपण दुसरं काही बोलू. ठीक आहे?"

"तसं नाही." मी म्हटलं, "पण घरून पळून जाणं वेगळं आणि स्वतःच्या इच्छेनं गृहत्याग करणं, स्वतःचं जग निर्माण करण्यासाठी बाहेर पडणं वेगळं. हा फरक तुम्ही कोणी समजून घेत नाही." माझा स्वर तसाच चिडका.

"आम्ही म्हणजे कोण?" शंकित नजरेनं दुर्गानं माझ्याकडे पाहिलं. तिनं दुसरा हातही सायकलवर ठेवला. आता तिचा एक हात माझ्या हातावर होता.

"तुम्ही म्हणजे तुम्ही. सारखं 'पळून का आलास, पळून का आलास' विचारत असता ते सगळे."

बोलून गेलो त्याच क्षणी मी एकदम दचकलो. नंदूनं फक्त एकदाच मला 'घरून पळलेला' म्हटलं होतं. त्याखेरीज कोणी चुकूनदेखील मला 'पळालेला, पळपुटा' म्हटलं नव्हतं ते आठवलं... आणि तरीसुद्धा माझ्या तोंडून रागारागानं 'तुम्ही सगळे' असं कोणी वदवून घेतलं?

अजून या धक्क्यातून पुरता सावरलो नव्हतो तोच दुर्गानं पुन्हा विचारलं, "म्हणजे तुझ्यासकट सगळे की तू सोडून बाकी सगळे?"

दुर्गा केवळ शब्दांचा खेळ करत नाहीये, हे मला जाणवलं. मला फसवत नाहीये ती. मला उलगडतेय. मी ज्या सहजतेनं सायकल सुटी, मोकळी करतो तेवढ्याच सहजतेनं ती मला मोकळं करतेय. तिच्या या प्रश्नांचं उत्तर माझ्यापाशी नव्हतं. मी तिच्या टपोऱ्या पाणीदार डोळ्यांत पाहून म्हटलं, "कदाचित मी स्वतःसुद्धा, मला पळपुटा समजू लागलोय. तुम्ही म्हणजे... कोणी नाही. मीच असेन... मी एकटाच. बस्स?"

माझं बोलणं दुर्गाला लागलं की काय कोण जाणे. खाली पाहत म्हणाली, "असा अगदीच निराश नको होऊस." मग पुन्हा जोरजोरात हसू लागली. म्हणाली, "बरंच पट्कन कळतं म्हणायचं!"

आणखी थोडं चालल्यावर पुन्हा गंभीर होऊन दुर्गा म्हणाली, "हं, तर... 'मामांच्या घरी' इथून पुढची गोष्ट सांगायची."

"तुला काय वाटलं मी इथे गोष्टी सांगायला बसलोय? गप्पा मारायला?" दुर्गाची बोलायची पद्धत मला अजिबात आवडली नव्हती. माझी नाराजी स्पष्टपणे दर्शवत मी बोलणं बंद केलं.

"पण तू अजून सगळं सांगितलंय कुठे?" दुर्गा म्हणाली. "आपल्या गोष्टीत तू अजून मामांच्या घरीच आहेस." मग तिनं एक ओळ चक्क गाऊनच दाखवली. "मोसाळ मामी धुतारी, भाईना झभलां टोपी लेशे उतारी..." (आजोळची मामी मोठी लबाड, घेईल काढून बाळाचं अंगडं टोपडं...) असलं काही आलंच नाही."

मी चकित होऊन दुर्गाकडे बघू लागलो. म्हटलं, "बाळगाणी गायला कुठे शिकलीस?" तेरा-चौदा वर्षांच्या, अनाथश्रमात राहणाऱ्या त्या मुलीच्याच तोंडून ऐकलं नसतं, तर कुटुंबवत्सल घरात गायली जाणारी बालगीतं तिला तोंडपाठ असतील, अशी मी कल्पनासुद्धा कधी केली नसती. कुठून इथे येऊन पडली असेल ही मुलगी? आणि का? कशामुळे? कुठल्या घरातून? कोणत्या कुळातून?

मी विचारणार तेवढ्यात दुर्गानंच म्हटलं, "का बरं? अंगाई गीतं, बालगीतं गावी लागतात त्या वयाची मुलं आपल्याकडेसुद्धा आहेत. तुला माहीत नाही?"

अवाक होऊन मी बघत राहिलो. नंदू तिला 'मा' का म्हणतो ते थोडं थोडं ध्यानात येऊ लागलं. मुख्य म्हणजे तिनं 'आपल्याकडे' म्हटलं तेव्हा मी 'आपल्याकडे नाही, तुमच्याकडे' असं म्हणून तिचं म्हणणं खोडून काढलं नव्हतं!

मी म्हटलं, "खोटं नाही सांगत दुर्गा, माझी मामी वाईट नव्हती. मला छळलंय, की टोमणे मारलेत असं कधीच केलं नाही तिनं."

"हे बघा! इंटरेस्टिंग!" दुर्गा उद्गारली. "तर मग आपणाला महाभिनिष्क्रमण करायची गरज का बरं भासली?"

"आता तिरकं बोलतेयस." मी चिडलो.

"जरा गंमत रे! तुला वाईट वाटलं असेल तर माफ कर. मी खरंच फक्त गंमत केली." माझ्या पाठीवर थोपटत दुर्गा म्हणाली.

"मग मुकाट्यानं ऐक." मी सगळी हकिगत सांगितली. शेवटी म्हटलं, "वाईट एकाच गोष्टीचं वाटतंय की तुझ्यासारखीच सगळ्यांची समजूत झाली असेल, की मामीच्या छळामुळे मी घर सोडलं."

"तुझाच दोष असेल असंही वाटलं असेल एखाद्याला! म्हणून म्हणते सरसकट धरून चाल. उगाच आपणहून दुःख ओढवून घ्यायचं सोडून दे." दुर्गानं समजावलं.

"तू भले उडवून लाव, पण माझ्यामुळे मामीला ऐकून घ्यावं लागलंच असेल. शेजारच्यांपासून ते थेट जगातल्या कोणाही व्यक्तीला मामीचाच दोष असेल, असं वाटणं साहजिक आहे. मी घर सोडण्यामागचं कारण याहून पार वेगळं आहे, हे मी कोणाकोणाला समजावत बसू?"

"मला समजावलंस ना? पुष्कळ झालं. आता रडूबाईपणा सोडून दे. नेहाबेनच्या घराची गल्ली आली बघ!"

दुर्गानं जे मला विचारलं होतं तेच मलाही तिला विचारायचं होतं, पण आता वेळ नव्हता. संध्याकाळी परत जाताना विचारू, असं ठरवून मी गप्प राहिलो.

नेहाबेन तयार होत्या. आम्ही थोडं खाऊन घेतलं. निघायच्या आधी नेहाबेननी फोन करून मदुराईवाल्या स्नेह्यांना कोर्टात बोलावून घेतलं.

"फारूख आणि हुस्ना येतील तिकडे," नेहाबेन म्हणाल्या, मग पुन्हा एकदा उजळणी केल्यागत म्हणाल्या, "आणखी राहिलं का काही?"

बस्स कोर्टात जायचं आणि ऑर्डर घ्यायची, एवढंच राहिलं होतं. मदुराईच्या डॉक्टरांनी शेफालीला आणि फारूख-हुस्नानं सौम्याला आपापल्या घरी घेऊन जायचं, एवढाच विधी काय तो करायचा होता. जुवेनाईल कोर्टातला विधी पूर्ण झाला, की दोन्ही मुलींना निरोप द्यायचा.

आम्ही सारेच हळवे झाले होतो. वेळेच्या आधीच कोर्टात पोहोचलो. रोझम्मा आणि नलिनीबेन दोघी मुलींना घेऊन हजर होत्या. आमची वेळ यायची वाट बघत आम्ही बाहेर उभे होतो. मॅजिस्ट्रेट आले होते. कोर्टाचं प्रारंभिक काम सुरू झालं होतं.

जरा वेळानं फारूख आणि हुस्ना आले. हुस्ना याआधी कधीच कोर्टात आली नसावी. अडीच-तीन वर्षांची दिसणारी एक मुलगी तिच्या कडेवर होती. नेहाबेनना त्या मुलीबद्दल काहीतरी विचारायचं होतं बहुधा; पण त्याच वेळी मॅजिस्ट्रेटनं बोलावणं पाठवलं, "मिसेस कण्णगी अय्यंगार..."

शेफालीच्या पालकांची वेळ आली. पतिपत्नी दोघं आत गेली. कोर्टानं विचारलेल्या सर्व प्रश्नांचे त्यांनी जबाब नोंदवले. पुढ्यातले कागद पाहत असताना अचानकच

मॅजिस्ट्रेटनं नलिनीबेनना विचारलं, "या शेफालीची ऑर्डर तर मागच्या खेपेलाच झाली आहे. आता पुन्हा काय आहे?"

"होय, पण ज्यांच्या नावे ऑर्डर होती त्या लोकांनी हिला नेलंच नाही. आता कण्णगी आणि डॉ. अय्यंगार तिला घेऊन जाणार आहेत." नलिनीबेननी खुलासा केला.

"हे असलं खुशाल चालवून घेता तुम्ही?" मॅजिस्ट्रेटनं त्रासून विचारलं.

नलिनीबेनना उत्तर सुचेना. नेहाबेनही गोंधळून गेल्या. जरा वेळानं मॅजिस्ट्रेटनं पुन्हा प्रश्न केला, "या आधी ज्यांच्या नावे ऑर्डर निघाली होती त्यांचं ॲफिडेविट आहे?"

"नाही."

"मग ते घेऊन या. शेफालीला ठेवून घ्यायची त्यांची इच्छा नाही असं त्यांनी मॅजिस्ट्रेटसमोर स्टॅम्पपेपरवर लिहून द्यायला हवं. त्यानंतरच पुढची ऑर्डर निघेल." मॅजिस्ट्रेटनं नलिनीबेनना बजावलं आणि समोरच्या कागदांवर काहीसं लिहून कागद आपल्या क्लार्ककडे दिले.

नेहाबेननी कण्णगीला इंग्रजीतून काहीतरी समजावून सांगितलं. मग नलिनीबेनना म्हणाल्या, "दोघांना मी हॉटेलात परत जायला सांगितलं आहे. संध्याकाळी मी त्यांना भेटायला जाईन. एक-दोन दिवस थांबायला अय्यंगार तयार झाले, तर काम होऊन जाईल. दरम्यान ॲफिडेविटचं आपल्याला जमवावं लागेल."

"मुंबईहून ॲफिडेविट कोण आणेल आता?" नलिनीबेन पुटपुटल्या.

"करू काहीतरी." नेहाबेननी हळूच उत्तर दिलं.

अय्यंगार जोडपं एकमेकांशी चर्चा करत तिथून निघून गेलं.

आता हुस्नाची वेळ.

हुस्ना आत आली तेव्हाही तिच्या कडेवर ती मुलगी होतीच. पडदा पाळणारी, घरसंसारातच गुंतलेली, गल्लीच्या तोंडापर्यंतसुद्धा क्वचितच गेली असेल. अशी ती स्त्री. तिला या ठिकाणाचे रीतिरिवाज, इथले नीतिनियम कशाचाच गंध नव्हता.

हुस्नाच्या कडेवरच्या मुलीकडे मॅजिस्ट्रेटचं लक्ष गेलं. टेबलावरचे कागद पुढ्यात ओढून घेत तपशील वाचून त्यांनी थेट विचारलं, "या मुलीची केस आहे? कोर्टाच्या ऑर्डरच्या आधीच घेऊन टाकलीत की काय?"

"नही साब. ये तो मेरी झेनब है।" हुस्नानं भाबडेपणानं म्हटलं. मग रोझम्माच्या हातातल्या सौम्याकडे बोट दाखवून म्हणाली, "हम ने माँगा है वो लडकी तो वो रई, सोमिया."

"तुझ्यापाशी आहे ती तुझी स्वतःची मुलगी आहे?" न्यायाधीशांनी कागद एका बाजूला सारत विचारलं. आम्ही सारे, नेहाबेनसुद्धा, हुस्नाकडे बघू लागलो.

आपण भलतीच चूक करून बसलोय आणि आणखी काही बोललो तर जास्त गडबड होईल, असं हुस्नाला वाटलं. ती भेदरून गप्प बसली. तिच्या वतीनं फारूखनं उत्तर दिलं, "होय साहेब. ती आमचीच मुलगी आहे, झैनब."

"एक मुलगी आहे तरी दुसरं मूल हवं आहे!" मॅजिस्ट्रेटच्या पचनी पडत नव्हतंसं वाटलं. त्यांनी एकदा नेहाबेनकडे एकदा फारूखकडे आळीपाळीनं नजर टाकली. फारूखही गोंधळून नेहाबेनच्या तोंडाकडे पाहू लागला.

हुस्नाला आधीच एक मूल आहे, हे आम्हाला कोणाला ठाऊक नव्हतं. त्यामुळे कोणालाच चटकन उत्तर देता येत नव्हतं.

"बोला?" मॅजिस्ट्रेट गरजले.

"होय साहेब," धैर्य एकवटत फारूखनं उत्तर दिलं, "माझ्या बिबीनं या मुलीसाठी हट्टच धरलाय साहेब." हुस्नाच्या कडेवरून झैनबला आपल्याकडे घेत फारूख सांगू लागला, "एक मुलगी आहे आम्हाला, पण रोज माझ्या मागे लागते आश्रमवाल्या मुलीला आपल्या घरी आणा म्हणून!"

एव्हाना नेहाबेन सावरल्या होत्या. मॅजिस्ट्रेटला म्हणाल्या, "एक मूल असलं तरी दुसरं ॲडॉप्ट करता येतं ना!"

"ते माहीत आहे मला. तुमच्या माहितीखातर सांगतो, की या केसमध्ये ॲडॉप्शनला मुळी वावच नाही. ही माणसं हिंदू नाहीत, त्यामुळे कायद्यात फक्त एक वर्षापुरतं पालकत्व देण्याचीच तरतूद आहे." चश्मा काढून हातात घेत मॅजिस्ट्रेट म्हणाले. त्यावर नेहाबेन काही बोलल्या नाहीत. नलिनीबेनही गप्प राहिल्या.

मॅजिस्ट्रेट सांगत होते, "या माणसाच्या परिस्थितीचा तुम्ही फारसा विचार करताना दिसत नाही याचं मला नवल वाटतं. ते आपल्या स्वतःच्या मुलीचा तरी धडपणे सांभाळ करू शकतील की नाही, अशी मला शंका वाटते. त्यात आणखी एका मुलीचं पालकत्व घ्यायला निघालेत. तुम्ही नीट चौकशी केली आहे का?"

नेहाबेन हुस्नाकडे वळल्या. तिला समजावून सांगण्याच्या सुरात म्हणाल्या, "हुस्ना, तुला तुझी झैनब आहे तरी आणखी एका मुलीचं काय काम आहे?"

'काम' शब्द ऐकून हुस्ना बुचकाळ्यात पडली. दोन्ही हातांचे तळवे जुळवून छोटासा आकार दर्शवत निरागसपणे म्हणाली, "अब इतनी छोटीसी लडकीसे क्या काम करावा लूँगी? बस, ये लडकी हमें चाहिए, हमारा दिल हो गया। चाहिए जी।"

हुस्नाच्या शब्दांमागचे भाव, तिचा भोळेपणा मॅजिस्ट्रेटना स्पर्शून गेल्यागत त्यांनी शांत स्वरात हुस्नाला म्हटलं, "हवी आहे ते कळलं बाई! मुलगी तुला देणार आहोत, पण एक मुलगी असताना तुला दुसरी कशासाठी हवी आहे त्याचं कारण तर सांगावं लागेल की नाही?"

परपुरुषाशी एवढी शब्दाशब्दी हुस्नानं आजवर कधी केली नसेल. बोलायचं, ऐकायचं ते फक्त फारूखशी. मॅजिस्ट्रेटना उत्तर देण्याऐवजी तिनं बावचळून फारूखलाच म्हटलं, ''अब झेनबके अब्बू आपही साबको समजाओ।''

''बात ये है साब...'' फारूखला काहीतरी सांगायचं होतं, पण मॅजिस्ट्रेट साहेबांनी त्याला अडवलं आणि 'जे सांगायचं ते तूच सांग' असं हुस्नाला बजावलं.

यापुढे आपल्यालाच काय ते करावं लागणार आहे हे मान्य करून, धीर एकवटायला हुस्नाला थोडा प्रयत्न करावा लागला. तिनं नेहाबेनकडे पाहिलं. तिला धीर देण्यासाठी त्यांनी मान हलवून 'बोल' असा इशारा केला.

आपण कोर्टात आहोत याची पर्वा न करता दुर्गानं हुस्नापाशी जाऊन तिचा हात आपल्या हाती घेतला.

शेवटी हुस्ना बोलली. म्हणाली, ''बडे साब बात ये है कि ये लडकी को हमनेच पाला है। चाहे आप अस्पताल वालोंसे पूछ लिजिए। हमने उसे हमारा, हमारा...'' हुस्ना पुन्हा अडखळली. मान खाली घालून उभी राहिली.

मॅजिस्ट्रेटनं कागदावर कसलीशी नोंद केली. लज्जेनं संकोचून हुस्ना तुटक तुटक बोलू लागली. ''सिविलमां जिस रात सौमिया पैदा हुई उसी रात उसके बाजूवाली खटियामें मुझे दुसरी बार के लिए भर्ती किया था। मेरे पेट में बच्चा उलटा था। इसलिए नर्सवालोने मुझे बेहोश किया था।'' असं म्हणून हुस्नानं नेहाबेनकडे पाहिलं. मग पुन्हा सांगू लागली, ''होश आया तो झेनब के अब्बाने मुझे बताया कि मेरा बच्चा मरा हुआ पैदा हुवा।''

ज्या रात्री हुस्नानं मृत बाळाला जन्म दिला. त्याच वेळी शेजारच्या खाटेजवळच्या पाळण्यात सौम्याला ठेवलं होतं.

हुस्नाचं बाळ मृतावस्थेत असल्याचं कळल्यावर सौम्याच्या आईनं ईश्वर, खुदा वगैरे बरंच काही बोलून हुस्नाला दिलासा दिला होता ते आठवून हुस्नानं म्हटलं, ''वो लडकी जवान थी। दिखने में अच्छे घर की मालूम पडती थी। पर अकेली थी। उसका घरवाला कोई आया नही था, मैने पूछा भी था के कोई क्यू आता नही है, पर उसने हस दिया, कुछ बोली नही। हमें उस रात नींदवाली सुई लगाई थी तो हम तो सो गये, बडे सवेरे बच्चे के रोने की आवाज से हमे लगा के शायद मेरा बच्चाही रो रहा है।''

आपलं मूल मृतावस्थेतच जन्मलं होतं ते विसरून आपलंच मूल रडत आहे या कल्पनेनं हुस्ना जागी झाली. त्या वेळी सकाळ व्हायला अजून अवकाश होता. शेजारची खाट रिकामी होती. पाळण्यातलं बाळ जोरजोरात रडत होतं. ''हमने इधर उधर देखा, नर्स को बुलाया।'' हुस्ना पुन्हा अडखळली.

मॅजिस्ट्रेटसकट आम्ही सर्व तिचं बोलणं कान देऊन ऐकत होतो. मॅजिस्ट्रेट

तर आपणहून म्हणालेसुद्धा, "फिर...?"

"फिर क्या?" हुस्नाला बोलायचं नव्हतं तरी बोलावं लागत होतं. बच्चीको मैने... मैने अपना दूध पिलाया।" खाली मान घालून हुस्ना कसंबसं बोलली. मॅजिस्ट्रेटनं पुन्हा एकदा नोंद करून हुस्नाला पुढे बोलायला सांगितलं.

"उसके बाद नर्सवालों ने हमे बोला की वे लोग ये बच्ची को कही भेज दे तब तक मुझेच उसको पालना है। हमने उसे अपने सीनेसे लगा कर जितने दिन हम सिविलमें भर्ती रहे उतने दिन पाला।"

घरी गेल्यानंतरही नर्सेस आणि इतर स्टाफच्या विनंतीवरून, एक आठवडाभर त्या तान्ह्या पोरीला दूध पाजण्यासाठी आपण नियमितपणे हॉस्पिटलमध्ये जात होतो, असंही तिनं सांगितलं. अशीच एकदा गेली असता, सौम्याला पिवळ्या इमारतीत नेण्याचं ठरत असल्याचं तिथल्या स्टाफकडून तिला कळलं.

लक्ष्मीकडे बोट दाखवून हुस्नानं म्हटलं, "बच्ची को इनके यहाँ भेजनेवाले हैं ऐसा हमें नर्सवालोंने बताया। पहले तो हमने सोचा, चलो ठीक हुआ। लडकी को ठिकाना मिल गया। पर फिर रेह रेह कर वो ही याद आने लगी। लगता था शायद मेरा बच्चा मरा हुवा नहीं था। येही च मेरा बच्चा था। जिंदा। हम तो पगला गये थे साब।"

हुस्ना बोलायची थांबली. समोरचे कागद उलथेपालथे करत, सही करून न्यायाधीश म्हणाले, "ठीक आहे, पण आता तुला आणखी मुलं झाली तर किती मुलं वाढवावी लागतील, याचा विचार केला आहे का तुम्ही?"

साहेबांचं म्हणणं चुकीचं नव्हतं. नेहाबेननी हुस्नाला समजावून सांगितलं, "बघ बरं, तू झैबनला जितक्या प्रेमानं वाढवशील तितक्याच मायेनं या परक्या मुलीलासुद्धा वाढवावं लागेल. नंतर तिला बिचारीला सोसावं लागणार असेल, तर त्यापेक्षा आत्ताच तिला न्यायचा हट्ट सोडून दे."

"सख्ख्या आईप्रमाणे सांभाळणार असशील तरच ने, नाहीतर राहू दे." नलिनीबेननी भर घातली.

"अब ये तो सबको मालूम है कि हम इसकी सगी मा नहीं है। जो हम नही है वो तो नहीच है। इसमें ये सगीवाली कोई बातच नहीं है।" हुस्नानं स्पष्टपणे सांगून टाकलं.

मग मॅजिस्ट्रेटना म्हणाली, "आपच बताइये रिस्ते क्या सीरिफ सगाईसे बनते है?" जरा थांबून म्हणाली, "अपने हाथ का लगाया पेड काटने को आदमी का दिल नहीं होता, कोई को तो कुत्ते-बिल्लीसे प्यार हो जाता है। नही हो जाता? अरे, असलम के अब्बू से पूछो, अपनी रिक्षा को कैसे प्यार से रखते है। रिस्ता बनानेवाला तो इन्सान का दिल है। दुसरा अगर है तो खुदा है। हम इसे रखेंगे। खुद तो पढे

लिखे नही है पर इसकों पढायेंगे!''

हुस्ना निरक्षर असेलही. फार तर दोन-चार वर्षं शाळेत गेली असेल, पण तिला शाळेत जायची गरजच नव्हती, असं मला वाटलं. शाळेत जाऊन तिनं धडे कशासाठी गिरवायचे? अभ्यास करायचा, गुरूपाशी जाऊन उपदेश घ्यायचा... कशाला? का? कशासाठी? अरे, जगाला खरी शिकवण तर ही अशीच माणसं देत असतात.

केवळ आजचा हा प्रसंग अथवा केवळ हुस्नाच नव्हे, या जगात अन्य अनेक माणसं, अनेक प्रसंग जन्म घेत असतात. जीवन आपल्या असंख्य रूपांपैकी कोणत्या रूपात या रमणीय पृथ्वीच्या कोण्या कोपऱ्यात, कोणत्या क्षणी आणि मुख्य म्हणजे काय निमित्तानं आपल्या संपूर्ण ऐश्वर्यासह प्रकट होईल ते कोणालाच सांगता येत नाही. त्या जीवनाच्या इथे तिथे दृष्टीला पडलेल्या छोट्याशा रूपच्छटेला नजरेनं टिपून अंतरंगाच्या तळाशी जपून ठेवण्याखेरीज आपल्या वाट्याला दुसरं असतंच काय!

साहेबांनी आम्हाला बाहेर थांबायला सांगितलं. अर्ध्या तासानं कोर्टाच्या क्लार्कनं आत बोलावून ऑर्डरची प्रत आमच्या हातावर ठेवली. सौम्या फारूखला देण्यात आली होती, पण फारूखनं पन्नास हजार रुपये रोख अथवा चेकनं कोर्टात डिपॉझिट म्हणून जमा करावेत या अटीवर!

पन्नास हजार! त्या काळातल्या रुपयाची किंमत लक्षात घेता हे किती कठीण होतं! एका सामान्य रिक्षावाल्याला तर अशक्य!

एकदा फेरविचार करावा अशी नेहाबेननी साहेबांना विनंती केली. उत्तर मिळालं, ''खरंतर एक लाखाचा आकडा टाकायची माझी इच्छा होती! छोट्या मुलीच्या भल्यासाठी असं करणं जरुरीचं आहे.''

नेहाबेननी फारूखला कळवलं तसा त्याचा चेहरा खर्रकन उतरला. ''ये तो गजब हो गया।'' हुस्ना एवढंच बोलू शकली.

दुर्गाचा चेहरा लालबुंद झाला. ती तिथून तडक निघून गेली.

नऊ

त्या दिवशी नेहाबेननी दुर्गाला घरी ठेवून घेतलं. त्यामुळे मला एकट्यालाच परत यावं लागलं. परतीच्या वाटेवर दुर्गाशी जे बोलायचं ठरवलं होतं, ते बोलणं झालंच नाही.

हुस्नानं दिलेली उत्तरं आणि कोर्टानं दिलेला आदेश... दोन्ही गोष्टींनी मला अस्वस्थ करून सोडलं होतं. ते सारं लिहून काढावं असं मला वाटू लागलं. मोटाभाईंनी दिलेली डायरी मी बाहेर काढली, लगेच लिहायला बसलो. झाल्यावर नंदूला वाचून दाखवायला निघालो.

नंदू खोलीबाहेर खाट टाकत होता. हातातलं काम थांबवून त्यानं माझं लिखाण लक्षपूर्वक वाचलं. न बोलता डायरी परत केली. म्हणाला, ''बस. समोर.''

खाली बसत मी विचारलं, ''वाचलं?''

''तुझ्या देखतच नाही का वाचलं?'' नंदूनं हसत उत्तर दिलं. मग नेहमीच्या सवयीप्रमाणे वैतागून म्हटलं, ''तुला दाखवायची ज्याची इच्छा होती, त्यानं तुला साक्षात समोर नेऊन दाखवून दिलंय.''

नंदूचं बोलणं मला समजलं नाही. मी गप्प राहिलो. खाटेच्या कडेवर दोन्ही हात टेकवत खाली झुकून नंदू मला म्हणाला, ''मंदिरातल्या मूर्ती कधी लक्ष देऊन पाहिल्यात? पुढच्या खेपेला जाशील तेव्हा नीट पाहा. प्रत्यक्ष आपल्या डोळ्यांनी पाहिल्याविना असं रूप घडवणं माणसाला शक्य आहे? तुझ्या लक्षात येईल की अशी निर्मिती करण्याची क्षमता माणसात नसते.''

जरा थांबून नंदू आकाशाकडे एकटक बघत राहिला. म्हणाला, ''जगातल्या प्रत्येक कलाकाराच्या एकदा तरी ध्यानात येतंच की प्रकृतीला स्वतःच्या ज्या रूपात प्रकट व्हायचं असतं तेच रूप प्रकृती कलाकाराच्या नजरेला कल्पनेतून अथवा स्वप्नातून दाखवून देत असते. त्यानंतर कलाकार जेव्हा त्या रचनेच्या निर्मितीला सिद्ध होतो, त्या वेळी त्यानं

स्वतः पाहिलेल्या रूपापेक्षा वेगळं निर्माण होईलच कसं? ही गोष्ट ज्याला चटकन उमजते, त्याला मग करायचं असं काही उरत नाही. उमज पडायला ज्याला वेळ लागतो, तो रेघोट्या ओढत बसतो.''

नंदूला नेमकं काय म्हणायचंय ते मला नीटसं कळलं नाही. तो असंच बोलत राहिला असता पुष्कळ वेळ, पण मध्येच काही आठवल्यागत विचारमग्न झाला. आधीचा विषय बाजूला ठेवून म्हणाला, ''अरे बापरे, त्या शेफालीसाठी ॲफिडेविट आणायला मुंबईला जावं लागेल ना?''

''हो. जावंच लागेल.'' मी म्हटलं. ''नेहाबेन काहीतरी व्यवस्था करणार आहेत.''

''ती बिचारी एकटी कुठे कुठे धावेल?'' बाहेर जायच्या तयारीनं नंदू उठला. मला म्हणाला, ''तू इथेच थांब आत्ता. कुठे जाऊ नकोस.''

अर्धा तास मी त्याची वाट बघत माझंच लिखाण पुन्हा पुन्हा वाचत राहिलो. नंदूच्या शब्दांचा अर्थ लावायचा प्रयत्न केला. वाट पाहून कंटाळलो. एकदा वाटलं, जावं निघून, तेवढ्यात नंदू आला. आल्याआल्याच विचारलं, ''माझ्यासोबत मुंबईला येशील?''

''का?''

''आपण दोघं जाऊ, ॲफिडेविट घेऊन येऊ. दुसऱ्या कोणासाठी नाही, पण निदान शेफालीसाठी तरी! असं बघ. दहा-बारा दिवसांची बिचारी तान्ही पोर इथून तिथे तिथून इथे हेलपाटे घालते, ते नुसतं बघत बसायचं का?''

नलिनीबेनकडे जाऊन नंदूनं मुंबईला जायची परवानगी मिळवली. सौम्यासाठी पन्नास हजार रुपये भरणं फारूखला या जन्मात शक्य नव्हतं. म्हणजे सौम्या इथेच राहायची, हे नक्की. त्यात आणखी मदुराईवाल्या अय्यंगार जोडप्यालाही शेफालीला नेणं जमलं नाही, तर तिचीही रवानगी इथेच व्हायची. 'देऊन टाकलेल्या' मुलीची बातमी इथे अजून ताजी आहे. हे सारं नंदूनं नलिनीबेनना पटवून दिलं होतं आणि त्यांची परवानगी मिळवली होती.

नलिनीबेननी फोन करून नेहाबेनना कळवलं तेव्हा त्या म्हणाल्या, ''हरकत नाही, जाऊ द्या; पण म्हातारा एकटाच न जाईल तर बरं. त्या मुलाला सोबत ने म्हणावं. त्याचा खर्च आम्ही करू.''

मला समजावून सांगण्याच्या आविर्भावात नंदू बोलत होता, ''तार... टपाल. कशाचा भरवसा नाही. आपण प्रत्यक्ष मुंबईला गेलो तरच काही होऊ शकेल. बाबा रे, त्या शेठजींना भेटून त्यांच्याकडून कागदपत्रं आणावीच लागतील. काय लिहायचं ते नेहाबेन तयार ठेवणारेत. आपण ते घेऊन जाऊ. चल बाबा, चल. जाऊन घेऊनच येऊ.''

रात्री आठच्या सुमाराला आम्ही नेहाबेनकडे पोहोचलो. योग्य तो मजकूर नेहाबेननी लिहून दिला. मुंबईला शेठशी फोनवरून बोलायचा प्रयत्न करून पाहिला, पण बराच वेळ कॉल लागला नाही. शेवटी, रात्री उशिराच्या गाडीनं आम्ही मुंबईला जायला निघालो.

मुंबईला एका धर्मशाळेत उतरलो. अंघोळ वगैरे आटोपून नंदूनं पूजा केली, मग आम्ही शेठजींच्या ऑफिसात गेलो. त्या भल्या उद्योगपतीनं आमचं स्वागत केलं. म्हणाला, "नेहाबेनचा फोन आलेला नाही, पण तुम्हा दोघांना मी ओळखतो. कोर्ट म्हणेल ते करावं तर लागणारच. आता असं करा, तुम्ही दोघं माझ्या घरी चला. जेवून घेऊ आणि लगेच काम उरकून टाकू."

घरी पोहोचल्यावर सगळी हकिगत ऐकून शेठाणी म्हणाल्या, "तुम्ही जेवून घ्या. त्या दोघांना जेवायला घालायची व्यवस्था करायला सांगते."

शेठ काहीसे ओशाळलेले दिसले, पण तसेच जेवणघरात निघून गेले. शेठना वाढून शेठाणी बाहेर आमच्यापाशी आल्या. म्हणाल्या, "कोण न्यायला तयार झालंय त्या आंधळीला?"

ते ऐकताच चटका बसल्यागत मी उठून उभा राहिलो. माझ्या तोंडून काही निघून जायच्या आत नंदूनं शेठाणींसमोर हात जोडत म्हटलं, "मा, एवढ्याशा लहानग्या जिवाला आंधळेपणाचा शाप देऊ नका हो! तिला नेणारे नवरा-बायको दोघंही डॉक्टर आहेत. मदुराईला असतात."

"पोरीला दिसत नाही हे त्यांना सांगितलंय का?"

"कोण म्हणतं तिला दिसत नाही?" माझ्यानं राहवलं नाही.

नंदूनं मला पुढे बोलू दिलं नाही. म्हणाला, "सांगितलंय मा, खुद्द डोळ्यांच्या डॉक्टरांनीच सगळं खुलासेवार सांगितलंय. याच कारणांमुळे तुम्ही मुलीला घेऊन जायचं नाकारलं होतं, तेही दोघांना माहीत आहे. आम्ही फसवत नाही कोणाला." नंदूनं नरमाईनं उत्तर दिलं.

"ऐकलं का..." म्हणत शेठाणी आत गेल्या. म्हणाल्या, "ते नवे आई-बाप दोघं डॉक्टर आहेत म्हणे. डॉक्टर मुलीला स्वीकारायला तयार झाले, याचा अर्थ त्या मुलीच्या डोळ्यांत दोष नाहीये."

"त्या वेळी नेहाबेन सारखं हेच म्हणत होत्या."

"हो, पण नेहाबेन डॉक्टर नव्हत्या. ही दोघं स्वतः डॉक्टर आहेत आणि तरीही मुलीला नेताहेत."

"नेहाबेन डॉक्टर नाहीत हे खरं, पण आपण डोळ्यांच्या डॉक्टरांनासुद्धा विचारलं होतं." हात पुसत शेठ बाहेर येऊन म्हणाले. "तेव्हा तुम्ही ऐकलं नाही. खोड असलेली मुलगी तुम्हालाच नको होती आणि आता असं बोलत आहात. काय

करायचं सांगा. जे करायचं ते ठरवा आणि तसं सांगा म्हणजे एकदा काय तो निकाल लागेल.''

शेठाणींनी हे नवीनच काढलं, त्यामुळे आम्हीदेखील थोडे गोंधळलो. शेठजींचं बोलणं पुढे नेत मी म्हटलं, ''होय ना, काय करायचं ते लवकर करावं लागेल.''

शेठजी शेठाणींना समजावून देऊ लागले, ''डॉक्टर अय्यंगार आज मदुराईला परत चालले आहेत. त्यांची पत्नी थांबणार आहे. त्या मुलीला आपल्यासोबत नेणार आहेत. घेऊनच गेल्या असत्या; पण कोर्टानं आपल्या मंजुरीची कागदपत्रं मागितली आहेत, ती घ्यायला हे दोघं आले आहेत. आजच्या आजच द्यायला हवीत.''

शेठाणींनी आम्हा दोघांकडे पाहिलं. मग शेठजींना म्हणाल्या, ''अशी रातोरात मंजुरी कशी काय देता येईल? थोडा विचार करायला वेळ नको?''

मला राग आवरेना झाला. परिस्थितीचा अंदाज आल्यानं नंदूनं माझा हात दाबून मला रोखलं नसतं, तर माझ्या तोंडून काहीही वेडंवाकडं निघून गेलं असतं.

नंदूनं शांतपणे म्हटलं, ''पुन्हा एकदा हात जोडून सांगतो मा, पोरीला तुम्ही तसंच सोडून गेल्यापासून तिचं धड काहीच होत नाहीये. तुम्ही तरी घेऊन जा नाही तर लिहून तरी द्या.''

''करू की! पण असे घोड्यावर बसून आलात आणि आत्ताच द्या म्हटलंत तर कसं चालेल? थोड्या दिवसांनी कळवू.'' शेठाणींनी निर्विकारपणे म्हटलं

आता मात्र माझ्यानं गप्प बसवेना. नंदूकडे दुर्लक्ष करून मी म्हटलं, ''हे बघा, आमचं शेठजींशी सगळं बोलणं झालंय. इथे आम्ही वाटाघाटी करायला आलो नाहीये. कोर्टानं मागितलं तसं ॲफिडेविट घ्यायला आलोय. तरीसुद्धा शेफालीला आणायचं अजून तुमच्या मनात असलं, तर तिला घेऊन येऊ शकेल असं कोणी आमच्यासोबतच पाठवा. दोन्हींपैकी एक करा. मुलीला आणखी त्रास नको आणि कण्णगीबेनना उगीच वाट बघत बसायला नको.''

''फार चुरूचुरू बोलतोस न् काय!'' शेठाणींनी डोळे मोठे करत म्हटलं. मग शेठजींकडे बघून म्हणाल्या, ''तिकडली माणसं ही असलीच. कोणाचे संस्कार घेऊन आलेले असतात कोण जाणे, त्यात आणखी बोलणारं डोक्यावर कोणी नाही. मग काय? मोठं माणूसबिणूस काऽही न बघता मस्तवालपणे बोलायलाच शिकणार नाही तर काय?''

अशा वेळी गप्प बसावं लागणं किती वेदनादायक असतं ते अनुभवल्याखेरीज समजावता येण्यासारखं नसतं. ती व्यथा भोगावीच लागते. नंदूनं माझा हात घट्ट धरून ठेवला. दोघांपैकी कोणीही पुढे काही बोललो असतो तर ॲफिडेविटवालं सगळंच काम फिसकटण्याचा धोका होता.

शेठजींनी माझी अवस्था जाणली होती. शेठाणींकडे पाहून ते म्हणाले, ''असू

दे आता. माणसाच्या जन्माला आलेल्याबद्दल इतकी घृणा बाळगू नये. असा विचार करत राहाल तर तुम्ही आणि इथे येणारा, दोघांनाही त्रास होईल. त्यापेक्षा सगळंच विसरा. दत्तक घ्यायचंय कशाला? आपल्याला काहीच नको.''

''घृणा बाळगू नये म्हणे! त्यांचं काय सांगता येतंय? कोणास ठाऊक कसे जन्मले न् काय! एका अनाथ मुलीला घरी आणून मोठी करेन, तिचं लग्न लावून देईन असं मी माझ्या क्लबमध्ये जाहीर करून बसलेय. आता म्हटलंय तर आणावी तर लागेलच ना?'' शेठाणींनी गौप्यस्फोट केला. ''पण घरात आणायच्या आधी, जन्मभर आपल्याच डोक्याला तिच्यामुळे ताप होणार नाही हे बघायला नको? फुकटची आपल्याच गळ्यातली धोंड होऊन बसली म्हणजे?''

एखादी व्यक्ती अशा तऱ्हेनंदेखील विचार करू शकते, हे माझ्या कल्पनेपलीकडचं होतं. साक्षात जिवंत माणसाचा एखाद्या वस्तूसारखा व्यवहार होत असताना मी क्वचितच पाहिला आहे. दुर्गाला अनेक वेळा असा अनुभव आल्याचं तिनं म्हटलं होतं. शेठजींच्या घरी त्या वेळी दुर्गा हजर असती तर तिची काय प्रतिक्रिया झाली असती, ते मी आजही सांगू शकत नाही. कदाचित काहीच न बोलता तिनं शेठाणींवरून दृष्टी काढून घेतली असती. कदाचित नुसतंच कडवट हसली असती अथवा... जे केवळ दुर्गाच करू जाणे असं काही वेगळंच करून मोकळी झाली असती.

परिस्थिती झपाट्यानं हाताबाहेर चालली आहे हे शेठजींच्या लक्षात आल्याचं जाणवतं होतं. सगळंच बिनसलं असतं. पहिलं म्हणजे आम्ही दोघंही 'बाहेरची माणसं' होतो. विशेषतः 'त्या लोकांपैकी' होतो. आम्ही तिथे परत गेल्यावर इथे घडलेला प्रसंग जाहीरपणे वर्तमानपत्रात वगैरे छापूनबिपून आला तर! प्रश्न शेटजींच्या अब्रूचा होता!

परिस्थिती सावरत शेठजी शेठाणींना म्हणाले, ''हिच्याऐवजी दुसरी चांगली मुलगी शोधून आणायची असं आपण एकदा ठरवलं आहे ना? मग तेच पक्कं धरून ठेवा. शेफालीला नवे आई-बाप मिळाले आहेत. फार तर तुमच्या क्लबमध्ये सांगून टाका की बुवा, आम्ही मुलगी आणायला गेलो होतो, सर्व ठरलं होतं, पण आम्ही निवडली तीच मुलगी नेमकी आणखी एकांना आवडली म्हणून आम्ही थोडा त्याग करायचं ठरवलं, त्यामुळे या खेपेला नाही आणता आली.''

''बरं बाई, तुम्हाला काय हवं ते करा. दुसरी चांगली धडधाकट मुलगी शोधावी लागेल तेवढं मात्र लक्षात ठेवा.'' शेठाणींनी बजावलं. मग आतल्या कोणाला तरी हाक मारून म्हटलं, ''या दोघांना जेवायला घाला.''

नाईलाज म्हणून आम्ही जेवून घेतलं. शेठ आम्हाला त्यांच्या कचेरीत घेऊन गेले. त्याच दिवशी कागद तयार करून आणायची तजवीज केली. सोबतीला

माणूस देऊन रात्रीच्या गाडीत आम्हाला बसवून दिलं.

ट्रेनमध्ये वरच्या बाकावर निजायला जागा मिळाली, पण मला झोप येईना. शेठाणींनी उच्चारलेले शब्द राहून राहून कानांवर आदळावेत तसे आठवत होते, 'तिथली माणसं म्हणजे अशीच असायची...' नंदू होता म्हणूनच माझ्याकडून शेठाणींना प्रत्युत्तर मिळालं नव्हतं, अन्यथा मी त्यांना नक्कीच सुनावलं असतं की... जशा त्या तसाच मी!

या क्षणी माझ्या मनात असाही विचार येतोय की शेठाणी मला पिवळ्या इमारतीतला एक समजल्या. मला आठवलं, की मी त्यांच्यातला नाहीये. मला कूळ आहे, मला गोत्र आहे, जात आहे, माझं स्वतःचं आडनाव आहे. माता-पित्यासह स्वतंत्र ओळख आहे. भले सोडून दिला असेल, पण मला माझा असा समाज आहे. पिवळ्या भिंतीपलीकडच्या जगात एक रेखा सोडली तर दुसऱ्या कोणालाही क्वचितच यातलं काही लाभलं असेल!

मी नंदूकडे पाहिलं. त्यानं मला पिवळ्या इमारतीत थांबवून घेतलं नसतं, तर पहिल्याच दिवशी मी तिथून निघून गेलो असतो. मी पळूनच जायला हवं होतं त्या दिवशी!

नंदूचं माझ्याकडे लक्ष होतं. माझ्या बाकावर येत तो म्हणाला, "जरा सरकून घे. बसू दे." मी पाय आखडून घेतले. त्याला बसण्यापुरती जागा करून दिली, पण तेवढ्यानं नंदूला नीट बसता येणार नाही, हे लक्षात आल्यावर उठून बसलो.

थोडा वेळ नंदू काही बोलला नाही. विचारात मग्न असल्यागत तसाच खाली पाहत बसून राहिला. मग एकदम म्हणाला, "तुला झोप येत नाहीये ते केव्हाचा बघतोय. आता नीट ऐक. जशा नेहाबेन या लोकांसाठी काम करतात, कधीकधी डॉक्टर मंडळी औषधपाणी करतात, इकडचे तिकडचे पाहुणे भेट द्यायला येतात तसाच, त्यांच्यासारखाच तू पण तुझ्याकडून होईल तेवढं या लोकांसाठी करतोस असं जर तुला वाटत असेल, तर ते चुकीचं आहे. ती माणसं परकी आहेत रे, त्यांच्या त्यांच्या पद्धतीनं करायची सवय आहे त्यांना. तुझं तसं नाहीये. तुझ्यानं तसं होणंच शक्य नाही."

मी आश्चर्यानं थक्क झालो. माझे मनोभाव हा माणूस तंतोतंत ओळखू शकेल, याची मला कल्पना नव्हती. त्यानं म्हटलं त्यातलं अक्षर अन् अक्षर मला समजलं. मी उत्तर दिलं नाही, पण पिवळ्या इमारतीत राहणाऱ्यांशी माझा असा संबंध जोडला जाणार असेल, तर मी तिथे न राहणंच बरं, असा मनातल्या मनात निश्चय मात्र करून टाकला. या गाडीतून रात्रीच एखाद्या स्टेशनावर उतरून जायचं ठरवलं आणि हळूच म्हटलं, "समजतं मला!"

नंदू आपल्या बाकावर जाऊन निजला. वरच्या बाकावरून खाली उतरून

बसायचं मी ठरवलं. नंदूला गाढ झोप लागली, की गाडीतून उतरून जायचा माझा निश्चय पक्का होता.

रात्री उशिरा कुठल्याशा अनोळखी ठिकाणी गाडी थांबली. दूरवर स्टेशनवरचे दिवे दिसत होते.

"सिग्नल मिळाला नसेल." कोणीसं बोललं. मी नंदूकडे नजर टाकली. त्याला झोप लागली होती. पिशवी घेऊन मी गाडीतून उतरलो. समोरून येणाऱ्या एका रेल्वेकर्मचाऱ्याला एक जण विचारत होता, "गाडी का थांबली आहे?"

"पुढे फाटकाशी एक ट्रक उलटला आहे. हटवण्याचं काम सुरू आहे. अर्धा तास तरी लागेल."

पुष्कळ माणसं गाडीतून उतरू लागली. त्या जमावात मिसळून निसटून जावं असा विचार करून मीसुद्धा इंजिनाच्या दिशेनं चालू लागलो. सगळ्या माणसांमधून हळूच बाजूला होऊन जवळच्या शेतात शिरायचा विचार करत होतो, तोच आठवलं शेटजींनी दिलेली ॲफिडेविटची कागदपत्रं माझ्या पिशवीत आहेत!

तत्क्षणी मला शेफालीची आठवण झाली. उद्या सकाळी कागद पोहोचणं अत्यावश्यक होतं. अजून अर्ध्या तासाचा अवधी आहे. तेवढ्यात परत जाऊन कागद नंदूच्या पिशवीत ठेवता आले असते.

परत फिरलो. पाहतो तर डब्यातले जवळपास सगळे लोक जागे झाले होते. नंदूही खिडकीबाहेर बघत होता. तो इंजिनाच्या दिशेनं बघत असल्यानं त्यानं मला डब्यात चढताना पाहिलं नाही.

मुकाट्यानं चढलो. अजून नंदू मला बाहेरच शोधत होता. जागा पाहून मी बसलो तेव्हा कुठे त्यानं मला बघितलं! म्हणाला, "असं अंधारात उतरू नये."

मी मान डोलावली.

समोरच्या बाकावर एका तरुण स्त्रीची तिच्या छोट्याशा मुलीशी झटापट चालली होती. ती एवढीशी मुलगी आईच्या मांडीवरून उतरायची, पुन्हा चढायची, मध्येच रुसायची, मध्येच रडायची, आई तिची समजूत घालायचे नाना प्रयत्न करत होती.

शेजारी बसलेल्या आजी त्या मुलीला रिझवण्याचा प्रयत्न करू लागल्या. तशी फणकाऱ्यानं तिनं तोंड फिरवलं. आजींनी तिच्या आईला विचारलं, "नाव काय म्हनायचं हिचं?"

"सुखी," त्या स्त्रीनं उत्तर दिलं. मग जरासं हसून म्हणाली, "पन तिला सुख हाय कुटं? ह्येच बगा, कवाधरनं त्रास देऊन ऱ्हायली."

"तू दिखील तुज्या आयला असाच त्रास दिला आसशील गं!" आजी म्हणाल्या. "माय तशी लेक! नाकीडोळी पन तुज्यावानीच दिसतीया!"

मी निरखून पाहिलं. मुलीचा चेहरामोहरा तिच्या आईसारखा होता. दोघींची चुकामूक झाली असती, तर केवळ मुलीच्या चेहऱ्यावरून तिच्या आईला शोधून काढता आलं असतं इतकं दोघींमध्ये साम्य होतं.

हसून ती बाई मुलीला उचलायला खाली झुकली. म्हणाली, "लई लाडाकोडानं वाढवलं की आपसूकच नाकडोळं समदं सारकं वाटाया लागतं. बाकी पोर माजी न्हाई. माज्या मावसनणदंची हाये. ती द्येवाघरी ग्येली तशी मी हिला आन्ली. आटच दिवसांची होती बघा, न मी आन्ली. दोन वरसापास्नं माज्यातच हाये."

निमुबेनचं बोलणं आठवलं, "बघत-ऐकत राहावं. कधी, कुठे असं काही घडतं की त्या क्षणी आपण कोण आहोत, कसे आहोत ते उमजू लागतं."

माझ्यापुढे एक नवंच सत्य उलगडतंय, असं मला प्रतीत होऊ लागलं. मातापित्यांकडून मिळालेल्या अनुवांशिकतेवरच चेहऱ्याचं साम्य अवलंबून असतं, ही माझी समजूत ढासळू लागली. एका माणसाला दुसऱ्या माणसाशी जोडणारे, बांधून ठेवणारे अनुबंध वांशिकतेच्या पलीकडचेही असू शकतात!

त्या दिवशी हुस्नानं कोर्टात म्हटलं होतं, "रीस्ते क्या सीरीफ सगाई से बनते है?" हुस्नाच्या त्या शब्दांमागचा अर्थ सुस्पष्टपणे डोळ्यांसमोर उमटत होता. हावभावात, स्वभावात फार काय, चेहरेपट्टीतही फरक घडवून आणण्याची अपूर्व शक्ती ज्यात असते ते नातं, ते लाडकोड, ते कौतुक, ते ममत्व आणि ते ऋणानुबंध किती अनोख्या रीतीनं एकमेकात गुंफले गेले असतील!

माझी विचारशृंखला तुटली ती त्या आजींच्या बोलण्यानं. "त्येचं कसं आसतंय की जो वाढीवतो, मोठं करीतो त्येच्यासारकं व्हायला होतं बघ. तसं नसतं तर कंसमामाला आपल्या बहिणीचा मुलगा वळखू नसता आला? आन त्या वेळी नाई का त्ये इतके थोर थोर म्हापुरुष गोळा झालते, त्यांनी नसतं कर्णाला वळीखलं की बाबा हा सारथ्याचा मुलगा न्हाई म्हनून?"

मी डोळे मिटले. अर्जुन आणि कर्ण यांच्यात काय साम्य असेल, किती फरक असेल याचं कल्पनेनं चित्र रंगवू लागलो. दोघांची माता एकच होती. तरी कर्णाचा चेहरा कुंतीसारखा दिसण्याऐवजी राधेसारखा दिसत असेल? 'जो वाढवतो त्याच्यासारखं व्हायला होतं' हे जर सत्य असेल तर त्याचा अर्थ असा की, वंश, कुटुंब, घराणं, पिढ्या... या साऱ्यांविषयीचं माझं ज्ञान आणि माझी धारणा यांच्यापेक्षा प्रत्यक्षात प्रकृतीची रचना आणि व्यवस्था काही वेगळीच आहे.

आजवर ज्या गोष्टीला मी नातं मानत आलो होतो त्या संबंधाचा पट अचानकच मला अपार विस्तृत भासू लागला. अगदी पृथ्वीच्या पलीकडच्या अवकाशापर्यंत पसरताना दिसू लागला.

गाडी निघाली. मी पुन्हा एकवार वर निजायला जाऊ लागलो. नंदू समोरच्या

बाकावर चढला. मला पुरतं जाणून असल्यागत म्हणाला, ''तुला नाही जमायचं. पिवळ्या भिंतीबाहेर राहतोस म्हणजे आतल्यांशी तुला देणंघेणं नाही असं समाधान मानून चालणार नाही. याआधीदेखील मी तुला म्हटलं होतं की 'बाबा रे, प्रकृती तुला सांगू पाहते आहे, दाखवू पाहते आहे, यापुढे तुला जे बघावं लागणार आहे, ते तू असं तटस्थपणे बाहेरून बघू म्हणशील, तर ते शक्य नाही. आता व्यर्थ हात-पाय मारणं सोडून दे.''

दहा

सकाळी नेहाबेनच्या हाती कागद सोपवून नंदू तडक घरी गेला. मी मात्र नेहाबेनच्या घरी दोन तास झोप काढली. नऊ वाजता अंघोळबिंघोळ आटोपून दुकानात जायला तयार झालो, तोवर दुर्गा आली.

"कुठे निघालास?" जायची तयारी करताना पाहून दुर्गानं विचारलं.

"कुठे नाही. आता पुन्हा परत. दुकानात!"

"थांब की! शेफालीचं काम झालं की दुपारी दोघं सोबतच जाऊ."

नेहाबेननी जेवून जायचा आग्रह केला. जमलं तर कोर्टात सोबत चल म्हणाल्या. अकराच्या सुमारास आम्ही कागदपत्रांसहित कोर्टात पोहोचलो.

थोड्या फार चौकशीनंतर कण्णगीला शेफालीला नेण्याची परवानगी मिळाली. शेफाली रोझम्मापाशी दवाखान्यात होती. मी अन् दुर्गा तिला आणायला कण्णगीसोबत गेलो. नेहाबेन तिथूनच त्यांच्या ऑफिसला जायला निघाल्या.

शेफालीला हातात घेताच कण्णगीला अश्रू आवरेनात. तिनं त्या इवल्याशा पोरीला हृदयाशी घट्ट धरलं. तिचे पटापट मुके घेतले, मग रोझम्माला इंग्रजीत काहीतरी विचारलं.

रोझम्मा आम्हाला म्हणाली, "मॅडम को मदुराई फोन लगाना है। पोस्ट ऑफिस तक साथ में जाएगा?"

आम्ही सर्व तार-फोन ऑफिसात गेलो. कण्णगीनं लाईटनिंग कॉल लावला. आनंदाच्या भरात तिला बोलणंही सुचत नव्हतं. जणू काही आपली हरवलेली मुलगी सापडल्यागत, रडता रडता तीच तीच वाक्यं दोनदा-तीनदा बोलत होती.

तिथून नेहाबेनच्या घरी पोहोचेतो दुपारचे दोन वाजले. कण्णगी संध्याकाळच्या गाडीनं निघणार होती. नेहाबेन पुन्हा एकदा तिच्याशी बोलल्या, तसा श्रीमती अय्यंगारांचा चेहरा उतरला. नेहाबेननी त्यांना धीर दिला असावा, कारण त्यानंतर त्या शांतपणे शेफालीचं

हवं नको बघू लागल्या.

नेहाबेनच्या बा त्यांच्या खोलीतून बाहेर आल्या. त्यांनी कण्णगी अय्यंगारांना विचारलं, "मिळाली तुला मुलगी? आता कसली काळजी नाही ना?"

बा काय म्हणत होत्या ते कण्णगीला समजत नव्हतं. ती नुसतीच नेहाबेनकडे बघत राहिली.

"हो, मिळाली." नेहाबेननीच बांना उत्तर दिलं, "तिकडे खोलीत निजवलंय तिला. मुळात हे कोर्टाचं सरकारी काम इतक्या थोड्या वेळात झालंच कसं याचं तिला भारी नवल वाटतंय. नंदूचे आणि या मुलाचे आभार मानायला सांगतेय पुन्हा पुन्हा."

"कागदबिगद सगळे झाले का व्यवस्थित?"

"झाले म्हणा, पण शेफालीचे आईबाप म्हणून यांची नावं नोंदवायला म्युनिसिपालिटीवाले तयार नाहीत. तसा कायदा नाही म्हणतात."

"मग आता? तुला धावपळ करावी लागणार की काय?" बांच्या आवाजात काळजी डोकावली.

"बघू. करू काहीतरी." विचारात पडलेल्या नेहाबेननी म्हटलं. तूर्त त्या शेफालीला सोबत नेत आहेत. पुढचं पुढे बघू.

तेवढ्यात बांना आठवलं, म्हणाल्या, "सकाळी तुम्ही नव्हतात ना, तेव्हा तो रिक्षावाला न् त्याची बायको, दोघं आली होती."

"हं." नेहाबेननी त्रोटक उद्गार काढला. बा आपल्या खोलीत गेल्या.

"मी नलिनीबेनकडे जाणार आहे. माझ्यासोबत यायचं असेल तर थोडा वेळ थांबा."

आम्ही थांबलो, मग रिक्षानं नेहाबेनसोबत गेलो. दुर्गा पिवळ्या इमारतीत का आली ते या खेपेलाही विचारायचं राहून गेलं.

ऑफिसात पोहोचल्यावर मी चहा ठेवला तोवर नलिनीबेन आल्या. नेहाबेननी त्यांना विचारलं, "आता सौम्याचं काय करायचं?"

"तुम्हाला सांगायला नकोच म्हणा, पण सरकारी काम म्हणजे जबाबदारी. ते कायदेकानून... आपल्याला त्यातलं फारसं कळत नाही. मी वरच्या ऑफिसला लिहून कळवेन, एक प्रत ट्रस्टींना पाठवेन. जसं म्हणतील तसं करणं एवढंच माझ्या हाती."

सौम्याला हुस्ना घेऊन जाणार होती, परंतु कोर्टानं डिपॉझिटची मागणी केल्यानं तिला पिवळ्या इमारतीत परत आणावं लागलं. संस्थेच्या नियमांचा घोळ झाला होता. एकदा दत्तक देऊन झालेलं मूल पुन्हा इथे कसं ठेवून घ्यायचं?

"आपण असं करू, रजिस्टरमध्ये तपशीलवार नोंद करून कोर्टाच्या ऑर्डरची

नक्कल तिथे चिकटवू. फारुख पन्नास हजार रुपये भरेपर्यंत मुलाची कस्टडी आपणाखेरीज दुसरं कोण घेणार?'' नेहाबेननी सुचवलं.

''अहो, पण इतके पन्नास हजार रुपये भरायची त्या रिक्षावाल्याची ऐपत आहे का? त्यापेक्षा असं करा ना, या शेफालीसारखं तिच्यासाठी पण शोधा कोणी दुसरं म्हणजे कटकट मिटली! खूप ओळखी आहेत तुमच्या, आज ना उद्या सौम्याला या फारुख न् हुस्नापेक्षा चांगले आई-बाप मिळतील कदाचित.''

चहाची भांडी विसळून बाहेर येत होतो, तेव्हा नलिनीबेनचे शब्द ऐकू आले. नेहाबेन यावर काय बोलतात, ते ऐकायचा मोह आवरेना.

नेहाबेन म्हणाल्या, ''हुस्नापेक्षा जास्त सुखवस्तू आणि सुखी माणसं सापडतील कदाचित, पण तसं करता येत नाही. दुसरं म्हणजे या केसमध्ये सौम्याची आई म्हणून हुस्नाच अधिक योग्य आहे.''

दुकानात गेल्यावर कामाला लागलो, पण सौम्याच्या भवितव्याचे विचार सारखे मनात येत राहिले. कोणी आलं गेलं असतं तर त्याच्याशी चार शब्द बोलण्यात मन गुंतलं असतं, पण नेहाबेनना घेऊन आलेल्या रिक्षाखेरीज फाटकाबाहेर सगळं सामसूम होतं.

खूप वेळानंतर दोघी बाहेर आल्या. रिक्षात बसण्याआधी माझ्या दुकानासमोरच दोघी बोलत उभ्या. अजून कायदे नियम हेच बोलणं सुरू असावं. फारुखबद्दल बोलत होत्या बहुधा!

नेहाबेनच्या चेहऱ्यावरचा राग आणि बेचैनी लपत नव्हती. त्यांची समजूत घातल्यागत नलिनीबेन म्हणाल्या, ''आपण पुस्तकात नीट बघून नियम वाचलेत की! अशा तऱ्हेच्या डिपॉझिटची कायद्यात तरतूदच नाहीये. हां, पोरीच्या सुरक्षिततेसाठी एखादा जामीन मागतील. कोर्टात रोख रक्कम जमा करायचा हुकूम झाल्याचं आजवर कधी ऐकलं नाहीये, पण आता खुद्द कोर्टासमोर आपण तरी काय करणार?''

नेहाबेननी नलिनीबेनचा हात हातात घेतला. विनवणी केल्यागत म्हणाल्या, ''संस्थेतर्फे तुम्ही हायकोर्टात अपील कराल का? बिचाऱ्या त्या लहानग्या जिवाला किती त्रास होतो आहे! तिकडे पोरगी पदरात पडेपर्यंत ती हुस्ना मला स्वस्थ बसू देणार नाही. फार काय, तुमची ही दुर्गासुद्धा मला रोज आठवण करत राहील.''

नलिनीबेननी लगेच उत्तर दिलं नाही. एवढा खटाटोप त्या कशाला करताहेत! त्यांना खेद ना खंत. त्यांनी स्पष्टपणे सांगून टाकलं, ''मला असल्या भानगडीत पडायचं नाहीये. तुम्हाला ठाऊक नाही, एका रिक्षावाल्यासाठी कोर्टकचेऱ्या, कायदे कागदपत्रं असलं करत बसले तर ट्रस्टी माझ्यावरच उलटतील. म्हणतील, तुम्हाला काय पडलीय एवढी? हां, आता त्या शेफालीसाठी करायचं असतं तर एखादे वेळी केली असती हिंमत!''

नेहाबेनचा निरोप घेऊन नलिनीबेन आत गेल्या. नेहाबेन माझं दुकान बघायला थांबल्या. मला किती काम मिळतं, कमाई किती होते, आणखी दुसरं काही करायला जमेल का, अशी थोडी विचारपूस केली.

''जमेल की! काहीही जमेल. मशिनबद्दल असेल तर जास्त आवडेल.''

''मशिन बनवण्याऐवजी मशिन विकायचं असेल तर? आवडेल?''

''हो, ते पण आवडेल. लोकांना मशिनबद्दल सांगायची गंमत असते.''

''गंमत वेगळी आणि आवडणं वेगळं.'' नेहाबेन किंचित हसून म्हणाल्या. ''तुला आपलं विचारून ठेवलं रे! कधी कोणाला गरज लागली तर सुचवता येतं.''

''हरकत नाही. मी करेन.'' मी म्हटलं.

जराशानं नेहाबेन गेल्या. रात्री डायरी लिहायला बसलो. हुस्ना जणू समोर बसून मला विचारत होती, 'रीस्ते क्या सीरीफ सगाई से बनते है?' व्यवहारी मार्ग दाखवून नलिनीबेन जणू म्हणत होत्या, ''म्हणजे कटकट मिटली!''

या साऱ्या जणी ज्याबद्दल बोलत होत्या ते होतं एक अस्तित्व, झगझगणाऱ्या शहरांनी आणि टिमटिमणाऱ्या गावांनी सजलेल्या या रम्य म्हणवल्या जाणाऱ्या पृथ्वीवर थोड्याच दिवसांपूर्वी अवतरलेल्या एक जित्याजागत्या सुकुमार तान्हुलीबद्दल. या बायकांच्या वेगवेगळ्या मतांपैकी खरं कोणतं आणि चांगलं कोणतं, हे येणारा काळच ठरवणार होता. त्याच्याखेरीज इतर कोणाला सांगता आलं नसतं.

नंदूचं म्हणणं खरं असावं. ज्या वेळी कायदे अन् नियम घडवण्याची गरज भासली तो क्षण मानवसमाजाच्या दृष्टीनं सर्वांत अवघड आणि कसोटीचा क्षण होता!

हे असे विचार माझ्या मनात येतातच का, ते मला समजत नव्हतं.

खरंतर मला या सगळ्यापासून अलग, अलिप्त राहायचंय. मला माझी स्वतःची अशी खास ओळख निर्माण करून राहायचंय. इतरांपेक्षा वेगळं असल्याच्या जाणिवेसह विशिष्ट जोमानं जगायचंय... मग सौम्याबद्दल मला इतकी काळजी वाटायचं तरी कारण काय?

एक वेगळीच शंका मनात कुठेतरी उद्भवू पाहतेय. माझ्या स्वतःच्या जगाला पिवळ्या इमारतीशी जोडणारा सेतू निर्माण होताना जाणवतोय. एकदा का तो सेतू जुळला, की लाख प्रयत्न करूनसुद्धा तो तोडणं शक्य होणार नाहीये. एकच उपाय दिसतोय. या पिवळ्या भिंतीच्या आधारानं मी स्वतः बनवलेलं हे दुकान सोडून पळून जावं, पण... तसं करण्यापासून मला कोण रोखतंय तेच तर समजत नाहीये!

लिहून झालं तेवढ्यात दुर्गा आली. ''अगोबाई, विद्वान लिहायला बसलेत म्हणे!'' असं म्हणत तिनं डायरी घ्यायला हात पुढे केला. ''दे बरं! महाशय कसं लिहितात बघू तरी!''

हो, ना म्हणायच्या आतच तिनं डायरी हिसकावून घेतली. म्हणाली, "तुझं पेन दे जरा!"

"डायरीत काही लिहायचं नाही." मी बजावलं, तरी पेन दिलंच.

पेननं डायरीत रेघा ओढल्यासारखं करून मला परत देत दुर्गानं म्हटलं, "लिहिलं नाहीये, पण खोडू नकोस असं तू म्हटलं नव्हतंस."

तिच्या हातातून डायरी घेऊन मी पाहिलं. शेवटच्या दोन ओळी तिनं खोडल्या होत्या, मी रागानं तिच्याकडे बघितलं.

मोठ्यानं हसत दुर्गा म्हणाली, "चिडतासुद्धा येत नाही रे तुला! डोळे वटारले की दुर्गा घाबरेल असं वाटलं?"

मी गप्प राहिलो. दुर्गानं हात जोडून माफी मागण्याचं नाटक केलं. मग गंभीरपणे हळूच म्हणाली, "तुला एक सांगायचं होतं, पण आज नाही सांगणार. वेळ येऊ दे. आत्ता एवढंच सांगते, की उगाच लंब्या लंब्या बाता लिहिणं सोडून दे. भलं होईल तुझं!"

"तू आपलं भलं बघ. माझं भलं मी करून घेईन."

मी सुनावलं तिनं तोंड वाकडं केलं. विषय बदलत विचारलं, "उद्या शहरात यायचंय?"

"नाही. आधीच खूप दिवस दुकान बंद ठेवलंय. गिऱ्हाइकांना हेलपाटे पडतात उगाच. बरं नाही ते." मग वाटलं काही महत्त्वाचं असलं तर विचारून घ्यावं, "का काही विशेष काम आहे?"

"छे! पैसे खर्चायला!" असं म्हणून दुर्गानं फ्रॉकच्या खिशातून थोड्या नोटा बाहेर काढल्या. म्हणाली, "त्या पटेलांच्या घरच्या लग्नात आम्ही पंगत वाढायला गेलो नव्हतो का, आज आत्ताशी पगार मिळाला त्याचा. सगळ्या मुलींसाठी बांगड्या घेणारे."

"तुम्ही मुली-मुली जा. मला काम आहे."

"ठीक आहे. करा काम. बस्स?" दुर्गा धारदार आवाजात 'बस्स' म्हणाली, जणू तिला म्हणायचं होतं, 'तेवढीच तुमची ताकद' किंवा असंही म्हणायचं असेल, 'बस्स. सगळंच संपलं.'

शाळा सुटायच्या एक तास आधी जाऊ देण्याची परवानगी घेऊन मैत्रिणी शहरात फिरायला गेल्या. चालत चालतच! त्या काळी बस होती कुठे! एका पारशी माणसाची बस होती, ती हमरस्त्यावरून फेऱ्या मारायची. आमच्या या बाजूला बैलगाडी, सायकल फारच झालं तर एखादी मोटरसायकल. नेहाबेन कधी आल्या तर त्यांची रिक्षा एवढंच.

सगळ्या मुलींनी एकमेकींना बांगड्या दाखवल्या. दिसेल तिच्याशी 'शहरात

गेलोतो' हेच बोलणं. एकदाच नव्हे, दोन दिवस वर्णन करकरून त्याच गप्पा. त्यानंतरच्या आठवड्यात एके संध्याकाळी पिशवीभर कागद घेऊन दुर्गा दुकानात आली. म्हणाली, "लवकर आटप. मोहनकाकांच्या वाडीवर जायचंय. जरा या कागदांच्या नकला करून दे."

"हे आणि काय?" मी विचारलं.

"काय ते कळलं नाही तर करणार नाहीये का?" माझ्यावर अशी दादागिरी दुर्गा पहिल्यांदाच नव्हती करत!

मला राग आला. एकदा वाटलं साफ नाही म्हणावं, पण कागद घेताना म्हटलं, "नाही पण करणार!"

"खूप पाहिलेत नाही म्हणणारे. आता मुकाट्यानं वाडीवर चल. तिकडे गेल्यावर सगळं सांगते." दुर्गा मोहनच्या घराकडे चालू लागली. मला जावंच लागलं.

वाडीवर पोहोचलो. "मोहनकाका, तुमचा कंदील घेतीये," असं म्हणून दुर्गानं स्वतःच कंदील आणला, पेटवला. स्वतः तिथे बसली. मला म्हणाली, "इथे असा बैस समोर."

मला समोर बसवून दुर्गानं एक रजिस्टर आणि थोडे कागद पिशवीतून काढले. म्हणाली, "या सर्व कागदांच्या प्रती काढायच्यात. तुझं अक्षर कसं आहे? नाहीतर असं कर, तू सांग मी लिहिते."

मुलं दत्तक हवी असल्याचे ते अर्ज होते आणि अर्जांची नोंद करण्याचं रजिस्टर होतं, संस्थेत राहणाऱ्या मुलामुलींची नावं, किती दिवसांपासून इथे आहेत इत्यादी गोष्टींचं रेकॉर्ड होतं. कोरे कागद, कार्बन पेपर... दुर्गानं सर्व काही आणलं होतं.

"आण, मी लिहितो तू सांगत राहा." असं म्हणून मी कागदावर रकाने आखू लागलो. म्हटलं, "हे एवढं कारस्थान कशासाठी?"

"नेहाबेनना प्रती हव्यात. आता मात्र काम पूर्ण होईतो एक शब्द बोलायचा नाही बरं का? नंतर सांगीन म्हटलं ना?" दुर्गानं बजावलं.

काम संपेतो दुर्गाच गप्प नव्हती. मी रकाने आखत असतानाच तिनं कितीतरी बोलून टाकलं. तिच्या बोलण्यावरून लक्षात आलं, की त्या दिवशी संध्याकाळी माझ्या दुकानापाशी नलिनीबेनशी बोलल्यानंतर घरी गेल्यावर नेहाबेननी हायकोर्टाच्या मुख्य न्यायाधीशांना एक साधं पत्र पाठवलं होतं.

कायद्यात तरतूद नसताना, जुवेनाईल कोर्टानं सौम्यासाठी डिपॉझिट मागितल्याचं लिहिलं होतं, तसंच म्युनिसिपालिटीच्या जन्मदाखल्यात, दत्तक जाणाऱ्या मुलांच्या नव्या आई-वडिलांची नावं नोंदवताना विचारले जाणारे प्रश्न, संस्थेतून मुलं दत्तक देते वेळी घेतले जाणारे आढेवेढे, दिरंगाई अशा अनेक बाबतीत काय करता येईल

याबाबत एक जाणकार वरिष्ठ या नात्यानं खुद्द न्यायाधीशांनीच मार्गदर्शन करावं असं म्हटलं होतं.

नेहाबेनच्या त्या पत्राला इलाबेन नावाच्या एका वकीलबाईंचं उत्तर आलं होतं. ''नामदार कोर्टानं तुमच्या पत्राला सुओमोटो मानून केस दाखल करण्याचा आम्हाला आदेश दिला आहे. प्राथमिक सादरीकरणासाठी आणि केस तयार करण्यासाठी पुढील माहिती तत्काळ पाठवावी...''

तेच तयार करण्यासाठी आम्ही दोघं यडपट इथे बसलोय. दुर्गा सांगतेय, मी लिहितोय.

पुष्कळ वेळानंतर एकदाचं सगळं उरकलं. तशी दुर्गा म्हणाली, ''हे कागद नेहाबेनना पोहोचते केले म्हणजे काम पूर्ण झालं म्हणायचं. तू देऊन ये. बाकीचं मग बोलू.''

बाकीचं दुर्गानं सांगितलं नसतं तरी त्या कागदाचं महत्त्व मला समजलं होतं. उरलेलं नेहाबेननी सांगितलं. मला समोर बसवून घेत म्हणाल्या. ''असं बघ केव्हाही माझ्याबरोबर यावं लागेल. तयार राहा. प्रवासाच्या खर्चाची काळजी करू नकोस.''

''काही अडचण आलीये का?''

''तसं नाही, पण काम निघालंच तर एखादं कोणी सोबत असलेलं बरं!''

मी दिलेले कागद फेंदारत नेहाबेन म्हणाल्या. कागद तपासून झाल्यावर पुन्हा म्हटलं, ''वा, छान! नलिनीबेनचा कारभार सुधारलेला दिसतोय. परवा कागद नकलून पाठवा म्हटलं आणि आज पाठवून दिलेसुद्धा!''

''नलिनीबेनने काही केलं नाहीये.'' मी उत्तर दिलं. ''हे सारं मी अन् दुर्गानं मिळून केलंय. पिशवीतून लपवून दुर्गानं रात्री कागद आणले. मोहनकाकांच्या घरी बसून आम्ही प्रती केल्या.''

नेहाबेनचा गैरसमज दूर करण्यासाठी मी हे म्हटलं. त्याच वेळी दुर्गाचा भयंकर राग आला. पहिलं म्हणजे नेहाबेनना रातोरात कागद नको होते. दुसरं म्हणजे त्यांनी नलिनीबेनना सांगितलं होतं आणि त्या करून देणार होत्या, तर या दुर्गीला लपवून छपवून आणायची काय गरज होती? वर आणखी मला ताबडवलं ते वेगळं!

''दुर्गानं?'' चकित होऊन नेहाबेन उद्‌गारल्या. ''धन्य आहे बाई तिची. सौम्यासाठी काहीतरी करा म्हणून सारखी मागे लागत असते. ते ठीक, पण ऑफिसातले कागद पळवून आणायचा धोका कशासाठी पत्करते कोणास ठाऊक! सांग तिला, म्हणावं असं करू नाही. गुन्हा म्हणतात याला!''

नेहाबेनच्या बा आमचं बोलणं ऐकत होत्या. ''ती पोरगी उगाच असली फालतू नाटकं करत असते. तुलादेखील अडचणीत आणेल एखाददिवशी. नलिनीनं कोठडीची वाट दाखवली म्हणजे समजेल.''

बांचे ते शब्द मी दुर्गापर्यंत पोहोचवले नाहीत, पण नंदूपाशी उल्लेख केल्याविना मला राहवलं नाही. म्हटलं, "खरंय बांचं म्हणणं. दुर्गानं असल्या भानगडी करूच नयेत. उगाच नको तिथे नाक खुपसत असते."

ज्या पद्धतीनं आणि ज्या स्वरात मी हे म्हटलं त्यानं नंदू दुखावला. म्हणाला, "तूसुद्धा असं म्हणावंस? लाला, अरे नेहाबेननी अथवा बांनी असं म्हटलं तर एक वेळ क्षम्य आहे, पण तुझ्यानं असं म्हणवलंच कसं? मनात येईल ते करून मोकळं होणारा या धरतीवर लाखो करोडोंत एखादाच जन्मतो बाबा. त्या पुण्यात्म्यांना खरं-खोटं, पाप-पुण्य असला विचार करायची गरजच काय? त्याचा विचार करायला जगभर बसलेत की इतके जण!"

नंदूच्या बोलण्याचा माझ्यावर परिणाम झाला, परंतु दुर्गाच्या वागण्यात नेमकं असं काय असतं जे दुर्गाला दोषी ठरू देत नाही, ते मात्र मला उमगत नव्हतं. इथे असल्यापासून मी पाहिलंय, घटका दोन घटका तिचं वागणं पटत नाही, पण तो विरोध फार काळ टिकत नाही.

नंदूच्या बोलण्यानं माझा विरोध मावळला होता, पण दुर्गा भेटली तसा मी बोलून गेलो, "का गं, नलिनीबेन प्रती करूनच देणार होत्या. त्यांनी स्वतः तसं नेहाबेनपाशी कबूल केलं होतं, मग आपल्याला तिथे मरायला जायची काय गरज होती?"

माझी कीव केल्यागत दुर्गा माझ्याकडे बघू लागली. म्हणाली, "कोणी मरतबिरत नसतं. तुला काय कळणार म्हणा! नेहाबेननी म्हटल्याबरोबर नलिनीबेननी लगेच केलं असतं, असं?"

"अरे, खुद्द नेहाबेननीच मला सांगितलं, नलिनीबेन सर्व तपशील देणार होत्या."

"नेहाबेन ढीग सांगतील रे! प्रत्यक्षात त्या म्हाताऱ्या झाल्या असत्या तरी त्यांच्या हातात कागदाचा एक कपटासुद्धा पडला नसता. फोनवर सगळेच हो हो करतात; पण बेनच काय ट्रस्टीही काही करत नाहीत. इथे साधं चिठोरंदेखील कोणी हातानं लिहून देत नाही. हायकोर्टानं ट्रस्टी, जुवेनाईल बोर्डाचे मॅनेजर, सगळ्यांना हजर राहायला सांगितलं असेल, तर बेनची काय बिशाद की एका ओळीचीसुद्धा नक्कल करून देतील! नेहाबेनचं सांगणं केव्हाच जाईल उडत."

दुर्गाच्या बोलण्यानं मला गप्प केलं. तशी तीच म्हणाली, "आता असा अरेरे, दुर्गाला बिचारीला... म्हणत रडकं तोंड नको करूस. रडवेली तोंडं आवडत नाहीत मला."

"असू दे. त्यात एवढं चिडण्यासारखं काही नाहीये. मला आपलं वाटलं तुझे कष्ट व्यर्थ जाऊ नयेत आणि उगाच नेहाबेनचं मतही वाईट न व्हावं."

"ज्याचं जे मत व्हायचं ते होऊ दे. नेहाबेननी काय हवं ते केलं असतं." मी जे केलं ते नेहाबेनना मदत करण्यासाठी नव्हतंच मुळी. कष्ट घेतले ते सौम्यासाठी. केस तिची अडकली आहे, त्या छोट्या पोरीची. शेफाली सुखी झाली; पण सौम्या? अवघ्या बारा-पंधरा दिवसांची पोरगी इथे काय भोगतेय ते पाह्यलंय का तू? काल तिच्या मांडीभर मुंग्या डसत होत्या. आपलं तर डोकंच फिरलं असतं." एका दमात इतकं बोलली म्हणून म्हणा की आवेश चढल्यानं म्हणा, दुर्गाचा कंठ दाटून आला.

दोन दिवसांनी 'वेळ असेल तर सोबत हायकोर्टात जायला तयार राहा' असा नेहाबेनचा निरोप आला. नाही म्हणवेना.

वाटेत नेहाबेन म्हणाल्या, "मी कधी कुठला खटलाबिटला लढले नाही. मी काय बोलू, तिथे काय होईल, असं सारखं घाबारायला होतंय."

"काही नाही होणार." एकाएकी माझ्या तोंडून वडील माणसासारखे शब्द निघाले. "तुम्ही कुठे कोणावर फिर्याद केलीये? तुम्हाला फक्त काय होऊ शकतं त्याची शहानिशा करायचीये."

माझ्यापेक्षा लहान असल्यागत नेहाबेननी माझं बोलणं ऐकून घेतलं. माझ्याकडे पाहून हळूच हसल्या. म्हणाल्या, "ते खरं रे, पण सगळं जरा विचित्र वाटतंय. इतर कोणाला नाही न् थेट हायकोर्टाच्या जज्जलाच पत्र लिहायचं सुचलं एकाएकी! न्यायाधीशांनी तरी बघ, साध्या टपालानं आलेल्या पत्रातल्या मजकुराच्या आधारे सुओमोटो मानून अर्ज दाखल करायचं काम इलाबेनसारख्या वकीलबाईंना सोपवलं. सगळंच अजब वाटतंय."

यावर माझ्याकडे उत्तर नव्हतं. एखाद्या माणसाच्या अंतरंगात दडलेला कोणता समंजसपणा, कोणती वृत्ती असं घडवून आणते? कधी वाटतं प्रेम, करुणा, दया, आपुलकी अशी नावं चिकटवल्यानं जिला उणेपणा येईल, अशी ही अनोखी सुजाण वृत्ती आहे. कोणी सांगावं, याच वृत्तीच्या आधारे हे जग चालत असावं. ही साधी सरळ समजूत माणसाच्या ठायी प्रारंभापासूनच असेल, की हजारो वर्षांच्या जीवनानुभवानं मानवजातीला हे तत्त्व गवसलं असेल, ते कळणं कठीण आहे.

कोर्टात काही अडचण आली नाही. सर्वप्रथम डिपॉझिटवाल्या मुद्द्यावर चर्चा झाली. सध्याच्या कायद्यानुसार डिपॉझिट मागण्याची तरतूद नसल्यानं मॅजिस्ट्रेटच्या आदेशात फेरफार करून योग्य तो आदेश काढायची सूचना दिली गेली. त्यानंतर इतर बाबतींत मार्गदर्शक सूचना मिळाल्या. खात्यातर्फे जुवेनाईल बोर्डाचे मॅनेजर हजर होते. कोर्टाने त्यांच्याकडे अनेक गोष्टींचे स्पष्टीकरण मागितले, मार्गदर्शक नोंदी करवल्या. शेवटी सरळ विचारलं, "मागण्या असूनही मुलं दत्तक का दिली जात नाहीत?"

"साहेब, आमच्याकडे अर्जच येत नाहीत." मॅनेजरनं उत्तर दिलं.

मी आणि दुर्गानं घेतलेले कष्ट या क्षणी उपयोगी पडले. एकशे एकवीस अर्जांच्या प्रती कोर्टाच्या टेबलावर ठेवत इलाबेन म्हणाल्या, ''नामदार, हे इतके अर्ज केवळ एका आश्रमात पेंडिंग आहेत. अर्ज आला की लगेच आश्रमाच्या ऑफिस रजिस्टरमध्ये नोंद करून कार्यवाही करायची अशी प्रोसिजर आहे. इथे सादर केलेल्या तारखा रजिस्टरमधल्या तारखांशी ताडून पाहता असे स्पष्टपणे दिसून येत आहे, की यातील एकही अर्ज रेकॉर्डवर घेण्याची काळजी घेतली गेली नाही. हे सर्व अर्ज आजही, अजूनही संस्थेच्या कपाटात पडून आहेत.''

कोर्टाच्या क्लार्कनं दिलेले कागद घेऊन परतताना आमचा आनंद पोटात मावत नव्हता.

''उद्या सकाळी सौम्याला घेऊन जा,'' असा निरोप नेहाबेननी हुस्नाला पाठवला. नऊ-दहाच्या सुमाराला हुस्ना आणि फारुख सौम्याला न्यायला हजर झाले.

एकएकदा सौम्याला आपल्या कडेवर घ्यायचा मोह कोणालाही आवरता आला नाही. नंदू तर खास पूजा वगैरे करून कुंकवाचा तिलक लावायला आला. नलिनीबेन ऑफिसात येताना लग्नाला जायला निघाल्यागत नटल्या होत्या. ऑफिसात निरांजनसुद्धा लावली त्यांनी. फारुख आणि हुस्ना आले तशी बेननी दुर्गाला बोलावून म्हटलं, ''बघ, या पोरीला तिची आई भेटावी असं तुझ्या खूप मनात होतं म्हणूनच मिळाली हो! आता तूच आपल्या हातानं तिला तिच्या आईकडे दे.'' मग जरा हसल्या आणि म्हणाल्या, ''तिच्यासाठीच ऑफिसचं कपाट फोडण्यापर्यंत तुझी मजल गेली, ते ठाऊक आहे मला!''

नलिनीबेनचं कठोर बोलणं आणि कडक वागणं एवढंच साऱ्यांनी पाहिलं होतं. त्या दिवशी त्यांचं नवं, वेगळं रूप दिसून आलं.

दुर्गा हसली. म्हणाली, ''तुमच्यापासून कधी काही लपून राहिलंय का? पण बेन, कपाट फोडलं नाहीये, ते उघडंच होतं!''

मी सौम्याच्या गालाला हलकेच स्पर्श केला. तसं पाहिलं तर ती मुलगी माझी कोणीच नव्हती. निमुबेननची तरी ती कोण लागत होती? नंदू, दुर्गा... कोणाचं तिच्याशी काय नातं होतं? तरी फारुखला शोधून काढणं, हायकोर्ट जज्जला पत्र पाठवणं, सुओमोटोची घटना हे सर्व घडलं. चोरीसुद्धा करून झाली. कोणी केलं हे सारं? कोणासाठी? काय, कसं आणि सर्वांत महत्त्वाचं म्हणजे कशासाठी केलं? याचं उत्तर सापडेल का कधी?

अकरा

या गडबडीत दुर्गाला निमुबेननी वाडीवर बोलावल्याचा निरोप द्यायचं राहून गेलं. आज सकाळी ऑफिस झाडायला गेलो तेव्हा मग बेननाच सांगितलं, "दुर्गाला निमुबेननी वाडीवर बोलावलंय. तिची मैत्रीण सध्या तिथे आलीये तर दोघी सोबत राहतील, असं म्हणत होत्या."

"त्या कुठल्या बोलावताहेत? मीच त्यांना लिहिलं होतं. म्हटलं गोमतीला इथे पाठवा. तिच्या संगतीनं तरी ही पोरगी चारदोन गोष्टी शिकेल जरा. मोकाट गुरासारखी दिवसभर उंडारत असते, त्यापेक्षा पोराटोरांना शिकवेल तरी काही!"

चांगल्यातला चांगला विचार किंवा भावना इतक्या वाईट भाषेत व्यक्त करण्यामागे एका माणसाची दुसऱ्या माणसाबद्दलची काळजी, आपुलकी, स्वतःच्या जबाबदारीची जाणीव, स्वतःची अगतिकता, की आणखी वेगळीच कोणती गोष्ट असते? काय असतं तरी काय, याचा मला कधीच उलगडा झालेला नाही. तरीही, नलिनीबेननी असं म्हटलं तेव्हा तिथल्या पोरांना काहीतरी चांगलं शिकवण्यासाठी तजवीज करण्याची त्यांच्या मनातली शुद्ध भावना ओझरती का होईना, पण मला दिसली.

दुर्गा स्वतःच आत्ता सातवी-आठवीत असेल. शाळेतून आल्यावर तिनं मुलांचा अभ्यास घ्यायचा असेल, तिला जे कठीण जात असेल ते गोमतीकडून शिकून घ्यायचं असेल, असं मला वाटलं.

नंदू आणि दुर्गा दोघं जायची होती. मला वाटलं, मीही सोबत गेलो तर नंदूला सायकल चालवायला जरा मदत होईल.

दुसऱ्या दिवशी समरूला दुकानाकडे लक्ष द्यायला सांगून आम्ही निघालो. वाडीला पोहोचलो तेव्हा गोमती विहिरीवर पाणी काढत होती. छोट्या लोट्यात पाणी घेऊन करमीसुद्धा तिच्या मागे मागे करत होती.

पाण्याच्या खेपा करण्यात मी गोमतीला मदत

करू लागलो. दोन-तीन खेपांनंतर पिण्यापुरतं पाणी भरून झालं. शेवटची कळशी गोमतीनं हंड्यावर ठेवून दिली. करमी गोमतीच्या बरोबरीनं लोट्या लोट्यानं पाण्याच्या खेपा करत होती. पाणी भरण्याचं काम तिला आवडलं असावं. विहिरीशेजारच्या डोणीपाशी ठेवलेल्या बादलीतलं पाणी संपेपर्यंत तिचं 'पाणी भरणं' सुरू होतं. मग माझा हात ओढून मला विहिरीपाशी घेऊन गेली. आणखी एक बादलीभर पाणी मी तिला काढून दिलं. म्हटलं, "एवढं संपलं की झालं. कळलं का?"

मान डोलावून तिनं हो म्हटलं. पुन्हा लोट्यानं पाणी भरणं सुरू.

मोटाभाईंना लवकर बाहेर जायचं होतं म्हणून ते जेवून घेत होते. माझ्या वयाचा एक मुलगा त्यांना वाढत होता.

गोमतीसोबत दुर्गा कामाला लागली. निमुबेन झोपाळ्यावर बसून टपाल बघत होत्या. कागद नीट लावून ठेवायला मी त्यांना थोडा वेळ मदत केली. मग वाचनालयातून पुस्तकं आणून वाचत बसलो. जेवणानंतर पुस्तक वाचता वाचता गाढ झोप लागली, तशी कित्येक दिवसांत लागली नव्हती.

जागा झालो तेव्हा पाच वाजायला आले होते. उठून बाहेर आलो. निमुबेन नदीकाठच्या जमिनीकडे गेल्या होत्या. बाहेर पुष्कळ मुलं जमली होती. पाचवी-सहावीत असावीत. गोमती त्यांना घेऊन कुठेतरी खेळायला जाणार होती. मला पाहताच तिनं विचारलं, "तुला खेळायचंय?" मी नकार दिला तशी म्हणाली, "चल की, मजा येईल. निम्बेन पण येणारेत. तू आला नाहीस तर तुझी पिशवी आम्ही देणारच नाही."

मी जायचं ठरवलं. गोमतीनं सुचवल्याप्रमाणे पिशवी खांद्याला अडकवली आणि करमीला कडेवर घेऊन चालू लागलो. जरा वेळानं करमीनं बोट दाखवून दुर्गाकडे जायचं म्हटलं. उतार संपून रस्ता लागला, तसं मी तिला दुर्गाकडे दिलं.

"कडेवर घेणार नाहीये. चालायचं, समजलं?" दुर्गानं बजावलं. "रस्त्यावर काटे आहेत, तोवरच घेईन कडेवर. मग वाळूतून नीट चालायचं हं!"

वाळूत पोहोचेपर्यंत करमीनं दुर्गाचं तोंड वळवून वळवून, बोटानं खुणा करत किती एक गोष्टी तिला दाखवल्या. वाळू आली तशी ती आपणहून कडेवरून उतरली. सगळ्यांसोबत चालू लागली.

"गोमती, आज कोणता खेळ खेळवणारेस?"

"पाहा, आता सुरूच करतेय." असं म्हणून गोमतीनं सर्व मुलांना पाच गटांत विभागून घ्यायला सांगितलं. मग माझ्या हाती एक चिठ्ठी देऊन म्हटलं, "या चिठ्ठीच्या पाच प्रती कर. अगदी जशीच्या तशी करायची बरं का!" लिहून लिहून त्या ओळी मला तोंडपाठ झाल्या.

"जळ, जमनामा, काळो नाग, तेनी पासे जईने माग

पान पान ज्या दीवा बळे, त्यां जई शोधे तेने मळे.''

(पाणी, जमनामा, काळा नाग, त्याच्यापाशी जाऊन माग

पानापानात जिथे दिवा तेवेल, तिथे जाऊन शोधेल त्याला मिळेल.)

प्रत्येक गटाला एक चिठ्ठी देऊन गोमतीनं म्हटलं, ''ही जागा शोधायची. असंच काही लिहिलेली दुसरी चिठ्ठी तिथे मिळेल.''

सुरुवातीला मुलं जरा गोंधळली. काहींनी तर 'हे नको गोमतीबेन, उभा खो-खो खेळू या' असंही म्हटलं; पण काहींना या नव्या खेळाची गंमत वाटली. ''पण नंतर करायचं काय?'' त्यांनी विचारलं.

गोमतीनं गोष्ट सांगायला घेतली, ''पूर्वीच्या काळी पत्र तार अशी निरोप पाठवायची साधनं नव्हती. तेव्हा माणसं स्वतः चालत जाऊन किंवा घोडा, उंट अशा वाहनांवरून जाऊन निरोप पोहोचवायची...'' इथपासून प्रारंभ करून गोमतीनं समुद्री प्रवासाच्या कहाण्या, नाविक लोक बाटलीतून संदेश पोहोचवत त्याच्या आणि अशाच कसल्या कसल्या गोष्टी सांगितल्या. मुलं लक्ष देऊन ऐकत होती.

शेवटी गोमती म्हणाली, ''आता नीट ऐका. आज दुपारी मी नदीवर कपडे धूत होते. तेव्हा मला पाण्यावर तरंगणारी एक बाटली दिसली. मी ती धरली. तिच्यात एक मोठा कागद होता आणि आत्ता तुम्हाला दिली ती चिठ्ठी होती. त्या कागदावर लिहिलं होतं की ही चिठ्ठी एका गुप्त खजिन्याबद्दल आहे. या चिठ्ठीवरचं कोडं सोडवून ती जागा शोधणाऱ्याला तिथे दुसरी चिठ्ठी दिसेल. चिठ्ठी लिहिणाऱ्या माणसानं अशाच पुष्कळशा वेगवेगळ्या जागी चिठ्ठ्या लपवून ठेवल्यात. सगळ्या चिठ्ठ्या सांकेतिक भाषेत आहेत. प्रत्येक कोडे उलगडून एकामागून एक चिठ्ठी शोधून जो गट शेवटच्या चिठ्ठीपाशी पोहोचेल त्याला खजिना मिळेल.

सगळ्यांना चेव चढला. चर्चा झडू लागल्या, तेवढ्यात एक मुलगा म्हणाला, ''गोमतीबेन उगाच बाता नका मारू. समुद्रात टाकलेली बाटली तुम्हाला नदीत कशी सापडली?''

''का बरं? नदी समुद्रालाच मिळते की नाही?'' गोमतीऐवजी दुसऱ्या गटातल्या एका मुलीनं परस्पर उत्तर दिलं.

पहिला पुन्हा म्हणाला, ''ए मठ्ठोबा, तुला कळतं का काही? बाटली समुद्रातून नदीत उलट्या दिशेनं कशी जाईल?''

बराच आरडाओरडा, हसणंखिदळणं झाल्यावर बोलणं मूळ मुद्द्याकडे आलं. ''जळ जमनामा काळी नाग म्हणजे काय?'' एकानं विचारलं.

''बाप रे, इथून आपण यमुना नदीत जायचं?'' दुसऱ्यानं धास्तावून म्हटलं.

''तू थोडी मदत कर, पण सगळं सांगून टाकू नकोस बरं!'' गोमती दुर्गाच्या कानात कुजबुजली.

दुर्गानं साऱ्यांना जवळ बोलावलं, म्हणाली, "अशी घाई नाही करायची. सगळ्यात आधी चिठ्ठी आहे तशी नीट वाचा. पुढची चिठ्ठी कुठे आहे ते एका शब्दात अथवा एका ओळीत सांगितलेलं असू शकतं. चूक न करता नीट वाचा."

"उगाच काय, नीटच तर वाचतोय. जळ जमनामा काळी नाग."

तेवढ्यात दुसऱ्या गटातल्या मुलांच्या ध्यानात आलं. ते ओरडले, "अरे ए, नीट बघ. काळी नाग नाहीये. काळो नाग लिहिलंय."

दुर्गानं हसून म्हटलं, "काळो नाग पण नाहीये. नीट बघा. आणखी काहीतरी आहे. म्हणजे बघा, मा वर अनुस्वार आहे की नाहीये?" दुर्गानं जरा चावी मारली. म्हणाली, "इतकं सांगितलं मी. आता पुन्हा नीट वाचून शोधा बरं."

सगळे गट सावरलेले. चिठ्ठीतल्या विरामचिन्हांकडे त्यांचं लक्ष गेलं. मग साऱ्यांनी चिठ्ठीतल्याप्रमाणे वाचलं.

जळ

जमनामा

काळो

नाग

शेवटी सगळ्यांनी एकत्र जमून मेळ बसवला. अरे हां, जमनामा म्हणजे जमनाबाई. विहिरीवाल्या जमनाबाई. पुढचं... त्यांचा कुत्रा... काळा म्हणजे तो काळ्या. त्यांचा मुलगा नागाजण, म्हणजे नाग्या. पाने पाने दीवा बळे म्हणजे नागाजणच्या वाडीत खूपदा काजवे चमकतात. तेच दिवे. त्या नाग्याकडे मागा असं म्हटलंय.

खेळ रंगू लागला. मुलं धावत निघाली. दोन-अडीच तासांनंतर तऱ्हेतऱ्हेच्या चिठ्ठ्या घेऊन परत आली. "लायब्ररीतली कोरी करकरीत सायकल कोणाची आहे?" मुलांनी विचारलं.

"माझी. का बरं?" मला नवल वाटलं. मुलांनी माझ्या हातात एक कागद देत म्हटलं, "ही शेवटची चिठ्ठी आहे. वाच."

मी चिठ्ठी वाचू लागलो.

"एक सायकल नवी नकोर, तेनो मालिक मोटो चोर,
खभे राखतो थेलो एक, जईने तेमा जुओ छेक"

(एक सायकल नवी कोरी, तिचा मालक चोर भारी
खांद्याला लावतो थैला एक, जाऊन बघा त्यात थेट.)

ती अकरा-बारा वर्षांची माझ्यापेक्षा थोडीच लहान मुलं मला चिकटली. माझी पिशवी लुटायला आल्यागत सगळी पिशवी फिसकटू लागली. चॉकलेटं असलेलं एक पुडकं त्यांच्या हाती लागलं. हाच तो खजिना!

संध्याकाळ झाली होती. नदीला एकटी सोडून आम्ही सारे परतलो. 'आज खूप मज्जा आली' असं म्हणत गावातल्या मुलांनी निमुबेनचा निरोप घेतला.

"गोमतीबेनना आणखी ठेवून घ्या, जाऊ देऊ नका," असं म्हणून मुलं आपापल्या घरी गेली. आम्ही जेवलो. रात्री गोमतीनं आणि निमुबेननं मिळून गाणी म्हटली. गावातल्या एकदोन मुलांनी आळीपाळीनं तबल्यावर ठेका धरला. उद्या मुलांना कोणता खेळ खेळवायचा याची चर्चा करत दुर्गा आणि गोमती उशिरापर्यंत जागत बसल्या. मी सकाळी परतणार होतो तरी त्यांच्याशी बोलत बसलो. हाताशी असलेल्या साधनांतूनच थोडेफार खेळ तयार करून झोपी गेलो.

सकाळी जायला निघालो तेव्हा दुर्गाला विचारलं, "तू इथेच राहणारेस?"

"हो. दोन चार आठवडे तरी नक्कीच." दुर्गानं उत्तर दिलं. "गोमतीबेन अजून खूप काय काय शिकवणारेत."

तीन आठवड्यांपेक्षाही जास्त काळ दुर्गा तिथेच वाडीवर राहिली. 'हजेरी कमी भरेल.' असा तिच्या शाळेतून दोनदा निरोप आला. नलिनीबेननी खूप आरडाओरडा केला, पण स्वतःच दुर्गाच्या शाळेत जाऊन तिच्या गैरहजेरीचं कारण देऊन आल्या.

शेवटी, परीक्षेला अगदी थोडे दिवस राहिलेत म्हणून निरोप आला तशी नलिनीबेनना राहवेना. दुर्गाला घेऊन यायला त्यांनी नंदूला सांगितलं, पण नंदूनं पौर्णिमेच्या आधी जायला नकार दिला.

शेवटी बेननी मला बोलावून घेतलं. म्हणाल्या, "बाबा रे, त्या पोरीला काळजीच नाहीये कसली. मला जायचंय माझ्या भाच्याच्या लग्नाला. त्यात आणि शाळेच्या परीक्षा आल्यात. निम्बेनच्या वाडीवर एक चक्कर मारून ये. धरूनच आण त्या दुर्गीला. वर्ष बुडायची वेळ आलीये म्हणावं."

तेव्हापर्यंत मी माझ्या दुकानात सायकल दुरुस्तीच्या जोडीला सायकल विकणं सुरू केलं होतं. समरूला भागीदार करायचं म्हणत होतो. तोही तयार झाला होता. त्याच्या वाट्याच्या पैशांची मोहनकाकांनी सोय करायचाच काय तो अवकाश होता. ती व्यवस्था होईतो मी मोकळा होतो.

सकाळी समरूला दुकानात बसायला सांगून मी वाडीवर जायला निघालो. पोहोचलो तेव्हा निमुबेन तिथे नव्हत्या. ओसरीवर मोटाभाई करमीशी बोलत बसले होते. मला पाहून हात करत करमी म्हणाली, "आ!!"

करमी बोलू लागल्याचं पाहून माझ्या शरीरभर आनंदाची लहर पसरली. धावत जाऊन मी करमीचे दोन्ही गाल ओढले. "ना आं आं!" करमी कुरकुरली.

दुर्गा अन् गोमती दिसल्या नाहीत तसं मी मोटाभाईंना विचारलं, "त्या दोघी कुठायत? नदीवर का गावात? का शाळेत गेल्यात?"

"बाहेरगावी." मोटाभाई म्हणाले. गोमतीच्या सासरी गेल्या आहेत. रात्री

शेवटच्या बसनं येतील. तेव्हा आणायला तू जा."

रात्र होईपर्यंत मी साफसफाई करून वेळ काढला. लायब्ररी नीट लावली. मोटाभाईंना संध्याकाळचा स्वयंपाक करू लागलो. रात्री बसची वेळ झाली तसा गावाकडे निघालो.

नदीकाठानं दुतर्फा झाडीमधून जाणाऱ्या मातीच्या अरुंद वाटेनं चालत जाण्याची मजा काही औरच आहे. जेमतेम साडे आठ-नऊ वाजले असतील, पण अवघं गाव एव्हानाच गाढ झोपेत असल्यागत शांत होतं. विजेची सोय शहरांपुरतीच!

मुकाट शांत पसरलेलं गाव. रातकिड्यांच्या किर्रकिरीचीच काय ती जाग असलेल्या शेता-वावरांच्या वाड्या, मुंगुसा-रानपाखरांची खसफस, माथ्यावरच्या आकाशातल्या चंद्राचं झिरपणारं चांदणं, नदीवरून वाहत आलेल्या वाऱ्याची शीतल झुळूक विसरू म्हटलं तरी विसरता न येण्याजोगा रोमांचक आल्हाददायक परिसर आणि सोळा-सतराचं वय. हे सारंच एकवटून आलं असेल, तर एकट्यानं बाहेर पडण्यातला आनंद समजावून सांगण्यातला नाही!

समोरच्या काठावर कुठेशी असताना बसचा आवाज ऐकू येऊ लागला होता. नागमोडी वळणं घेत प्रकाशाचा पट्टा मुरडत होता. धूळ उडवत आलेली बस गावालगतच्या मैदानात थांबली. प्रवासी उतरू लागले. निमुबेन, गोमती, दुर्गा आणि एक तरुण असे सारे बसमधून उतरले.

वाडीला जाता जाता गप्पा चालल्या होत्या. तो तरुण गोमतीचा पती होता, हे मला तेव्हा कळलं.

दुसऱ्या दिवशी दुर्गाला घेऊन मी परत जाणार होतो, पण निमुबेननी आम्हाला ठेवून घेतलं. म्हणाल्या, "आजच्या दिवस थांबा. जरा काम आहे. उद्या संध्याकाळी जा. करमीला पण तुमच्याबरोबर पाठवायची आहे."

दुसऱ्या दिवशी सकाळी गोमती अन् दुर्गा स्वयंपाकघरात झाडझूड करत होत्या. एक पुस्तक हाती लागलं ते वाचत मी ओसरीवर बसलो होतो. निमुबेननी गोमतीच्या नवऱ्याला बोलावून म्हटलं, "हे बघ रविन, तू सांगितलंस म्हणून मी गोमतीची समजूत घातली आहे. करमीबद्दलही बोलले आहे."

"तिनं ऐकलं तर बरं आहे." रविननं म्हटलं.

"मला वाटतं, करमीला मुलगी मानायला गोमतीची हरकत नसावी, पण करमीला दत्तक घ्यायचं ठरवलं तरीसुद्धा गोमतीला स्वतःचं मूल हवं आहे. आता तू काय ते ठरव."

"माझी ना नाही." रविननं उत्तर दिलं. "मुंबईच्या डॉक्टरांनी आम्हाला म्हटलं होतं की अजून ही पद्धत नवी आहे. परदेशातही जिथे जिथे असे प्रयोग झाले तिथे अशा प्रकारे जन्माला आलेल्या मुलांची टक्केवारी खूपच कमी आहे. त्यापेक्षा सरळ

दत्तक घेणं चांगलं. म्हणून म्हणतो की पुन्हा एकदा तिला विचारा.'' रविननं खुलासा केला.

निमुबेन थोडा वेळ विचार करत गप्प राहिल्या. मग म्हणाल्या, ''तुला समजतंय म्हणून बरं आहे. गोमतीनं मान्य केलं तर फारच चांगलं; पण तिला स्वतःच्या पोटचं मूल हवं आहे. गोमती मला म्हणाली होती की, रविनसुद्धा म्हणतोय, तुझ्यात काही दोष नाही, मग तुला आई का होता येऊ नये?''

''होय, गोमती म्हणते ते खरं आहे; पण मुंबईच्या डॉक्टरांनी मला समजावून सांगितलं त्याच्याआधी मी तसं म्हटलं होतं.'' रविन म्हणाला. ''तशी माझी हरकत नाही, पण प्रश्न आहे तो यश मिळण्याचा आणि दुसरा आमच्या घरच्या सगळ्यांचा. एकदा का कळलं, की घरात भांडण पेटलंच समजा.''

''त्याची काळजी तू नको करूस. तुझ्या मनाची तयारी असेल आणि तू भक्कमपणे गोमतीच्या पाठीशी राहणार असशील, तर बाकी सगळं आपोआप होईल. इथून जाण्याआधी दोघं जण पूर्ण विचार करून काय ते ठरवा.''

''ठीक आहे.'' रविन म्हणाला.

दुर्गा आणि गोमती बाहेर आल्या. धुवायचे कपडे घेऊन नदीवर निघाल्या होत्या. गोमती आम्हा दोघांना म्हणाली, ''चला येताय?''

''कपडे धुवायला मदत करा.'' दुर्गानं डिवचलं.

''तुम्ही जा. मी एवढं वाचून पूर्ण करतो.'' मी म्हटलं. रविन त्या दोघींसोबत गेला. वाचनात चित्त लागत नव्हतं. रविन अन् निमुबेन, दोघांचं संभाषण राहून राहून आठवत होतं. कोणत्याशा आधुनिक पद्धतीनं मूल जन्माला घालण्याविषयी बोलणं चाललंय, एवढंच मला समजलं होतं. का कोण जाणे, पण मला ते फारसं आवडलं नाही. अशी कोणती पद्धत असेल याबद्दल कुतूहल तेवढं मनात जागलं.

रात्री जेवण झाल्यावर गोमती अन् रविन चांदण्यात फिरायला गेले. आम्ही सकाळसाठी भाजी चिरून ठेवता ठेवता निमुबेनशी आणि मोटाभाईंशी गप्पांत गुंतलो. दुर्गाचं इथे खूप राहणं झाल्यानं तिच्या शाळेतून पत्र आलंय वगैरे सांगितलं. म्हणालो, ''परीक्षा जवळ आलीये म्हणून नलिनीबेननी तिला आणायला मला पाठवलंय. नंतर त्यांना बाहेरगावी जायचंय.''

''नलिनीबेन कुठे जाणारेत?'' दुर्गानं विचारलं.

''माहीत नाही. त्यांच्या भाच्याच्या लग्नाला जायचंय. दहा-बारा दिवसांनी परत येतील म्हणत होत्या.'' मी म्हटलं, ''तेवढंच दहा दिवस तुला बरं... निवांत!!''

जरा वेळ दुर्गा काही बोलली नाही. तिचे डोळे चमकले. स्थिर नजरेनं माझ्याकडे एकटक बघत म्हणाली, ''हे बोलायची गरज नव्हती. बेनचं माहीत

नाही; पण मी निवांतच असते. आमच्यात बोलाचाली होत असतील तर असू दे. ती आमची बाब आहे. तुला त्यात पडायची गरजच काय?''

दुर्गाला माझं बोलणं इतकं लागेल याची मला अजिबात कल्पना नव्हती. ती नेमकी कशानं दुखावली तेही मला कळलं नाही. ती बोलतच होती. ''नलिनीबेनमुळेच मी जिवंत आहे. त्यांनीच जगवलंय मला. बोलत असतील वेडंवाकडं, पण भल्याबुऱ्या काळात त्यांनी न् शाहभाईंनीच मला सांभाळलंय. माझी काळजी घेतलीये.''

दुर्गा सर्वांच्यादेखत मला बोलली तसा मीही खवळलो. तिला सुनावत म्हटलं, ''हे बघ, मी तुमच्यात राहत नाहीये; पण डोळ्यांनी बघतोय सारं. लक्ष्मीनं सांगितलं मला एकदा, की बेनच्या घरचं काम करायला तू नाही म्हटलंस म्हणून बेन तुझ्यावर डूख धरून आहेत. म्हणून मी म्हटलं, 'तुला बरं.' त्यात इतकं चिडण्यासारखं काय आहे?''

''असं भलतंच समजून काहीही बोलशील तर चिडेन नाही तर काय? आता नीट ऐक. बेनच्या घरी राहायला आणि त्यांचं काम करायला मला काही एक अडचण नव्हती. आता त्या लग्नाला जातील तेव्हा शाहभाई घरी एकटे असतील, तेव्हा त्यांच्याकडे लक्ष देणारं कोण आहे? मीच ना?''

माझ्याशी बोलण्यासारखं काही उरलं नाही असं दर्शवल्यागत दुर्गा निमुबेनकडे वळली. म्हणाली, ''नलिनीबेनच्या घरी राहून त्यांच्या घरचं काम करायला मी का नाही म्हटलं ते तुम्हाला समजेल. ज्या क्षणी मी त्यांच्या घरी राहायला जाईन, त्या क्षणी रजिस्टरमधून माझं नाव काढलं जाईल. शिक्षण राहील बाजूला आणि आयुष्यभर त्यांच्या घरी झाडलोट करत बसावं लागेल. सांगा बरं, त्यांना नाही म्हटलं यात माझं काही चुकलं का? माझा दोष आहे का?''

निमुबेन पुढे झुकल्या. दुर्गाच्या डोक्यावर हात फिरवला. म्हणाल्या, ''दोष नसतोच बाई, परिस्थिती असते.''

''परिस्थिती बेननासुद्धा छळतेय. एक तर आमच्यात माणसं कमी आणि कामं किती! कायद्याप्रमाणे स्टाफमध्ये एक गार्ड, वॉचमन, तीन आया, दोन नर्स, शिवाय कारकून... कितीतरी माणसं असायला हवीत. खात्यानं मंजुरी दिलीये, पण माणसं आहेत कुठे? तिथे राहायला येतो कोण! एकट्या नलिनीबेन आणि माधो-लक्ष्मी. नाहीतर झाडूवाली. स्वयंपाकाला नंदूकाका. बेन बिचाऱ्या कसं सगळं निभावतात आमचं आम्हाला माहीत!''

नलिनीबेनवर आपण नाराज आहोत अशी छाप पुसून टाकण्यासाठीच केवळ ती असं बोलत नव्हती, हे तिच्या मुखावरचे भाव सांगत होते. आपला प्रभाव पाडण्यासाठीही ती हे बोलत नव्हती. त्या वयातदेखील दुर्गा सुस्पष्टपणे आणि

पूर्वग्रहविरहित विचार करू शकत होती, हे मी त्या वेळी पाहिलं नसतं तर त्यावर माझा कधीच विश्वास बसला नसता.

दुर्गाचं बोलून झालं नव्हतं. "नलिनीबेनला मुळात तिथे राहायचंच नाहीये. फक्त नोकरीपायी राहावं लागतंय. त्यात आणखी ट्रस्टी मंडळी नाना तऱ्हेचे फतवे काढतात ते वेगळंच. करू नये असं काय न् किती करावं लागतं. हे असलं तुम्हाला कुठून माहीत असायला! नलिनीबेनचाच काय, कोणाचाही स्वभाव बदलून जाईल. परक्यांच्या पोरांची उस्तवारी करणं सोपं नसतं!"

पिवळ्या इमारतीच्या भिंतीशी राहून ते मात्र मी पाहिलंय. सोपं नाहीच हे काम!... आणि तरीदेखील चाललं आहेच! अनेक त्रुटी, अनेक उणिवा, कित्येक चुका... साऱ्यासहित, समरूच्या वाकड्या चाकांच्या तुटक्या हातगाडीप्रमाणे, रडतखडत... पण जीवन तिथेही पुढे जात राहिलंय. असंच जात जात एके दिवशी संपून जाईल. तसल्या त्या तुटक्या मोडक्या हातगाडीतून निघून ट्रकमध्ये वा बसमध्ये चढून लांब कुठेतरी जाणाऱ्या सामानाप्रमाणे आपणही इथून निघून एखाद्या नव्या वाटेला लागावं अशी तिथे राहणाऱ्या, तिथे काम करणाऱ्या प्रत्येकाची इच्छा असते, पण... तसं घडताना क्वचितच दिसतं.

कोणीच पुढे काही बोललं नाही. मोटाभाईंनी गाणी म्हणायचं सुचवलं. निमुबेननी आणि गोमतीनं भजनं म्हटली. दुसऱ्या दिवशी निघायचं होतं. म्हणून दुर्गानं सामान आवरायला घेतलं.

सकाळी मोटाभाईंचे मित्र आले. तासाभरात दोघं शहराकडे जाणार होते. त्यांच्या वाहनात निमुबेननी आमची सोय लावली. दुर्गाला विचारायचं म्हणून रात्री ठरवून ठेवलं होतं. त्यातलं काहीच विचारायला जमलं नाही.

बारा

शाळेचं नवीन सत्र सुरू झालं होतं. शाळा सुटल्यानंतरच्या वेळात वेगवेगळ्या खेळांच्या माध्यमापासून मुलांना काहीतरी शिकवायला दुर्गानं सुरुवात केली. कधी सकाळी, कधी संध्याकाळी मुलांना ती शेता-वावरात फिरायला घेऊन जाऊ लागली आहे. निरनिराळ्या वनस्पतींची ओळख करून देणं, इकडंच तिकडचं काही काही सांगणं, असं सुरू असतं.

कधीकधी मी तिच्यासोबत जातो. दोघं मिळून मुलांकडून भोवरे, पतंग, तीरकामठे, चाकाच्या गाड्या अशा छोट्यामोठ्या वस्तू बनवून घेतो. आकाशातले तारे ओळखायला दुर्गा शिकून आली आहे. कित्येकदा रात्रीच्या वेळी आम्हाला आकाशातल्या ताऱ्यांबद्दल सांगत असते. तारे-नक्षत्र ओळखायला शिकवते. कधी सोबतीला नंदू असला तर तो हमखास म्हणतोच, ‘‘मा तू स्वतः आपणहून स्वतःचीच चुंदडी (ठिपकेदार साडी) आम्हाला दाखवते आहेस गं! केवढं मोठं भाग्य आमचं!’’

अशीच एके रात्री दुर्गा गोष्ट सांगत होती अन् एकाएकी राहुल रडू लागला. गोष्ट थांबवून दुर्गानं राहुलला जवळ घेतलं. त्याला उगी करू लागली. त्याचे जरा लाड केले. इकडचं तिकडचं बोलणं काढलं, पण राहुलच्या रडण्यामागचं कारण विचारलं नाही.

जराशानं राहुल रडायचा थांबला. चेहऱ्यावर हसू उमटलं आणि लगेच मावळलं. गंभीर होऊन त्यानं विचारलं, ‘‘पण दुर्गाई, पाहुणे येत का नाहीत?’’

सगळीकडे विचित्र शांतता पसरली. कोणी काही बोलेना. तेवढ्यात घाईघाईनं दुर्गानं म्हटलं, ‘‘उन्हाळ्याचं किती कडक उन्ह पडतंय. असल्या उन्हात कोण येणार? हिवाळा लागला की सगळे पुन्हा यायला लागतील हं!’’

दुर्गासकट तिथे बसलेल्या एकजात साऱ्यांना ठाऊक होतं. राहुल सगळ्यांची नव्हे, कोणत्या ‘नव्या’ची वाट पाहतोय.

तिथल्या एखाद्या मुलाला आपल्यासोबत घेऊन जाण्यासाठी आलेल्या कोण्या पाहुण्याच्या आगमनाचा दिवस पिवळ्या इमारतीत छोट्याशा सणासारखा साजरा व्हायचा हे खरं, पण एक मूल पसंत करायला पाहुणे येण्याआधी तिथे राहणाऱ्या सगळ्या मुलांच्या अवस्थेचं त्यांच्या मनातल्या हुरहुरीचं, शंकाभरल्या वेदनेचं वर्णन करू शकेल अशी भाषा या पृथ्वीतलावर मौनाखेरीज दुसरी कोणती असेल की नाही, ते मला ठाऊक नाही.

मूल पसंत करायला कोणी येणार आहे हे कळताच, तिथल्या जाणत्या वयाच्या मुलांच्या चेहऱ्यावर एक प्रकारचे अवर्णनीय भाव दिसू लागतात. जणू प्रत्येक जण मनोमन म्हणतोय, "हे देवा रे! या वेळी तरी माझी निवड होईल आणि मलाच घेऊन जातील असं काहीतरी कर ना."

कोणीतरी आपल्याला दत्तक घ्यावं, अशी या पिवळ्या इमारतीतल्या हर एकाची तीव्र इच्छा असते. म्हणून तर पाहुणे यायचे असतील त्या दिवशी ही मुलं शक्य तेवढे प्रयत्न करून त्यातल्या त्यात नटून सजून तयार होऊन बसतात.

ही कथा कहाणी नाहीये. नाटक तर नाहीच नाही. जितंजागतं वास्तव आहे. जिवंत सत्य आहे. मोठं होण्याचं दुःख किती लहान वयातच भोगावं लागतं, ते मी पिवळ्या इमारतीत राहून मोठं होणाऱ्यांच्या डोळ्यांत सदैव पाहिलंय. जसजसा काळ उलटत जातो, तसतशी या मोठं होत चाललेल्या मुलांना लवकरात लवकर आपल्याला इथून कोणीतरी घेऊन जायची जास्तीत जास्त घाई होऊ लागते.

राहुल बिचारा 'मला जायचंय मला जायचंय' असं आपल्याशी बडबडून मोकळा होत असेल. इतरांच्या वेदनेला मूकच राहावं लागतं. हळूहळू, शेवटी तो क्षण येतोच, जेव्हा त्या मुलाच्या मनातली शंका गडद होत जाते, की... आपल्याला न्यायला आता कधीच कोणी येणार नाहीये!

...आणि तरीही. आता आपण वाट बघणं सोडून दिलं पाहिजे असं कोणीच स्वतःहून ठरवत नाही. ते कार्य इतर लोक पार पाडतात. अतिशय कठोर शब्दांत सत्य सुनावलं जातं. कळत-नकळत, अजाणतेपणी कोणी असं काही बोलून जातं की नग्न सत्य अचानकच समोर येऊन ठाकतं. ज्याच्याबद्दल म्हटलं गेलं असेल त्यानं मनोमन समजून घ्यावं, की इथून कोणी घेऊन जायचं आपलं वय निघून गेलं आहे. इथून पुढे आई-बापाविना, पालकांविनाच आयुष्य काढायचं आहे.

मग चकार शब्द उमटत नाही. वेदना मुकी होते, कायमची.

दुर्गालाही असंच सांगितलं गेलं होतं. तेही कसं? केवळ दुर्गाच सहन करू शकेल अशा रीतीनं. मी पाहिलंय हे. माझ्या डोळ्यांनी पाहिलंय, माझ्या समोर घडताना पाहिलंय.

राहुल रडला त्यानंतर आठवडाभरानं एके दिवशी दुपारी मधल्या सुटीत दुर्गा

शाळेतून माझ्या दुकानात येऊन म्हणाली, "तू नेहाबेनकडे जा. म्हणावं, बेननी दिल्लीला फोन करून मेहरांना बोलावलंय. आजच सांगून ये बरं का!" एवढं म्हणून ती निघून गेली.

दुर्गा घाईत होती म्हणून मी तिला फारसं विचारलं नाही. तिनं एक काम माझ्यावर सोपवलं एवढं पुरेसं होतं. दुपारी नेहाबेनकडे गेलो. दुर्गाचा निरोप सांगितला.

"नलिनीबेननी थेट मेहरांना बोलावूनच घेतलं?" स्वतःशीच बोलल्यागत त्या पुटपुटल्या. मग मला म्हणाल्या, "ठीक आहे. तू आपला जा आता." बोलल्या अन् लगेच मेहरांना फोन लावायला गेल्या.

संध्याकाळी दुर्गा भेटली. "तुझा निरोप पोहोचवलाय, पण मला सांग, हे मेहरा कोण?" मी विचारलं.

"नेहाबेनच्या ओळखीचे आहेत कोणीतरी. त्यांना अगदी लहानात लहान बाळ हवंय. म्हणजे शेफाली किंवा सौम्यासारखं. 'नुकतंच जन्मलेलं बाळ असेल तर लगेच कळवा' असं नेहाबेननी आपल्याकडे कळवून ठेवलंय, पण नलिनीबेननी नेहाबेनना कळवायच्या ऐवजी थेट मेहरांनाच कळवून टाकलं."

"पण, मेहरांचं नाव, पत्ता संस्थेकडे कसं काय आलं?"

"अकलेच्या कांद्या! त्यांच्या मागणीचा अर्ज नोंदवून ठेवावा लागत नाही का? तूच तर कोर्टात गेला होतास." दुर्गानं त्रासून म्हटलं.

"मेहरांना थेट कळवलं तर कुठे बिघडलं? येतील अन् घेऊन जातील."

"इतकं सोपं असतं, तर भर दुपारी तुला त्यांच्याकडे पाठवायची मला हौस नव्हती. मूल सिव्हिलमधून नाही. कुठल्या तरी खासगी दवाखान्यातून येणारे. लोक नेहाबेनच्या ओळखीचे आहेत तरी बेननी त्यांच्यापासून हे लपवून ठेवलंय त्यावरून, डॉक्टर अन् संस्था दोघंही मेहरांकडून पैसे उकळणार असतील, अशी मला शंका येतेय."

"पैसे? कसले पैसे?" मी बाळवटासारखं विचारलं.

"डोक्याचे तुझ्या!" दुर्गानं कंटाळून म्हटलं, "लक्ष्मी म्हणत होती. काल कुठल्याशा डॉक्टरांचा बेनला फोन आला होता. त्यांच्या दवाखान्यात म्हणे एका बाळाचा जन्म व्हायचाय, ते बाळ परस्परच देऊन टाकायचं घाटतंय. इकडे आणलं तर लिखापढी करावी लागेल. नाही का?" बेनना वाटलं असेल की मेहरांना नुकतंच जन्मलेलं मूल हवंय तर हे मूल सरळ त्यांनाच देऊन टाकावं. परस्परच काम झालं. त्यात पैशांची व्यवस्था असतेच. मुलाच्या नातेवाइकांकडून असतेच. कदाचित मेहरांकडूनही काढतील."

"आता नेहाबेनना कळलंय म्हणजे त्यांनी 'सगळं' कायद्याप्रमाणे करा, असं मेहरांना फोन करून सांगितलंच असेल." मी म्हटलं.

“एव्हाना नेहाबेननी इथेही फोन केला असेल. मेहरासाहेब त्यांच्या बायकोसोबत आधी नेहाबेनकडेच जातील. ट्रेनमधून उतरताच फोन करतील आणि इथले सर्व कागद तयार ठेवायला नेहाबेनला सांगतील.” दुर्गानं पहिल्यापासून नीट समजावून सांगितलं.

रात्री माधो माझ्याकडे आला, “मेहरासाहेब यायच्चेत म्हणून नेहाबेनला कुनी सांगितलं?” त्यानं विचारलं.

“कोण मेहरासाहेब?” आपण त्या गावचेच नाही, असं दाखवत मी म्हटलं.

“काई नाई.” बात पालटून टाकत तो म्हणाला, “आपलं ते... दिल्लीहून कुनी पावने यायच्चेत म्हने. रात्रीच्या रात्रीच परत जायच्चेत दिल्लीला. म्हनून बेननी थेट दिल्लीला फोन केलता, ते नेहाबेनना आवडलं नव्हतं म्हन्त्यात.”

“त्याचं काय?”

“त्याचं काई नाई.” माधो हसला आणि विडी शिलगावत म्हणाला, “नेहाबेननी दुर्गाईला लावून द्यायला सांगितलंय. तिथे हाताशी येईल जरा.”

मी हे दुर्गाला सांगितलं तसं ती हसून म्हणाली, “नेहाबेन मध्ये पडल्या तेच नलिनीबेनना आवडलं नसेल, त्यात आणि मी सोबत जाणार म्हणजे आता बघच मजा.”

अशी कुजबुज चालू झाली. त्यावरून मुलांनी ठरवून टाकलं की नेहाबेन उद्या पाहुण्यांना घेऊन येणार! पाहुणे आले तर ते इथून कोणाला नेणार त्याची रात्रीच्या बालसभेतच शहानिशा झाली नसती, तर बिचाऱ्या मुलांना रात्रभर झोप लागली नसती.

दुर्गाला पाठवून द्यायला नेहाबेननं सांगितल्याचं माधो माझ्यापाशी बोलला होता, पण रात्रीपर्यंत तरी नलिनीबेनकडून काही हालचाल झालेली दिसली नाही.

दुसऱ्या दिवशी सकाळी नवाचा सुमार असेल. मी ऑफिसमध्ये पाणी भरून ठेवत होतो तेव्हा दुर्गा नलिनीबेनकडे आली. नलिनीबेननी तिला सकाळी निरोप पाठवला असेल अथवा नेहाबेननी म्हटलंय म्हणजे बेन पाठवतीलच असं समजून की काय, दुर्गा जरा नीटनेटकी तयार होऊन आली होती. तिला पाहून नलिनीबेन विशेष काही घडल्यागत चपापल्या.

काही काळ विचित्र नजरेनं तिच्याकडे पाहत राहिल्या. मग तोंड वाकडं करून उपरोधानं म्हणाल्या, “अग्गोबाई, आज अगदी थाटमाट केलाय न् काय तुम्ही! जसं काही मेहरा तुम्हालाच घेऊन जाणार आहेत त्यांच्याकडे!” मग नेहमीप्रमाणे ओरडून म्हणाल्या, “मूर्ख कुठली. एवढा तरी विचार करायचा की बाई आता कुठे जायची वेळ येतीय? एवढ्या मोठ्या घोडीला कोण कशाला घरी नेणारे?”

खाली मान घालण्यावाचून दुसरं काही माझ्या हाती नव्हतं.

दुर्गा सणसणीत उत्तर देईलसं वाटलं होतं, पण ती काहीच बोलली नाही. जे सांगायला आली होती, तेदेखील बोलली नाही. मुकाट्यानं चालू लागली.

दाराबाहेर गेल्यावर दुर्गा जराशी थांबली. नंतर तिच्या नेहमीच्या सवयीप्रमाणे मागे न बघताच म्हणाली, ''मी त्या लोकांसोबत दवाखान्यात अन् कोर्टात सगळीकडे जाणारे.'' मग धावत सुटली.

दुर्गा तिथून धावत निघून गेली त्यामागचं कारण कोणालाही समजण्यासारखं होतं.

ज्या वयाच्या मुलीला कोणी कधीच दत्तक घेत नाही त्या वयाला ती जाऊन पोहोचली आहे, हे अतिशय निर्घृणपणे तिच्या तोंडावर, तेही माझ्यादेखत तिला सांगितलं गेलं होतं. अशा वेळी अश्रू थोपवून धरणं अत्यंत कठीण... आणि दुर्गा रडताना दिसणं... जवळ जवळ अशक्यच.

डोळ्यांचा बांध फोडून अश्रू गालांवर ओघळण्याआधीच दुर्गा तिथून पळून गेली. ऑफिसातलं काम संपवून मी दुर्गाला शोधायला निघालो. सगळा आश्रम पालथा घातला, पण दुर्गा दिसली नाही. शाळेची वेळही झाली नव्हती. तेवढ्यात पिवळ्या इमारतीच्या मागे तिकडे लांब एका शेताच्या पलीकडच्या टोकाला मागच्या भिंतीशी असलेल्या विहिरीपाशी दिसली. पिंपळाच्या बुंध्याला टेकून हमसून हमसून रडत होती.

तिथवर जायची माझी हिंमत झाली नाही. त्या क्षणी, अवघ्या दुनियेत दुर्गा एकटी होती. अगदी एकाकी... आणि तरीही माझ्यानं तिच्यापाशी जाणं होईना. कितीतरी वेळ ती तिथेच बसून होती. ना कोणी तिला शोधलं ना कोणी तिच्याशी बोललं.

शेवटी घडलेलं सारं मी नंदूला सांगितलं. त्यानं लक्ष देऊन ऐकून घेतलं. विहिरीकडे जाताना नंदू मला हाताशी धरून सोबत घेऊन गेला. आम्हाला येताना पाहून दुर्गानं घाईघाईनं डोळे पुसले. नंदूच्या हातातून मी हात सोडवून घेतला. माझी चाल आपोआप मंदावली. जवळ जावंसं वाटेना. थोड्या अंतरावर विहिरीच्या काठाशी थांबलो.

आपलं उपरणं खांद्यावर टाकून नंदू दुर्गासमोर बसला. दुर्गाच्या गुडघ्यावर हात ठेवून म्हणाला, ''माहितीये मा, सगळं कळलंय. नलिनीबेन बोलल्या तर बोलू देत. तू मनावर घेऊ नकोस.'' थोडं थांबून पुन्हा म्हणाला, ''बेन तरी काय चुकीचं बोलल्या, तूच सांग. खरंय त्यांचं म्हणणं. तू कुठे जाशील? दुसरीकडे कुठे जाणं तुझ्यानं होणारे का? होईल तरी कसं? एवढ्या एवढ्याशा लहानग्यांची काळजी घेणं सोडून मा दुसरीकडे जाईल का? अगं, तुला कोणी 'नेतो' म्हटलं तरी तूच म्हणशील, 'मला नको, करमीला घेऊन जा तुमच्यासोबत.' ठाऊकच आहे मला.

हा नंदू तुला ओळखत नाही का?''

दुर्गा शांत होती. तिनं उत्तर दिलं नाही, पण उठून आमच्याबरोबर चालू लागली. आम्ही पिवळ्या इमारतीच्या प्रवेशद्वारापाशी पोहोचेतो मेहरांची गाडी आत शिरताना दिसली. गाडी येताना पाहून दुर्गा ऑफिसकडे इतक्या वेगानं चालू लागली, जणू धावतेय!

मी आणि नंदू ऑफिसात गेलो. मेहरा आणि त्यांची पत्नी गाडीतून उतरली. त्यांच्यासोबत नेहाबेन नव्हत्या.

नलिनीबेननी पाहुण्यांचं स्वागत केलं, त्यांना आत नेलं. पाठोपाठ नंदू आत गेला. मी अन् दुर्गा बाहेर ओसरीवरच थांबलो.

आमच्याकडे लक्ष जाताच नलिनीबेननी मला चहा करून आणायला सांगितलं आणि दुर्गाला म्हणाल्या, ''तू काय करतीयेस इथे?''

''उभीये.'' दुर्गानं निर्विकार स्वरात उत्तर दिलं. नलिनीबेन तिच्याकडे दोन क्षण रागारागानं पाहत राहिल्या. पण पुढे काही बोलल्या नाहीत.

मी आत गेलो. कपाट उघडून चहा, साखर, दूध काढून कोपऱ्यातल्या पार्टीशनमागे चहा करू लागलो. बेन कोणाशी तरी फोनवर बोलत होत्या. ''हो सही करून पाठवते. तुम्ही मुलगा देऊन टाका... हो... हो... बाकी सगळं आम्ही बघून घेऊ... होय. निघालीच मंडळी... इतक्यात येतीलच तुमच्याकडे.''

बोलणं संपवून बेन मेहरांना म्हणाल्या, ''आप वही जाइए, बेबी वहीं से ले जाइए. एक दिन के बच्चे को खामखा यहाँवहाँ...''

''जी, ठीक है, ठीक है...'' मूल जणू आपल्या कुशीतच आल्यागत दोघं अगदी हरखून गेली. बेनचे हात हातात घेऊन मेहरांच्या पत्नीनं दोनदोनदा आभार मानले.

चहापाणी आटोपून पाहुणे उठले. तेवढ्यात दुर्गाला आत बोलावून बेन म्हणाल्या, ''तू यांच्यासोबत जा. काही लागलं सवरलं, तर उपयोग होईल.''

''आधी तुम्ही नेहाबेनना फोन करा, मग जाते.'' दुर्गा म्हणाली.

''उनको फोन कर लेंगे'' मेहरांनी उत्तर दिलं. ''इन फॅक्ट, गाडीसे उतरते ही मैने उनको बुलाना तय हुआ था, पर अब अस्पताल जाते है, वहाँसे फोन करके बात कर लेंगे''

मूल ताब्यात घेऊन त्याला आपलं म्हणायची घाई, रात्रीची गाडी पकडून परत जाणं भाग होतं त्याची घाई... ते लोक ताबडतोब टॅक्सीत बसू लागले. ''मै आती हूँ'' म्हणत अधिक काही न बोलता दुर्गा त्यांच्यापाठोपाठ गाडीत शिरली. गाडी निघायच्या वेळी मेहरांनी डॉक्टरचा पत्ता दाखवून मला म्हटलं, ''आपने यह जगह देखी है?''

इतका मोठा माणूस मला 'आप' म्हणत होता, हे नवलच होतं. पत्ता वाचून मी म्हटलं, "हां, नेहाबेनके घरसे थोडा आगे। स्टेशनके सामनेवाली गलीमे।" कुठे कसं जायचं ते ड्रायव्हरला समजावून सांगितलं.

ती मंडळी गेली. मी चहाची भांडी धूत होतो तेवढ्यात फोन आला. नलिनीबेन घरी गेल्या होत्या, त्यामुळे लक्ष्मीनं फोन घेतला. माझ्याकडे पाहत म्हणाली, "नेहाबेनचाय." पुन्हा फोनकडे वळली. "मेरांचं काम त बेननी करून दिलं. त्ये लोक पोर घ्यायला गेलेदिखील."

पलीकडून बोललेलं ऐकल्यावर लक्ष्मीनं उत्तर दिलं, "त्ये काई म्हायती नाई. मी आफीसात हाये न् तो सायकलवाला पोरगा बी." मग थोडं ऐकून घेऊन फोन मला दिला. "घे. बोल."

फोनवर नेहाबेन म्हणाल्या, "असं कर, तू लगेच दवाखान्यात जा. ती माणसं तिथून निघाली असतील तर रेल्वे स्टेशनवर जाऊन चौकशी कर. मेहरा तिथे असले तर त्यांना म्हणावं, मला फोन करा. लगेचच फोन करायला सांग बरं का!"

"हो, जातो आणि नेहाबेन, दुर्गा गेलीये त्यांच्यासोबत." मी सांगितलं. सायकलवरून थेट दवाखान्यात गेलो. मेहरा कुटुंब मुलाला घेऊन गेलं होतं. तडक स्टेशनवर गेलो. पाहिलं तर वेटिंगरूमच्या समोर उभ्या उभ्याच दुर्गा एका तळव्यावर दुसऱ्या हाताचं बोट आपटून आपटून मेहरांच्या पत्नीला काहीतरी पटवून द्यायची धडपड करत होती.

मेहरा रिझर्वेशन चार्ट बघत होते. त्यांच्यापाशी जाऊन मी काही सांगणार त्या आधीच नेहाबेनना रिक्षातून उतरताना पाहून मी थांबलो.

नेहाबेन आल्या. त्यांनी मुलाला बघितलं. नव्या आईचं अभिनंदन केलं. मग मेहरांना म्हणाल्या, "मेहराजी, बच्चे को आप ऐसे सीधे क्लिनिकसे नही ले जा सकते। पहले इसे अनाथालय ले जाना पडेगा, वे लोग वहाँसे सिव्हिल अस्पतालमें चेक अप करवाएंगे, बाद में मॅजिस्ट्रेटके सामने रजिस्ट्रेशन होगा, इसके बाद बच्चा आपको मिलेगा, ये प्रोसिजर है।"

मेहरांची पत्नी म्हणाली, "इतने छोटे बच्चे को कहाँ कहाँ घुमाएंगे? वो वहाँवाली बहन तो कह रही थी कि सब फॉर्मालिटी वे लोग कर लेंगे।"

"वे ऐसा नहीं कर सकते, हो सकता है, थोडा काम निपटा सके। लेकिन सिव्हिल में चेकअप तो बच्चे का ही करना होगा। वह कैसे करंगे?" नेहाबेननी खुलासा केला. "आपकी गाडी रात दस बजे जाएगी। अभी तो दोपहर बारा बजे हैं। आप मेरे साथ चलिए, कम से कम सिव्हिलमें चेकअप तो करवा ही लीजिए, मैं साथ रहूँगी, जल्दी हो जाएगा।"

मेहरा विचार करू लागले. शेवटी आम्ही सगळे सिव्हिल हॉस्पिटलमध्ये गेलो.

नेहाबेन डॉक्टरांशी सविस्तर बोलल्या. मेहरांना संध्याकाळी जायचं असल्यामुळे सगळं लवकर आटोपायची विनंती केली.

डॉक्टर बाळाला तपासत होते. तोवर आम्ही आळीपाळीनं कँटीनमध्ये जाऊन खाऊन घेतलं. साडेतीन वाजता डॉक्टरांनी मेहरांना बोलावलं. म्हणाले, "रजिस्ट्रेशन करून झालं आहे?"

"तुम्ही तपासायच्या आधीच कसं करणार?" नेहाबेन म्हणाल्या.

"सगळं होतं. ती माणसं काय हवं ते करू शकतात." डॉक्टर हसून म्हणाले. मग मेहरांना म्हणाले, "आप रजिस्ट्रेशन मत करवाइए, बच्चे को यहाँ छोड जाइए। हम उसे वापस बालाश्रम भेज देंगे।"

मेहरा पतिपत्नी बुचकाळ्यात पडले. नेहाबेनकडे पाहू लागले. नेहाबेननी त्यांना शांत राहण्याची खूण केली. मग डॉक्टरांना विचारलं, "का? काही अडचण आहे का?"

डॉक्टर म्हणाले, "एक नाही, अनेक अडचणी आहेत. याच्या आईनं कसल्या गोळ्याबिळ्या घेतल्या आहेत की काय कोण जाणे; पण हा मोठा झाल्यावर पुष्कळ अडचणी उद्‌भवण्याची शक्यता आहे. थायरॉईड तर होईलच; शिवाय शरीराची नीट वाढ न होण्याचीही शक्यता आहे किंवा मतिमंद असू शकेल. काहीच सांगता येत नाही. हे घ्या, वाचा." नेहाबेनच्या हाती रिपोर्टचे कागद देत डॉक्टर पुटपुटले. "आश्रमवाल्यांची पण कमाल आहे. पोरगं जन्मायचाच अवकाश, की लगेच टाकलंच कोणाच्या पदरात."

डॉक्टरांनी सर्व काही मेहरांना समजावून सांगितलं. दोघांचे चेहरे खर्रकन उतरले. त्यांच्याही पेक्षा अधिक झाकोळला तो दुर्गाचा चेहरा. काही काळ शांतता पसरली.

नेहाबेन काही बोलणार तोच मेहरांच्या पत्नीचा आवाज ऐकू आला. "हम ले जाएंगे। इसी बच्चे को ले जाएंगे। जब ले ही लिया है तो अब ये हमारा हो ही गया।"

मेहरा काही बोलले नाहीत. आम्ही सगळेच चकित होऊन मेहराबाईंकडे पाहू लागलो. डॉक्टर म्हणाले, "इतना इमोशनल बनने..."

"बात इमोशनल बनने की नही है डॉक्टरजी." मेहराबाई मध्येच म्हणाल्या. "बात मेरे अपने बच्चे की है, आप समाझिए। मैने उसे ले लिया है, अब ये मेरा हो गया। मै अपने बच्चे को अनाथालय में कैसे छोड दूँ?"

मग आपल्या पतीकडे वळून म्हणाल्या, "आप भी बोलिए, अगर मेरी कोख से हुआ होता तो किसी के कहनेपर हम इसे छोड देते क्या? आप समझते हैं मै क्या कह रही हूँ?"

"बिलकूल समझता हूँ।" मेहरांनी पत्नीला आश्वस्त करत म्हटलं. मग डॉक्टरांना

आणि नेहाबेनना म्हणाले, ''देखिए, हम दोनों दिल्लीसे रातभर इसी बच्चे के ख्वाब देखते आए हैं, अब वो जैसा है, वैसा हमारा है, हम ले जाएंगे, आप पेपर्स करवा दीजिए।''

''पक्का?'' विस्फारल्या डोळ्यांनी नेहाबेननी विचारलं.

''हां जी, पक्का.'' मेहरांनी उत्तर दिलं.

डॉक्टर काही न बोलता दोघांकडे पाहत होते. मग दिलासा देत असल्यागत म्हणाले, ''शायद आगे कुछ भी परेशानी ना आए ऐसा भी हो सकता है।'' मग किंचित थांबून पुन्हा म्हणाले, ''अगर हो भी तो तब तक मेडिकल सायन्स भी इतना आगे निकल गया होगा...''

डॉक्टरांच्या बोलण्यावर मेहरांनी काहीच प्रतिक्रिया दर्शवली नाही. रिपोर्ट बॅगेत ठेवून पत्नीला म्हणाले, ''चलेंगे?''

कोर्टाची कारवाई पूर्ण करून आम्ही नेहाबेनच्या घरी गेलो. रात्री आठ वाजता मी आणि दुर्गा मेहरांना पोहोचवायला त्यांच्यासोबत स्टेशनवर गेलो.

गाडी येईपर्यंत आम्ही दोघं तिथेच थांबलो. मेहरा पतिपत्नी गाडीत चढू लागले तशी आजवर कधीच केलं नाही ते दुर्गानं केलं. ती मुलगी खाली वाकली. पतिपत्नी दोघांच्या पायाला हात लावला, मग उठली.

रात्री हे कळल्यावर नंदूनं आगळ्याच रीतीनं म्हटलं, ''आपल्याला कळत नसतं रे, पण आदिब्रह्मातून मानवमात्रात चांगुलपणाचा एक तंतू अवतरत असतो. केव्हा कोणेवेळी तो झंकारेल ते कोणाला सांगता येतंय!

तेरा

त्या दिवशी संध्याकाळपर्यंत चार नव्या सायकली जोडून द्यायच्या होत्या; शिवाय ऑफिसची झाडलोट, तिथलं पाणी भरून ठेवणं, दोन-तीन वेळा चहा करून देणं...हे सारं होतंच, जणू काही अलिखित करारच! मी समरूला लवकर यायला सांगितलं. दोन सायकली तयार करायचं काम त्याच्यावर सोपवलं.

पहिली सायकल जोडून, नट-बोल्ट तपासून एकीकडे ठेवली. नेहाबेन कोणा पाहुण्यांच्या गाडीतून आल्या. दुकानाशी गाडी थांबवून त्यांनी मला म्हटलं, "जरा आत ये बरं! दोन-चार खोकी उतरवायची आहेत."

गेटमधून गाडी थेट ऑफिसशी गेली. पाठोपाठ मी गेलो. ऑफिसात पोहोचलो तेव्हा नेहाबेन नलिनीबेनशी पाहुण्यांची ओळख करून देत होत्या.

"इथल्या मुलांसाठी यांनी थोडे कपडे आणलेत. मुलांची वयं विचारली होती त्यांनी. मला माहिती नव्हती, पण तुमच्या रजिस्टरवरून अंदाजे मिळाली तेवढी मापं मी कळवली होती. मापात थोडं मागेपुढे होईल, पण सगळ्यांना पुरतील एवढे कपडे आहेत."

लक्ष्मी तिथेच उभी होती. पट्कन म्हणाली, "एकशेवीस आहेत सगळी मिळून."

पाहुण्यांनी लक्ष्मीकडे रोखून बघितलं. मग नेहाबेनकडे वळून म्हणाले, "होय, तेवढी असतीलच. दोन-चार जास्तच असतील. माझ्या भाच्यानं आणलेत त्यामुळे मला नक्की आकडा सांगता येणार नाही. तुम्हीच बघा, मोजून घ्या. कमी पडले तर कळवा, आणखी पाठवून देईन."

नलिनीबेन मनातल्या मनात अस्वस्थ होऊ लागल्या. सगळी चर्चा मध्येच थांबवत गडबडीनं म्हणाल्या, "असू दे, असू दे... ते... आम्ही बघून घेऊ."

एवढं झाल्यावर नलिनीबेननी मला कपड्यांची खोकी ऑफिसात घेऊन यायला सांगितलं.

बाहेर पडतेवेळी, तिथंच जाळीशी बसून काहीतरी

वाचत बसलेली दुर्गा दिसली. क्षणभर थांबून मी तिच्याकडे पाहिलं. तिच्या ते लक्षात आलं. हातातल्या पुस्तकावरची नजर न काढताच म्हणाली, ''तू तुझं काम कर.''

ड्रायव्हरच्या मदतीनं मी कपड्यांची खोकी ऑफिसात आणली. दुर्गा बसली होती तिथून जाताना मला वाटलं, ती जरा जास्तच निरखून पाहतेय. मी तिकडे फारसं लक्ष दिलं नाही.

टेबलाच्या मागच्या भिंतीशी आम्ही खोकी रचू लागलो. लक्ष्मीनं त्यातलं एक पॅकेट बाहेर काढलं. मग खास हेल काढून म्हणाली, ''महागडे दिसतातेत. पोरट्यांची त मज्जाय!''

लक्ष्मीच्या बोलण्याकडे त्या वेळी कोणी लक्ष दिलं नाही. मी नेहाबेनकडे पाहत होतो. त्यांची नजर दाराबाहेर काही विशेष बघण्यात गुंतली आहेसं वाटलं.

दुसरी फेरी करण्यासाठी मी बाहेर आलो. भिंतीआड दारापाशी उभी असलेली दुर्गा दिसली. लगेच मागे वळून मी नेहाबेनकडे पाहिलं तशी होकारार्थी मान हलवून त्यांनी तोंड फिरवलं.

काहीच न घडल्यागत दुर्गा पुन्हा वाचनात मग्न झाली. नेहाबेन आणि दुर्गा यांच्यात काय खाणाखुणा झाल्या ते मला उमगलं नाही. नंतर तिलाच विचारू असं ठरवून मी आपलं काम सुरू ठेवलं.

बाकीची खोकी घेऊन आम्ही आत आलो तेव्हा नेहाबेन पाहुण्यांना सांगत होत्या, ''नाहीतर असं करा ना, आता तुम्ही स्वतः इथे आलाच आहात तर तुमच्या हातानंच वाटून टाका ना कपडे. खुद्द पाहुण्यांच्या हातून घेताना मुलांनाही खूप आवडेल.''

''पुन्हा कधीतरी,'' पाहुणे म्हणाले. ''आत्ता जरा जायची घाई आहे. मी स्वतः इथवर आणून दिलं. तेवढंदेखील पुरेसं वाटतंय. पुन्हा कधीतरी वेळ काढून येईन तेव्हा मुलांना भेटेन.''

पाहुणे गेले. मला दुकानात जायची घाई होती, पण नलिनीबेननी थांबवलं. म्हणाल्या, ''थांब जरा, याची व्यवस्था लावायची आहे अजून.''

लक्ष्मीनं मोठं कपाट उघडलं. म्हणाली, ''बेन, नवे कोरे कपडे हायेत. ष्टाफला पन शोभतील अशे नव्वे कोरे हायेत. एक द्या बरं माज्या भाच्यासाठी.''

''देईन, पण आधी तू हे कपाट बंद कर. त्यातल्या खूप वस्तू गायब झाल्यात, तुला माहीत आहे ना? इथे ऑफिसात ठेवून चालणार नाही. इथे ठेवले की कपड्यांना पाय फुटलेच समज.'' बेन म्हणाल्या.

''त मग कुटं ठेवाचेत? तुमच्या घरीच ठेवा.'' लक्ष्मीनं सुचवलं.

जरा विचार करून बेन म्हणाल्या, ''माझ्या घरी सध्या साफसफाई चालली

आहे. तू असं कर, माधोला बोलाव. आजच्या रात्रीपुरते त्याच्या कोठारात ठेवू दे. सकाळी माळा स्वच्छ करून तिथे जागा करून घेईन. मग तिथे ठेवू.''

''त मग आमाला हवे ते आमी घेऊ का?'' लक्ष्मीला दम निघत नव्हता.

''नाही.'' बेननी बजावलं. ''देईन म्हटलंय ना, म्हणजे देईन; पण मी सांगेपर्यंत स्टाफसाठीसुद्धा कोणी काहीही घ्यायचं नाहीये. पंधरा ऑगस्टला मुलांना काहीतरी द्यावं लागणारच आहे. त्याच वेळी सगळ्यांचं बघू. तूर्त माधोला म्हणावं, सगळे कपडे नीट मोजून ठेव. सकाळी मला सांग म्हणावं.''

माधोला बोलवून आणायला सांगितलं म्हणून दोघींना तसंच बोलत सोडून मी बाहेर आलो. दुर्गा जाळीपाशी उभी होती. माधो माझ्यासोबतच आला. आम्ही दोघांनी मिळून वरचे पुठ्ठे बाजूला करून प्लास्टिकच्या पिशव्या मोजल्या. एका मोठ्या खोक्यात पुन्हा भरल्या. मग नलिनीबेनना सांगितलं, ''हे पाहा बेन, झालं. ठीक आहे ना?''

''उद्या.'' बेननी न बघताच उत्तर दिलं आणि आपलं काम करत राहिल्या.

खोकं नेताना माधो म्हणाला, ''काळजी करू नका बेन, कोठारातच ठेवतो. म्हणाल तर अर्ध्या रात्री काढून देईन. दाराबाहेरच खाट टाकून माधो निजतो म्हटल्यावर कोण्या महाशर्विलकाचीसुद्धा तिकडे फिरकायची हिंमत होणार नाही.''

त्यांना तिथेच सोडून मी दुकानात गेलो. समरू कामात गुंतला होता. चारांपैकी दोन गिऱ्हाइकांनी संध्याकाळी आपापल्या सायकली नेल्या. उरलेल्या दोन समरूच्या घरी ठेवायला जावं लागलं. रात्री तिथंच राहिलो.

दुसऱ्या दिवशी सकाळी मोहनकाकांच्या विहिरीवर अंघोळ करून कपडे धुतले. एक सायकल मी घेतली, दुसरी समरूला आणायला सांगून दुकानात गेलो. दुकान स्वच्छ करून काम सुरू करतो न् करतो तोच माधो आला. आल्या आल्याच म्हणाला, ''चल, समन्स आलंय...''

''कोण?'' माधो काय म्हणतोय ते माझ्या लक्षातच आलं नाही.

''कोण काय? बेननी बोलावलंय.'' माधो म्हणाला. मग माझी थट्टा करत असल्यागत हसला. म्हणाला, ''नेहाबेनबरोबर फिरत असतोस, आन समन्स म्हाइत नाही? विचारून शिकून ठेव. आज उद्या वारंट बी निघंल.''

माधोसोबत जाताना मी थोडा घाबरलो होतो. एकतर आजवर कधीच इतक्या सकाळी बेनचं बोलावणं आलं नव्हतं. नऊ-साडेनऊ वाजता जायची माझी वेळ होती. दुसरं म्हणजे स्वतः माधो बोलवायला आला होता, अन् असं तिरकं बोलत होता.

मला नवल वाटलं. त्याच्याबरोबर जाताना म्हटलं, ''आज इतक्या सकाळी सकाळी? काय झालंय?''

मी नलिनीबेनसमोर जाऊन उभा राहिलो. लक्ष्मी आणि झाडलोट करणारी कामवाली दोघी तिथेच होत्या. नंदू तेवढा नव्हता.

"काल ती कपड्यांची पार्सलं तू आणलीस ना?" बेननी प्रश्न टाकला.

"हो, मी आणि ड्रायव्हर काकांनी मिळून इथे आणून ठेवली होती. दोन फेऱ्या करून आणली होती. इथेच बसून मी अन् माधोभाईंनी खोकी उघडली न् कपडे एका खोक्यात भरले. माधोभाई ते खोकं कोठारात ठेवणार होते." मी शांतपणे उत्तर दिलं.

"ते सारं ठाऊक आहे मला, पण आत्ता ते खोकं सापडत नाहीये."

मी अवाक! काय बोलावं ते सुचेना. उत्तर द्यायला तोंड उघडणार त्याआधीच माधो म्हणाला, "त्याला विचारून काई उपयोग नाई. बेन हे कुना आतल्याचंच काम हाये." त्याचा इशारा लक्ष्मीकडे होता की आणखी कोणाकडे ते मला कळलं नाही.

या भानगडीतून आपलं अंग काढून घेण्यासाठी म्हणा, की स्वाभाविकपणे माधोला दुजोरा देण्यासाठी म्हणा; पण लक्ष्मी एकदम म्हणाली, "हां हां बेन, काम आतल्याचंच हाये. भाईरचं कोन कशाला येतंय जाळीतून!"

माझ्याकडे रोखून पाहत नलिनीबेन म्हणाल्या, "आतला कोनाकोपरा पालथा घालून झालाय; पण काही सापडत नाहीये. काम आतल्याचं असलं तरी बाहेरच्यांची मदत असल्याशिवाय..."

हे मात्र माझ्या कल्पनेपलीकडचं होतं. माझ्यावर असला आळ घेतला जावा, हे मला सहन होईना. माझ्या डोळ्यांत आसवं दाटली. कसंबसं रडू आवरून मी म्हटलं, "रात्री तर मी इथे नव्हतोच. विचारा मोहनककाकांना. दुकानात बघायचं असेल तर तिथेही बघून घ्या. काल दुकान बंद करून गेलो त्यानंतर हे आत्ता उघडतोय."

माझं इतकं स्पष्ट उत्तर खरं मानायचा प्रयत्न करत नलिनीबेन म्हणाल्या, "दुकान तपासायची गरज नाहीये. तुला काही ठाऊक आहे का एवढंच विचारायचं होतं. आतल्या एकूण एक मुलांना विचारून झालंय. कोणाला काही माहीत नाहीये."

"माहीत नाई आसं होनारच नाई बेन. सगळ्यांना सगळं ठाऊकाय, पण बेटे कोनी तोंड उघडायला तयार नाईत. मी स्वताच्या हातानी कोठारात ठेवलेलं खोकं आसं जाईलच कसं म्हन्तो मी! तुमीच सैल सोडलं तर कोनी कबूल करनार नाई. चमत्काराविना नमस्कार नाई." माधो तावातावानं म्हणाला.

माधोच्या बोलण्यावर विचार करत नलिनीबेन गप्प राहिल्या. आपल्यावर आळ घेतला जाऊ नये, यासाठी चोर शोधून काढण्याचा माधोचा ठाम निश्चय होता. त्यामुळे मुलांकडून खरी हकिगत काढून घेण्यासाठी कडक उपाय करावेत, म्हणून

त्यानं बेनवर दडपण आणलं.

बेननी थोडा वेळ विचार केला. मग त्याचं म्हणणं कबूल केल्यागत म्हणाल्या, "माधो, असं कर. आत्ता स्वयंपाकासाठी शिधा काढूच नकोस."

"कवाच देऊन झाला बेन. सैपाकवाल्या गटानं भाजी चिरूनदिखील टाकलीय. नंदूकाका पीठ मळतोय." माधोनं उत्तर दिलं.

"ठीक आहे. मग उद्या सकाळी कोठारघर उघडूच नकोस. शिधाबिधा काही देऊ नकोस."

"हां, हे ठीक केलं बेन तुमी." बेनच्या निर्णयाला पाठिंबा देत लक्ष्मी म्हणाली.

"ठीक नाही खरं म्हणजे, पण दुसरं काय करणार?" बेनचा निर्णय पक्का होत नव्हता. मन अजून डळमळीत होतं. "पाणी डोक्यावरून जायची वेळ यायच्या आत काहीतरी करायला हवं!" बेन म्हणाल्या.

नंदूशी बोलून घेतल्यावर मगच बेननी असा निर्णय घ्यावा, असं मला सांगावंसं वाटत होतं, पण त्यामुळे त्यांचा माझ्यावरचा संशय बळावेल अथवा त्या चिडून उगाच नको ते बोलतील, या भयानं मी गप्प राहिलो.

काय वाटेल ते झालं तरी माधोला यातून आपली सुटका करून घ्यायची होती. तो म्हणाला, "अगदी साधी गोष्ट हाये, जोपर्यंत चोर सापडत नाही तोपर्यंत सैपाक नाही. पोटात कावळे कोकलायला लागले की पटापट बोलायला लागतील राघूवानी!"

"ठीक आहे तर. उद्या मी सांगेपर्यंत कोठार उघडायचं नाही." बेननी अंतिम हुकूम सोडला.

त्या हुकूमानं मला काही फरक पडणार नव्हता. नंदूचा कोणाला संशयच नव्हता. राहता राहिले माधो, लक्ष्मी अन् पिवळ्या इमारतीतील मुलं.

हळूहळू सगळे पांगले. आत्ता एवढ्यातच सगळ्यांपर्यंत खबर पोहोचेल आणि दुर्गा मला भेटायला येईल, अशी माझी धारणा होती; पण संपूर्ण दिवसभरात दुर्गा आलीच नाही.

रात्री मी नंदूकडे त्याला भेटायला गेलो. बेननी फर्मावलेल्या शिक्षेबाबत नंदूला कळलं होतं. मला पाहताच त्यानं विचारलं, "तू तिथे होतास, तर मला लगेच कळवलं का नाहीस?"

"काय सांगणार? बेननी तर मलासुद्धा..."

नंदू माझ्याकडे पाहू लागला. म्हणाला, "या बेनकडे की नाही, एकदा पाह्यलाच हवं. इतकी कडक शिक्षा असते का कधी? तू येतोस का मी जाऊ एकटा?"

सोबत जायची माझी हिंमत नव्हती. नंदू एकटाच गेला. थोड्या वेळानं परत आला तो त्याच्या सवयीप्रमाणे बडबडतच आला. "ऐकलंस? उद्या मी स्वयंपाक

करायचा नाही म्हणे. नंदूनं स्वयंपाक करायचा नसेल, तर मग त्याचं इथे कामच काय आहे? हा मी चाललो. असली नोकरी माझ्यानं नाही होणार!''

तो नलिनीबेनची समजूत काढू शकला नाहीये, हे माझ्या ध्यानात आलं. कसाही असला तरी निर्णय अंतिम होता एवढं खरं.

''जाऊ दे. सकाळपर्यंत बेनचा राग मावळेल. नको काळजी करूस.'' मी समजावायचा प्रयत्न केला.

''राग मावळायचा असता तर दिवसभरात मावळला असता. मी, या नंदूनं स्वतः समजावलं तरी त्यांनी ऐकलं नाही, असं कधी पाहिलं नव्हतं. चूक कोणाची आणि शिक्षा सगळ्यांना? तीदेखील या... या बाळगोपाळांना? असं करतात का, सांग बरं!''

नंदू अतिशय उदास झाला होता. स्वयंपाकच करायचा नसेल तर स्वयंपाक्यानं इथे राहायचंच कशाला, असं वारंवार म्हणत होता. ''बेनचा तरी काय दोष म्हणा! माधोनं त्यांना भरीला घातलंय. पण एक गोष्ट नक्की... उपाशी ठेवलं म्हणून मुलांकडून हवी ती बातमी काढून घेणं मुळीच शक्य नाही. मुलांची एकजूट अजून त्यांनी बघितली नाहीये. पोट आवळून गप्प पडून राहतील, उपाशी मरतील; पण कोणाचं नाव सांगणार नाहीत, भले मग काय वाटेल ते होवो.''

''सकाळी निघेल काही मार्ग.'' मी म्हटलं. ''आत्ता निजा.''

''ते होईलच रे! तू म्हणतोस तसा काही ना काही मार्ग निघेलच. दुर्गाई उपाय काढेलच शोधून. आपल्याच्यानं नाही झालं. या नंदूचे हात नोकरीनं बांधलेत, पण माझी ती मा कोणाला बांधील नाहीये. ती नाही घाबरत. तिला भय ना भीती. उद्या बघ तू. सकाळी मुलं भुकेली पाहिल्यावर ती गप्प नाही बसायची. हातपाय गाळून गप्प बसली तर ती मा कसली! तेवढीच वेळ आली, तर कुलूप तोडून धान्य काढून देईल. तिथ्थे उभी राहून पोरांसाठी स्वयंपाक करवून द्यायला कमी नाही करणार. नंदूला स्वयंपाक करू दिला नाही म्हणून काय झालं, दुर्गानं म्हटलं तर स्वयंपाकपाणी करणारी तुकडीच काय, अगदी एवढ्याशा चिल्ल्यापिल्ल्यांसकट सगळीच्या सगळी मुलं स्वयंपाक करू लागायला येतात की नाही बघ!''

खरं होतं नंदूचं म्हणणं. चुकून कधी एखाद्या वेळी नंदू स्वयंपाक करायला नसला, तर दुर्गानं तयार केलेल्या स्वयंपाक गटाची व्यवस्था इतकी चोख होती, की काम अडत नसे.

सगळ्या मुलांना स्वयंपाकपाणी, कपडे धुणं अशा गटांमधून आळीपाळीनं काम करायला लावून दुर्गानं त्यांना तयार केलं असलं, तरी नंदूनं दुर्गावर इतका भरवसा ठेवावा, हे मला पटेना. समर्थ सत्तेपुढे एवढ्याशा मुलीचा काय पाड!

दुसऱ्या दिवशी सकाळी नऊ वाजता ऑफिसची झाडलोट करायची, चहा

करायची वेळ झाली तसा मी ऑफिसकडे निघालो. माधो दाराबाहेर घुटमळत होता. मला काळजी वाटू लागली. माधोपाशी जाऊन मी विचारलं, "काय झालं माधो?"

"अरे बाबा, काय होणार होतं रे? स्वयंपाकघराची न् कोठारघराची किल्ली नलिनीबेनकडे जमा झालीये." आपला काही संबंधच नसल्यागत माधो बोलत होता. त्याचा तरी काय दोष म्हणा. त्या दिवशी नंदूखेरीज दुसरा कोणीही मुलांची बाजू घेऊन बेनशी बोलायला गेला असता, तर कपडेचोरीच्या मामल्यात त्याचाही हात असण्याचा संशय येणं साहजिकच होतं.

मी ऑफिस उघडलं. झाडून काढलं. पाणी भरलं. पुढे काय होईल याच विचारात, एखाद्या किल्ली दिलेल्या खेळण्याप्रमाणे मी यंत्रवत काम करत होतो. रोज सकाळी सात वाजता सुरू होणारं स्वयंपाकघर आज नऊ वाजले तरी बंद होतं. दारातून वाकून जाळीपलीकडे चौकात पाहिलं. स्वयंपाकघराच्या बंद दाराबाहेर नंदू अत्यंत खिन्न होऊन बसून राहिला होता. माधो ऐटीत ट्रान्झिस्टर ऐकत फाटकाबाहेर हिंडत होता.

साडेनऊ वाजले. नलिनीबेन ऑफिसात आल्या. मी चहा ठेवला. लक्ष्मी आलेलीच होती. ओट्यापाशी कपबश्या विसळत होतो, तेवढ्यात बाहेर येणारी दुर्गा मला जाळीतून दिसली. तिच्या चालीतूनच ठामपणा जाणवत होता.

मी चहा ओतला. बेन पहिली बशी तोंडाला लावणार त्याआधीच दुर्गा दारात उभी; तिथे हजर असलेले सगळे पुढे काय घडेल, याची वाट बघत पुतळ्यासारखे स्तब्ध.

दुर्गा आत आली. नलिनीबेनच्या टेबलासमोर उभी ठाकली. बेननी चहाचा घोट घेतला. मग बशी टेबलावर ठेवून दुर्गाकडे बघत गंभीर आवाजात विचारलं, "काय झालं? काय म्हणून येणं केलंत?"

बेनच्या तिरकसपणाचा दुर्गावर काही परिणाम झाला नाही. तिनं शांत चित्तानं, स्थिर नजरेनं, दृढ स्वरात म्हटलं, "कोठाराची किल्ली घ्यायला आलेय. द्या. कपडे मी पळवलेत समजा. कोणालाही सापडणार नाहीत. माझं जे करायचं ते करा. आत्ता किल्ली द्या."

दुर्गानं माझ्याकडे बघितलंही नाही. तिचा चेहरा निर्विकार होता. ती खरं बोलतेय असं मानणं कठीण होतं.

विकृत वाटावा इतका तीव्र तिरस्कार बेनच्या चेहऱ्यावर दिसू लागला. त्यांनी माझ्याकडेही पाहिलं. म्हणाल्या, "मला संशय होताच..."

दुर्गावर काही परिणाम झाला नाही. पूर्वीच्याच शांत गंभीर स्वरात म्हणाली, "त्याच्याकडे बघू नका. त्याला यातलं काही ठाऊक नाहीये. मी सांगतेय तुम्हाला, त्यालाच काय दुसऱ्या कोणालाही काही कल्पना नाहीये. कपडे मुळी कंपाऊंडच्या

भिंतीच्या बाहेर गेलेच नाहीयेत. मी पळवलेत म्हटलं ना? काय वाटेल ते झालं तरी परत मिळायचे नाहीत. चोर सापडला ना तुम्हाला? आता स्वयंपाकघर सुरू करा. हे घ्या मी कबूल करतेय. कपडे मी नेले. आता तर झालं? आता किल्ली द्या. करायची ती शिक्षा मला करा.''

नलिनीबेनना संताप आवरेना झाला. आधी त्यांनी तिच्यावरच हात उगारला, पण मग तोच हात टेबलावर आपटला. खणातून किल्ली काढली; दुर्गाच्या अंगावर फेकली. त्यानंतर जे घडलं त्यानं मी पुरता ढवळून निघालो.

सगळं माझ्यासमोर घडत होतं. प्रत्यक्ष माझ्या डोळ्यांनी बघत होतो. माझ्या कानांनी ऐकत होतो. परमेश्वरा, त्या वेळी दुर्गाला कठोरातली कठोर शिक्षा झाली असती तर बरं झालं असतं. तिच्या शरीरावर सपासप छड्या लगावल्या असत्या, सटासट मुस्कटात मारल्या असत्या, तरी बरं झालं असतं; पण... त्यातलं काही झालं नाही. झालं ते ....जे व्हायला नको होतं तेच तेवढं झालं.

नलिनीबेननी अत्यंत क्रूरपणे, आवाजात शक्य तेवढा तिरस्कार आणून, एक एक शब्द वाजवून घेत म्हटलं, ''कोण जाणे कोणाची अवलाद आहे! उकिरड्यावर फेकून आई चालती झाली, कुत्र्यांनी तिथून फरफटत नेली, तरी मेली नाही... आता मर जा. जाळ आता आपल्या आईचं पोट, जा.''

माझी मान खाली गेली. जमिनीवर घट्ट पाय रोवून मी स्थिर उभा राहिलो. काही केल्या माझ्यानं वर बघवेना. ईश्वराशपथ, त्या क्षणी दुर्गाला एकटी सोडल्याच्या शरमेच्या ओझ्याखाली मी पार दबून गेलो होतो.

आता मात्र दुर्गा बेनवर चांगलंच तोंडसुख घेईल, काय सांगावं त्यांच्यावर हातही टाकेल असं मला वाटून गेलं; पण उत्तरादाखल एक शब्दही ऐकू आला नाही. जमिनीवर खिळलेल्या नजरेनं जेवढं पाहू, ऐकू शकलो, तेवढ्यावरून दुर्गा खाली वाकल्याचं जाणवलं. जमिनीवर पडलेली किल्ली तिनं उचलली. आली तेव्हासारखीच ठाम पावलं टाकत शांतपणे दाराबाहेर गेली. दारापासून दोन पावलं दूर गेल्यावर थांबली. मर्यादेपलीकडच्या शांतपणे म्हणाली, ''मला माझ्या आईनंच उकिरड्यावर फेकलं असं साक्षात देवानं सांगितलं, तरी मी ते मानणार नाही. तुमची काय कथा!''

तोपर्यंत लक्ष्मी केरसुणी हातात घेऊनच उभी होती. आपली नाराजी, अस्वस्थता, शरम, आपला सगळा संताप लक्ष्मीवर काढत बेन ओरडल्या, ''मठ्ठासारखी उभी काय राह्यलीस? जा कामं आटप.'' मलाही त्याच सुरात कपबश्या धुऊन चालतं व्हायला सांगितलं.

ऑफिसातून सरळ दुकानात जाण्याऐवजी मी थेट पिवळ्या इमारतीच्या चौकात गेलो. स्वयंपाकघर उघडलेलं होतं. नंदूला विलक्षण आनंद झाला होता. मोठ्या

उत्साहानं तो स्वयंपाकाला लागला होता. काही मुलं कणीक मळायला घेत होती. काही डाळ-तांदूळ धूत होती. नंदूच्या मदतीला मी तिथंच थांबलो.

स्वयंपाक करताना नंदू भडाभडा बोलू लागला, "काय काय तिनं सहन केलं असेल कोण जाणे. रात्रभर देवाची प्रार्थना करत जागी राहिली असेल. हे आरासुरवासिनी आज कोणाला शिक्षा न होईल असं कर. तसं करणार नसशील, तर मग पुढे जे होईल ते बघत बसण्याइतकी मला निष्ठुर करून टाक; पण अरे, दुर्गाई तेवढी निष्ठुर होऊ शकली असती का?"

मी बाहेर जाऊन पाहिलं. दुर्गा कुठेच दिसली नाही. आत जाऊन नंदूला सांगणार तेवढ्यात त्यानंच पुन्हा सुरू केलं. "दहा वाजेतो स्वयंपाकघर सुरूदेखील झालं नव्हतं. देवा रे! अरे बाबा, कधीतरी माझ्या माच्या चेहऱ्याकडे नीट बघ, म्हणजे तुझ्या लक्षात येईल, की जे होईल ते बघत बसण्याइतकं कठोर हृदय ईश्वरानं तिला दिलंच नाहीये. कोणाचंच दुःख जिच्यानं पाहवलं जात नाही, ती लहान लहान पोरं उपाशी असलेली कशी पाहू शकेल? धावत गेली असेल नलिनीबेनकडे. कसंही करून किल्ली घेऊन आली बघ."

ऑफिसात जे घडलं होतं ते बिचाऱ्या नंदूला माहीत नव्हतं. दुर्गा स्वतःहून सांगेल हे अशक्य. लक्ष्मी इतकी भेदरली होती, की नंदूला भेटायलाही घाबरावी. मीच नंदूला सगळी हकिगत सांगायला हवी, असं मला वाटलं.

मी म्हटलं, "नंदू काका, किल्ली मिळवण्यासाठी दुर्गानं कपड्यांच्या चोरीची जबाबदारी स्वतःच्या माथी घेतली ते तुम्हाला ठाऊक आहे?"

नंदूचे हात काम करायचे थांबले. त्यानं म्हटलं, "दुर्गानं कबूल केलं?"

"हो, दुर्गानं कबूल केलं. स्वतःहून, आपल्या तोंडानं कबूल केलं." मी जोर देत म्हटलं. "कपडे नेले असतील त्यानं असतील, पण दुर्गानं साक्षात बेनच्यासमोर जाऊन म्हटलं, की कपडे तिनंच पळवलेत अन् आता ते मुळीच मिळायचे नाहीत."

नंदूनं पीठ भरला हात माझ्या खांद्यावर ठेवत म्हटलं, "कपडे आपण पळवलेत असं दुर्गाई जर म्हणत असेल ना, तर नीट ऐकून ठेव, नक्कीच दुर्गानं स्वतः कपडे लपवून ठेवलेत."

नंदूच्या बोलण्यानं मी जणू अगदी हतबल झालो. तरी म्हटलं, "मला नाही वाटत."

"तुझ्या वाटण्या न वाटण्यानं काही फरक पडत नाही रे. ती जर तसं बोलली असेल तर निश्चितपणे धरून चाल की, तिनं नक्कीच तसं केलंय. मी ओळखतो दुर्गाला. स्वतःच्या माथी खोटा आळ ती कधीच घ्यायची नाही." नंदू म्हणाला. मग लगेच काळजीच्या स्वरात विचारू लागला, "एवढं होऊनही नलिनीबेननी तिला काहीच केलं नाही? माला मारबिर बसला नाही ना?"

"दुर्गाला मारायची हिंमत करतील का आता नलिनीबेन? त्यांनी मारलं नाही; पण मारलं असतं तरी बरं झालं असतं..." ऑफिसमध्ये घडलं ते सगळंच्या सगळं मी नंदूला सांगितलं.

संपूर्ण हकिगत ऐकून नंदू गार पडला. स्वयंपाक करायचा नसता तर तो तेव्हाच दुर्गाला भेटायला निघून गेला असता, असं मला त्याच्या चेहऱ्याकडे पाहून वाटलं. क्षण दोन क्षण थांबून त्यानं म्हटलं, "अरेरे! तू प्रत्यक्षच पाहिलंस; जगदंबेचा चेहरा किती उतरला असेल. काळजाचा एखादा ठोका चुकला तरी ते तिच्या चेहऱ्यावर स्वच्छ दिसून येतं, ती हृदयच फाटून जात असताना कसं लपवू शकणार होती?"

"तिथे तर ती अगदी शांत होती." मी नंदूला पोकळ आश्वासन देत म्हटलं.

"तरी पण तू तिला शोध रे बाबा. मला ठाऊक आहे, रडू कोसळण्याआधी धावत पिंपळाकडे गेली असेल. बघ जरा."

मी चट्‌कन उठलो नाही, तसा नंदू पुन्हा म्हणाला, "असू दे. आत्ता नको जाऊस. रडून घेऊ दे मोकळेपणानं. तिचं मन जरा हलकं झालं की मग आपण बोलू."

मुलं जेवायला बसली तरी दुर्गा आली नव्हती. शेवटी आम्ही तिला आणायला गेलो. ती चुपचाप बसून होती. अश्रू सुकले होते. नंदू काही न बोलता थोडा वेळ तिच्यापाशी नुसता बसून राहिला. मग म्हणाला, "मा, जेवायचं नाही?"

दुर्गानं उत्तर दिलं नाही. नंदू पुन्हा म्हणाला, "तुला पुन्हा एकदा जातीवरून आणि असंच काय काय म्हटलं गेलंय ते कळलंय मला; पण अगं माये, तू तर आरासुरहूनच आली आहेस गं. तुला कसली आलीय जात न् पात! जात-पात, आई-बाप, सगळ्यांची गरज आम्हा बुद्धिहीन माणसांना... तू स्वयंभू, तुला कुठले आईबाप असायला? जगात कोणाचं नसेल ते तुझं कूळ. कोणाला माहीत असू दे की नसू दे, या नंदूला सगळं माहीत आहे. चल आता, चार घास खाऊन घे मा. चल ऊठ बरं."

तरीही दुर्गा तशीच मुकाट बसून राहिली, तशी शेवटचं अस्त्र बाहेर काढल्यागत नंदूनं म्हटलं, "तुला जेवायचं नसेल तर मी काय करू ते तरी सांग. रोज तुझा प्रसाद झाल्यानंतरच हा नंदू जेवतो, माहीत नाही का तुला?"

नंदूचं ते वाक्य ऐकून दुर्गा त्याच्याकडे बघत राहिली. मग जणू काहीच झालं नसल्यागत उठून उभी राहिली. केसांवरून हात फिरवला. विहिरीशी जाऊन तोंड धुऊन आली. म्हणाली, "चला, नंदूकाका."

आम्ही मुकाट्यानं चालू लागलो. जराशानं दुर्गा हलकेच म्हणाली, "नंदूकाका, माझ्या आईनं मला फेकून दिलं नाहीये, ते कर्म नक्कीच माझ्या बापाचं किंवा

त्याच्या कोण्या नातेवाइकाचं! माझ्या आईनं नाही मला फेकून दिलं.''

''होय गं मा, तसंच. नक्कीच. आई कधी तसं करणारच नाही. नेणाऱ्यानं तुला नेली असेल तेव्हा कदाचित तुझी आई भानावरही नसेल.'' नंदूनं दुर्गाच्या पाठीवरून हात फिरवत म्हटलं. म्हणाला, ''जग काय म्हणतं त्याकडे मुळी तू लक्षच देऊ नकोस. तुझं मन तुला जे सांगतंय ना, तेच सत्य आहे.''

चौदा

दुर्गानं कपडे लपवून ठेवले, पण चॉकलेटांप्रमाणे मुलांना वाटून टाकले नाहीत याचं कोडं मला उलगडत नव्हतं. नलिनीबेन तिच्यावर लेखी कारवाई करतील, नेहाबेनना किंवा दुसऱ्या कोणाला बोलावून केस करतील, असं मला वाटलं होतं. तसलं काहीच झालं नाही. जणू काही घडलंच नसल्यागत सगळी हकिगत कोणत्या कारणानं दाबून टाकली गेली, ते मला समजत नव्हतं.

काही दिवसांनी मी सरळ दुर्गालाच विचारलं, ''दुर्गा, कपडे तू लपवलेत?''

''लपवले नाहीयेत.'' दुर्गानं आणखीच कोड्यात टाकलं.

''मग?''

''सांगेन कधीतरी. आज नको.''

अशा उत्तराची मला अपेक्षा नव्हती. ''मला नको सांगूस, पण नेहाबेनना कळल्यावर त्या तुला विचारतीलच.''

''तुला सांगायचं असेल नेहाबेनना, तर जा. जाऊन सांग. इथलं कोणीही चकार शब्द काढणार नाही. कपडे सापडले असते तर कदाचित तक्रार गेली असती; पण आता तर काय करावं तेच कोणाला समजणार नाही.'' दुर्गानं उत्तर दिलं.

दुर्गा काही सांगणार नाही याची मला खात्री पटली. वेगळ्या प्रकारे चौकशी करायचा प्रयत्न करत मी म्हटलं, ''समजणार नाही म्हणजे?''

''आपलं डोकं चालव की जरा!'' दुर्गानं बेफिकीरपणे म्हटलं.

मला अपमान झाल्यासारखं वाटलं. माझा चेहरा उतरलेला पाहून दुर्गा म्हणाली, ''लगेच रडकं तोंड करायची गरज नाहीये. रडूबाई, ऐक नीट. कपड्यांची अथवा माझी काळजी करायचं सोड. कपडे भेट मिळाल्याचं बेननी रजिस्टरमध्ये काय, साधंसुद्धा कुठे नोंदवून ठेवलं नाहीये, ना कुठली पावती केलीये. सगळ्यांसमोर गोड गोड बोलत होत्या; पण तुला

ठाऊक नाहीये, त्या वेळी कपडे जागेवरच राहिले असते ना, तर एव्हाना बाजारात कधीच विकले गेले असते. त्यांना सगळंच्या सगळं खोकं लंपास करायचं होतं. आता तोंड उघडतील तर सगळं उजेडात येईल म्हणून बसल्यात गप्प. कोणाला काही एक कळू देणार नाहीत.''

तसंच झालं. नंतर ना कोणी कपड्यांबद्दल ब्र काढला, ना दुर्गाला शिक्षा झाली. काही दिवस बेननी दुर्गाशी अबोला धरला, त्यामुळे माझं मात्र काम थोडंसं वाढलं. ऑफिसच्या फायली नीट लावून ठेवायलासुद्धा बेन मलाच सांगू लागल्या. असं करता करता इथलं सर्व काम माझ्या शिरावर येणार असेल, तर मला ही जागा सोडून निघून जाण्याखेरीज गत्यंतर नव्हतं.

असली कामं करायला स्पष्ट नकार द्यावा, असंही वाटायचं; पण बेन एकट्या हाती सगळाच भार पेलू शकणार नाहीत, हे मला माहीत होतं. मी नकार दिला, तर कळत्या वयाचं दुसरं कोणी नव्हतंच. बेन फार तर रेखाला बोलावू शकल्या असत्या, पण ती अशक्त मुलगी शाळेतून येईतोच दमली, थकलेली असते.

बाराचा सुमार होईपर्यंत ऑफिसात काम करू लागलो. एक-दोनदा बेननी सुचवून पाहिलं, ''एवढ्या उशिरा गेल्यानंतर पहिल्यापासून स्वयंपाक करून जेवतोस त्यापेक्षा इथलंच जेवून घेत जा. तिथे बसून जेवायचं नसेल तर तुझ्यासाठी डबा पाठवायला माधोला सांगते.'' मी नको म्हटलं तसा बेननी आग्रह धरला नाही.

आज शनिवार. शाळा सकाळची होती. लवकर आवरून सगळे गेले होते. ऑफिसातलं काम उरकून मी दुकानात जायला निघालो तेव्हा शाळेतून परतणारी मुलं भेटली. सगळं टोळकं कुठल्याशा गंभीर चर्चेत गुंतल्यागत वाटत होतं. मला पाहून ते माझ्यापाशी आले.

थोडा वेळ आम्ही नुसतेच एकमेकांकडे बघत राहिलो. कमरेवरून सारखी घसरणारी चड्डी सावरत राहुल म्हणाला, ''खरं खरं सांग. सोमिया एकदा रिक्षेत बसली होती नं?''

सौम्या! तिला जाऊन कितीतरी दिवस झालेत. एव्हाना ती चालाय-बोलायला लागली असेल आणि राहुलला अजून तिचं रिक्षात बसणं आठवतंय!

''हो.'' मी म्हटलं. ''का बरं? तू नव्हतं पाहिलंस?''

''मी पाहिलं होतं... मी पाहिलं होतं... मी पण...'' तीन-चार आवाज आले.

''मी पाहिलं होतं की! तिच्या अम्मीच्या मांडीवर बसली होती.''

जराशी मोठी एक मुलगी म्हणाली, ''तिचे अब्बा तं रिक्षा चालवत होते. त म अम्मीच्याच मांडीवर बसणार की नै?''

राहुलच्या मनात काय चाललं आहे ते ओळखण्याइतकं माझं मन समर्थ नव्हतं. कोणाच्यातरी सोबत वाहनात बसायचा ध्यास त्याच्या मनात सतत का

असतो, हा प्रश्न मला कित्येकदा पडला आहे; पण आत्ता या क्षणी मला चकित केलं, ते त्याच्या तोंडच्या 'अम्मी' या शब्दानं!

फारुखला आणि हुस्नाला बा-बापू, पप्पा-मम्मी न म्हणता, आईबाप न म्हणता अब्बू-अम्मी म्हणायचं असतं, इतका सुस्पष्ट विचार त्याच्या रक्तात कोणी उतरवला असेल? या पिवळ्या भिंतीपलीकडे, बंद जाळीमागे, बाकीच्या दुनियेपासून दुरावलेल्या या जगात बाहेरच्या दुनियेतल्या गोष्टी कशा काय पोहोचल्या असतील, हे कळणं माझ्या कल्पनेपलीकडचं होतं.

रेखा आणि दुर्गा मागोमाग येतच होत्या. दुर्गानं लगेच त्या मोठ्याशा मुलीला म्हटलं, "अगं माझी मा, माझी अम्मा, लवकर पाय उचल. बारा वाजून गेलेत."

अशा तऱ्हेनं दुर्गानं अम्मा आणि मा एकदमच म्हणावं यामागे तिचा विशेष उद्देश होता, की ती सहज बोलून गेली होती ते मला समजलं नाही. दुर्गाला विचारलं, "का, असं का बोलतेस?"

"तुझी हरकत आहे का?" दुर्गा असं उत्तर देईल यात नवल नव्हतं. जास्तच खोलात जाऊन विचारलं असतं तर ती काय म्हणाली असती, ते समजण्यासारखं होतं. म्हणाली असती, "मग दुसरं काय करू? या पोरांना उपदेश करू? हे माझ्या प्रिय मुलांनो, अम्मी-अब्बू, मा-बापू, मम्मी-पप्पा या सर्व शब्दांचा अर्थ एकच असतो. असं? मला सुचलं ते मी बोलले. तुझं काय गेलं?"

दुर्गा कदाचित जाणूनबुजून बोलली नसेलही, पण इतकी समजूत तिच्या ठायी उपजतच होती. प्रत्येक वेळी आपलं मन सांगेल तसं, त्या त्या क्षणी स्वतःची समजशक्ती म्हणेल तसंच दुर्गा वागत आली आहे.

मी विचार करणं सोडून दिलं. दुकानात जाऊन भाताचं पातेलं स्टोव्हवर चढवलं. समरू सायकल फिटिंग करून जेवायला घरी गेला होता.

दुपारी दुकानातच चटईवर वाचत पडलो होतो, तेव्हा पोलिसांची जीप पिवळ्या इमारतीच्या फाटकातून आत जाताना दिसली. पोलीस का आले असतील असं वाटलं, पण हातातलं पुस्तक टाकून आत जायला मन होईना.

जीप गेल्याला जेमतेम पंधरा-वीस मिनिटं झाली असतील तोच, "नंदू कुठे जाऊन बसलाय?" असा नलिनीबेनचा आरडाओरडा ऐकू आला. लक्ष्मीसुद्धा मोठमोठ्यानं नंदूला हाका मारत होती. शेवटी फाटकाशी येऊन लक्ष्मीनं ओरडून मला म्हटलं, "चल रे, बेन बोलावतायेत."

पुस्तक तसंच सोडून मला जावं लागलं. फाटकाशी गेलो तेवढ्यात लक्ष्मी निघून गेली होती. जरा पुढे गेलो तो माधो भेटला. त्यानं गडबडीनं विचारलं, "आरे बाबा, तो नंदूकाका कुटं ग्येला?"

"आतच असेल. मी नाही पाहिलं त्यांना." असं म्हणून मी माधोला उलट

प्रश्न केला, "पुन्हा आणि काही गडबड झालीय का?"

"गडबड हितं रोजच आसती." माधोनं नेहमीप्रमाणे आडवळणानं उत्तर दिलं. "हे आत्ता पोलीसवाले गेले ते पाह्यलं नाई? आत्ता हापिसात येऊन कोंच्यातरी कागदावर लक्ष्मीची सही घेऊन ग्येले."

"सही? कसली सही? लक्ष्मी कधी सही करते?" असं म्हणत मी माधोसोबत ऑफिसात गेलो.

तिथे लक्ष्मी नलिनीबेनना सांगत होती, "त्याच्यासोबत वर्दीवाले साहेब आलते. विचारता न पुसता मुन्नाला हितं सोडून चालले गेले. कोणाला सांगायला पण थांबले नाई."

सगळेच इतके घाईला आलेत त्याअर्थी काहीतरी घडलंय निश्चित. बोलण्या बोलण्यातून कळलं, की पोलीस कोण्या मुलाला इथे सोडून गेलेत. नाव मुन्ना. एकतर वेडा असावा अथवा अपंग किंवा मग काहीतरी 'चढवून' गेलाय पार समाधीत. या इतक्या परम रमणीय ग्रहावर नसत्या कटकटी मागे लावून घ्यायची गरज काही जणांना असते कुठे?

मुन्ना नामक त्या अस्तित्वाला दुसरीकडे कुठे न नेता पोलीस नेमके इथेच का टाकून गेले कोण जाणे! लक्ष्मी तेव्हा ऑफिसात होती. पोलीस चौकीतून पुष्कळदा मुलं येतात, तसाच हा मुन्ना आला, एवढं तिला समजलं.

खरं म्हणजे एखाद्याला सोडायला पोलीस येतात, त्या वेळी त्या मुलाची जबाबदारी घेण्याआधी नलिनीबेनना विचारावं लागतं, पण ऐट दाखवायची संधी सोडेल तर ती लक्ष्मी कसली! डोक्यावरच्या टोपीसकट खाकी कपड्यातला गाडीत बसून येणारा अंमलदार जे म्हणेल, ते नलिनीबेनना करावंच लागणार. मग लक्ष्मीनं केलं तर काय हरकत आहे? तिनं बिचारीनं कागदपत्रांवर शिक्के मारून दिले. "हां, मी सही मात्र अज्जाबात केली नाई बरं का. करीनच कशी." असं ती म्हणत राहिली. तिनं सही केली नसेल याची साऱ्यांना खात्री होती, कारण तिला सही करता येतच नव्हती!

मी पलीकडे लांबवर पाहिलं. पोलीस ज्याला टाकून गेले, तो मुन्ना पेरूच्या झाडापाशी एकीकडे सावलीत पडला होता. त्याच्या अंगावर चट्टे उठले असावेत, असं वाटत होतं. भानावर नसावा बहुतेक.

चालता न येणाऱ्या मुलांना कडेवरून आत आणायचं काम लक्ष्मी वर्षानुवर्षं करत आली होती, पण हा मुन्ना कडेवरून आणता येण्यापेक्षा खूपच मोठा वाटत होता.

अशा दोन मुलांना एकाच वेळी उचलण्याइतकी ताकद माधोमध्ये होती, पण माधो तो माधो. स्वयंपाकघरातला 'हेल्पर' आणि कोठाराचा अधिपती, त्यानं अशा

मुलांना उचलायचं काम करायचं असतं? म्हणजे मुन्नाला जाळीच्या आत पोहोचवायचं काम शेवटी आपल्या नंदू महाराजांच्याच माथी. म्हणून तर चहूकडे 'नंदू नंदू'ची हाकाटी सुरू झाली होती.

'नंदू नंदू'चा जप ऐकून जाळीपलीकडच्या चौकातून गच्चीवर येऊन रेखा ओरडली, "ते पिंपळापासच्या विहिरीवर अंघोळीला गेलेत. तितं जावा. तितं कपडे धुतातेत."

माधोनं नंदूला बोलावून आणलं. बेननी त्याला काम सांगायच्या आतच मुन्नाच्या वतीनं बोलल्यागत त्यानं मुन्नाकडे नंदूचं लक्ष वेधलं आणि तो जणू हवेतच अदृश्य झाला.

आपल्याला थेट काही करायला सांगेपर्यंत ओट्यावर उभा राहून ही धावपळ बघत राहण्याखेरीज दुसरं काही मला सुचलंच नाही. नंदूनं मात्र कोणाच्याही सांगण्याची वाट पाहिली नाही. तो तडक मुन्नाजवळ गेला. त्याला नीट न्याहाळलं. जरा वेळानं इकडेतिकडे पाहिलं. नंदूला शोधायला कंपाऊंडभर धावणाऱ्यांपैकी कोणीच तिथे दिसत नव्हतं. जाळीपलीकडची मुलं अनोखं बघायला मिळाल्यागत गच्चीवर उभी होती.

अखेरीस नंदूची नजर माझ्यावर पडली. तसा तो माझ्यापाशी येऊन म्हणाला, "बाबा रे, तिकडे वावरात जा. मोहनकडे चारचाकी लॉरी आहे ती घेऊन ये. माझं नाव सांग म्हणजे देईल. हे मुन्नाभगत अवतरलेत इथे, पण त्यांना सगळ्यांसोबत आत ठेवता येईलसं वाटत नाहीये. कसला तरी रोग लागलाय वाटतं. बाकीच्या पोरांना जवळसुद्धा जाऊ देता उपयोगी नाही. भगत महाराजांना सरळ दवाखान्यातच न्यायला हवं."

मुन्ना संसर्गाच्या रोगानं भरलाय असं नुसतं ऐकूनच मला किळस आली होती. केवळ नंदूच्या लाजेखातर मी तिथे अजून उभा होतो. एका अनोळखी रोगीष्ट देहाला नंदू भगत म्हणत होता. त्याच्या चेहऱ्यावर ना दया ना किळस. त्याला इतर मुलांसोबत न ठेवण्याचं कारण सांगत, दवाखान्यात घेऊन जायची शांतपणे व्यवस्था करण्यात गढला होता.

म्हणूनच बुद्धीला अजिबात पटत नव्हतं, तरी नंदूला मदत न करणं माझ्यानं झालं नाही.

मी लगेच वाडीवर गेलो. मोहन अद्याप घरी होता. सर्व हकिगत त्याला सविस्तरपणे समजावून म्हटलं, "पोरगा फारच आजारी आहे. दवाखान्यात न्यावा लागेल तुमच्या गाडीतून..."

समरू तिथेच होता. त्यानं सारं ऐकलं. गाडी न्यायची गोष्ट निघाली तसं त्यानं मला विचारलं, "कुठला पोरगा?"

"मी नाही ओळखत. आजच आलाय. हे एवढ्यातच पोलीस पोहोचवून गेलेत."

समरू मोहनला म्हणाला, "मोहनभौ, नका देऊ गाडी. पोरग्याला पाहिलंय का तुम्ही? काल दुपारी गायत्री सोसायटीच्या नाक्यापाशी पडला होता. अंग सडलंय. अख्खी गाडी औषधानं धुऊन काढलीत तरी पुरं पडायचं नाही."

मग मला म्हणाला, "भाजीबिजी, धान्यधुन्य आणायला नंदूकाका गाडी मागतात ते ठीक. कधी कोणाचा हात-पाय मोडला तरी गाडी देतो आम्ही, पण या...या असल्या कामासाठी मुळीच मिळायची नाही."

"पण मग दुसरं करायचं तरी काय? तूच सांग समरू, अरे बेशुद्ध झालाय तो. शुद्धीवर नाहीये. सायकलवर बसवता येईल का? नाही ना? आणि दुसरं कोणतं साधन आहे का? असतं तर तुमची गाडी मागितलीच नसती. नाहीये दुसरा इलाज म्हणूनच तुमच्याकडे आलोय की नाही?" मी अगदी नरमाईनं समजावणीच्या सुरात म्हटलं.

"घेऊन जा. ती बघ तिकडे समोर आहे. नीट स्वच्छ करून परत आणून दे बरं का." समरूच्या विरोधाकडे दुर्लक्ष करत मोहननं म्हटलं, पण लगेच विचारलं, "अरे, पण त्या तसल्या मुलाला दवाखान्यात नेणार कोण?"

मुन्नाला उचलून हातगाडीवर ठेवावा लागेल, हातगाडी ढकलत दवाखान्यापर्यंत न्यावी लागेल, हे मला तोवर सुचलंच नव्हतं. मोहननं विषय काढला तसा मी गोंधळून गेलो, तरी पण म्हटलं, "कदाचित नंदूकाका घेऊन जातील."

"तुम्हाला सगळ्यांना एक नंदूच काय तो बरा सापडतो प्रत्येक वेळी! शहर काही चार पावलांवर नाही माहितीये तुम्हाला. एकटा नंदू थेट तिथवर गाडं ढकलत कसा जाईल? माध्याला सोबत जावंच लागेल." असं म्हणून मोहननं गाडी माझ्याकडे ढकलली. म्हणाला, "जा बाबा जा. नंदूसोबत जायला दुसरं कोणी नाही सापडलं तर तू तरी जा अन् तुलाही जायचं नसेल तर तसं सांग. मी जाईन."

मोहनच्या शब्दांमागे आज्ञा होती की विनंती, तेच कळेना. तरी पण त्याच्या बोलण्या-वागण्याचा मला राग आला नाही. 'दुसरं कोणी नसलं तर तू जा' या मोहनच्या शब्दांमागचा माझ्याबद्दलचा जरासा विश्वास मला एक वेगळंच बळ देऊन गेला.

समरूनं तोंड वाकडं केलं, पण बोलला काही नाही.

हातगाडी घेऊन पिवळ्या इमारतीपर्यंत पोहोचेतो अर्धा तास गेला.

तोवर माधो शहराकडे निघून गेला होता. दुर्गा जाळीबाहेर येऊन बागेतल्या बाकड्यावर नंदूशी बोलत बसली होती. मला हातगाडी घेऊन येताना पाहून ती समोर आली.

“माधोला भाजी आणायला जावं लागलं,” नंदू म्हणाला, “तू सोबत येशील ना? नाहीतर मोहनला बोलवावं लागेल.”

माधो भाजीचं निमित्त करून मुद्दामच निघून गेलाय याची मला खात्री होती. मला नंदूचा राग आला. म्हटलं, “दोन मिनिटं थांबला असता माधो तर भाजी कुठे पळून जात नव्हती! तुम्ही तरी त्याला थांबवून घ्यायचं होतं. प्रत्येक वेळी चांगुलपणा दाखवायच्या भरात तुमचा बळी जात असतो. तुमच्यानं बोलवत नव्हतं तर नलिनीबेनना सांगायचं. त्यांनी माधोला सांगितलं असतं. थांबवून घेतलं असतं आणि तुमच्यासोबत दवाखान्यात पाठवलं असतं.”

दुर्गा चकित होऊन माझ्याकडे बघू लागली. मला माझीच चीड आली. पहिल्यांदाच आणि तेही दुर्गासमोर नंदूला इतके कठोर शब्द माझ्या तोंडून निघाले, त्याची मला शरम वाटत होती.

माझी दया आल्यागत नंदू माझ्याकडे पाहत होता. किंचितसं हसून म्हणाला, “तुला काय वाटलं, माधोला जावं वाटलं म्हणून मी जाऊ देईन? अरे बाबा, नलिनीबेननी त्याला मुन्नाला दवाखान्यात न्यायला सांगू नये, म्हणून मीच माधोला भाजी आणायला पाठवून दिलंय.”

नंदूनं असं का केलं असावं ते कळण्याइतकी समजशक्ती माझ्यात नव्हती; पण दुर्गासमोर मी नंदूशी वाद घातला नाही.

गाडी आपल्यापाशी घेत नंदूनं दुर्गाला म्हटलं, “मा, मी चादर आणतो. भर बाजारातून न्यायचा म्हणजे भगतला झाकून न्यावं लागेल. लहान पोरंबाळं, त्यांच्या आया बाजारात असतील. मनुष्यदेहाचं असं रूप त्यांच्या नजरेला न पडलेलंच बरं.”

“असू द्या, मी आणते.” असं म्हणून दुर्गा नंदूच्या घराकडे निघाली. मला म्हणाली, “चल.”

थोडं दूर गेल्यावर दुर्गा मला हलकेच म्हणाली, “पुन्हा कधी नंदूकाकांना उलट उत्तर देशील, तर माझी शपथ आहे. तुला जे वाटलं असेल, ते असू दे; पण हात-पाय न धुता स्वयंपाक करताना त्यांनी माधोला पाहिलं, त्या दिवसापासून नंदूकाकांनी स्वयंपाकाचं काम आपल्या एकट्याच्या माथी घेतलंय. आज माधो सोबत आला असता, तर दवाखान्यातून परत आल्यावर औषध लावून अंघोळ करायला कबूलच झाला नसता. कबूल करूनही त्यानं अंघोळ केली असती असं नाही. मुन्नाला दवाखान्यात पोहोचवून तो तसाच परस्पर बाजारात गेला असता. अशी आणलेली भाजी चार-चार दिवस पोराबाळांना खावी लागली असती. नंदूकाका असं होऊ देतील?”

दुर्गानं हे सांगितलं नसतं, तर नंदूकाका मुलांची किती काळजी घेतात, ते मला कधीच समजलं नसतं. मला पश्चात्ताप होऊ लागला. दुर्गा म्हणाली, “माधो

मुलांसोबत आत राहतो. देव न करो, पण एखाद्याला संसर्ग लागला तर? बाप रे! भलतंच संकट ओढवेल. त्यापेक्षा नंदूकाकांनी त्याला दूर ठेवलं तेच बरं केलं!''

चादर घेऊन आम्ही परतलो तेव्हा मी नंदूकाकांना म्हटलं, ''मोहनकाकांना नको बोलवायला. मी येईन.''

आम्ही हातगाडी ओढत बागेत आणली, तोवर दुर्गा ऑफिसातून रबरी हातमोजे घेऊन आली. आम्हा दोघांना एक एक जोड देऊन एकीकडे उभी राहिली. आम्ही हातमोजे घातले. तोंडावर फडकं बांधलं. दोघांनी मिळून मुन्नाचा तो सडलेला देह उचलून हातगाडीवर नीट ठेवला. दुर्गानं केरोसीनही आणलं होतं. थोड्या वेळापूर्वी मुन्ना जिथे होता, तिथली जमीन तिनं पेटवून दिली.

''तो वाचेल ना काका?'' तिनं विचारलं.

विचारात पडल्यागत काही काळ नंदूकाका जानव्यावर हात फिरवत राहिले. मग म्हणाले, ''वाचेल मा. नक्की वाचेल. हा बरा होण्यातला संसर्ग आहे. औषधपाणी नीट झालं, की लगेच मावळायला लागेल.''

हातगाडी ढकलत आम्ही फाटकापर्यंत जाईतो दुर्गा थांबली होती. नंदूनं मागे वळून तिला खुणेनं आत जायला सांगितलं. मग पुटपुटला, ''अवघ्या जगाची हिला चिंता! स्वतः कमी का भोगलंय? तरी नेहमी हसूनखेळून असते.''

थोडा वेळ तसेच मुकाट्यानं चालत राहिलो. मग नंदूनं म्हटलं, ''आनंदात राहायची ही कला तिला शिकावी नाही लागली. दुःखासोबत ती आपसूक आलीये.''

कच्च्या रस्त्यावर मी एकट्यानंच गाडी ढकलली. दरम्यान, एकदा झाडाखाली दम घेतला. शहराची सडक लागली तसा नंदू पुन्हा माझ्याकडे आला. सभ्य, मवाळ व्यापारी जनांच्या डोळ्यांना खुपू नये, स्त्रियांमध्ये व्यर्थ घबराट माजू नये, मुलाबाळांना भीती वाटू नये, याची काळजी घेत आम्ही दोघं मुन्नाचा देह चादरीखाली झाकून, लपवत, भर बाजारातून दवाखान्यापर्यंत ढकलत नेला. त्याला पाहताच डॉक्टरांनी त्याला दवाखान्यात भरती करून घ्यायला सांगितलं.

सिव्हिल हॉस्पिटलचे सोपस्कार पार पडायला बराच वेळ लागला. सुदैवानं रोझम्माची ड्यूटी आज संसर्गजन्य रोगांच्या दालनातच होती. तिनं सगळं सांभाळून घेतलं.

आम्ही निघालो तशी रोझम्मानं औषधाची बाटली माझ्या हाती देत म्हटलं, ''दवाई लगाकर नहानेका.''

तिचे आभार मानल्याच्या आविर्भावात मी मान जराशी झुकवत औषध घेतलं. तीही गोडसं हसली. म्हणाली, ''कैसा है दुरगै वो सब? और वो बॉम्बेवाली बच्ची का क्या खबर?''

रोझम्माला आमची आणि दोन-चारच दिवस पेशंट म्हणून राहिलेल्या बाळाची

आजही आठवण आहे, याचं मला नवल वाटलं. तेवढाच आनंद झाला. मी सर्व सविस्तर सांगितलं. कण्णगी अय्यंगार शेफालीला त्याच दिवशी रात्री आपल्या सोबत घेऊन गेल्या, ते पण सांगितलं.

"ओह!" रोझम्मा उद्‌गारली. "मतलब के बेबी हमारा देशमें चला गया. कभी जायेंगे तो मिलेंगे, ॲड्रेस देना।" पत्ता द्यायचं कबूल करून मी नंदूपाशी गेलो. बाहेरच्या नळावर तो हातगाडी धूत होता. मी मदत करू लागलो. गाडी स्वच्छ करून आम्ही परत यायला निघालो.

संध्याकाळी गाडी परत करायला मोहनकडे गेलो. औषध शिंपडून गाडी पुन्हा एकदा विहिरीवर धुतली. मीदेखील स्वच्छ अंघोळ केली. संध्याकाळी उशिरा परत येऊन डायरी लिहीत होतो, तोच रेखानं निरोप आणला, "नंदूकाकांनी जेवायला बोलवलंय."

"त्यांनी कशाला केला स्वयंपाक? मी करणारच होतो."

"ते मला नाही माहीत." उत्तर देता देता रेखाला हसू आलं. म्हणाली, "स्वयंपाक त मी न् दुगाईनं केलाय, नंदूकाकांनी नाही. त्यांनी अंघोळ केली, कपडे धुतले न् आता पूजा करताहेत."

मी नंदूकडे गेलो. दुर्गाची साफसफाई सुरूच होती. मी आणि रेखा तिला मदत करू लागलो. तोवर नंदूची पूजा आटोपली. बसकर अंथरत ते म्हणाले, "मा, तुम्ही दोघींनी मोठीच कृपा केलीत."

दोघी जणी हसत निघून गेल्या. आग्रह केला असता तरी जेवायला कोणीच थांबलं नसतं, हे नंदूला ठाऊक होतं आणि मलाही!

जेवल्यावर मी तिथेच थांबून डायरी लिहिली. आजची घटना, समाजावरचा रोष, समाजव्यवस्थेप्रतीची नाराजी, आजाराचं दुःख, असं इकडचं तिकडचं खरडलं. मुन्नाच्या रोगाबद्दल लिहिताना मला शिसारी येत होती. खूप प्रयत्न करूनही थोडंसंच लिहू शकलो. रोग, दुःख, आजार हेच सतत पाहत असूनही नेहमी हसतमुख असते, असं रोझम्माविषयी खास लिहिलं.

नंदूनं डायरी वाचायला मागितली. रोझम्माच्या उल्लेखापाशी तो थांबला. म्हणाला, "या नर्सला तू ओळखतोस?"

"विशेष नाही. शेफाली अन् सौम्याच्या वेळी त्या इथे यायच्या ते आणि आज भेटलो तेवढंच, बस्स." मी उत्तर दिलं.

"अरे बाबा, ती थेट दक्षिणेतून इथे येऊन सेवा करतीये. ती रोज बघते त्यापेक्षा कदाचित जास्तच दुःख ती स्वतः भोगतेय. तरी तू लिहिलंय तशी पाहावं तेव्हा हसतमुख."

"तिला काय झालंय? मला तर ती धडधाकट वाटली."

"दुःख फक्त शरीरालाच असतं असं नाही ना भाई. रोझम्माला बघितल्यावर जाणवतं, मनुष्यजातीच्या माथी हजारो वेदना विसरून आनंदानं जगत राहण्याचा शापच आहे. केव्हापासून, ते सांगता येत नाही... कदाचित भगवान मनूपासूनच!"

"मला सांगा..."

मी रोझम्माविषयी अधिक काही विचारण्याच्या आतच नंदूनं मान नकारार्थी हलवून म्हटलं, "ऐकीव गोष्टींनी डायरी भरू नकोस. सगळं स्वतःच्या नजरेनं टिपून घ्यायचं आहेस तू. रोझम्मा आपणहून सांगणार नाही म्हणा, पण ऐकायचंच असेल तर खुद्द तिच्या तोंडूनच ऐक, इतरांच्या नको." असं म्हणून नंदू पुन्हा डायरी वाचण्यात गढला.

सगळं वाचून झाल्यावर तो माझ्या पुढ्यात येऊन बसला. म्हणाला, "मी सांगतो ते नीट ऐक लाला! तुला पटो वा न पटो, निसर्गानं तुझ्यावर कृपा केलीय हे नक्की."

नंदू बोलला, ते मला आवडलं. काहीशा संकोचानं मी खाली बघत गप्प राहिलो. नंदू म्हणाला, "आठवतं? एकदा मी म्हटलं होतं की निसर्गाला ज्या रूपात प्रकट व्हावंसं वाटतं, तसं रूप तो माणसाला नजरेतून, मनातून, कल्पनेतून, अथवा स्वप्नांतून दाखवत असतो. तेच हे. तुला त्यानं दाखवून दिलं. तुझ्या पुढ्यात आणून दाखवलं. आता लिहून काढल्याविना राहवणारच नाही."

"नंदूकाका, तुम्ही ना..." मी म्हटलं. "अशी थट्टा करणार असाल तर पुन्हा कधी मी तुम्हाला डायरी वाचायला देणारच नाही."

नंदू माझ्याकडे पाहत होता. जरासं हसून म्हणाला, "अशा बाबतीत नंदू थट्टा करेल असं तुला वाटतं का रे?" बोलता बोलता त्याचा चेहरा गंभीर झाला. माझ्याकडे पाहत तो बोलत राहिला. "या नंदूचं बोलणं टिपून ठेव. आज सायकलीचं पंक्चर काढणारा मुलगा एक दिवस मोठा लेखक होणारे. मी उगाच बोलत नाहीये. या नंदूचं वाचन कमी नाहीये. निम्बेनच्या भांडारातल्या प्रत्येक पुस्तकाचं पान न् पान वाचलंय मी. भाषा नसेल कळली, पण भाव समजलाय. म्हणूनच तुझी ही पोथी वाचल्यावर समजून चुकलोय की 'तो'च आता तुला दाखवणार. त्याची कृपा होऊन चुकलीये."

त्याचं बोलणं ऐकून मला खूप बरं वाटलं. उत्साहाचा एक तरंग मी अनुभवला. माझ्या मनातले भाव टिपून घेतल्यागत नंदू माझ्याकडे बघत होता. माझा उत्साह ओसंडून वाहू लागण्याआधी तो पुन्हा बोलू लागला. "...आणि तरीसुद्धा, स्वतःच्या नजरेनं पाहिल्यानंतरही माणूस आपण पाहिलेलं रूप कधी पूर्णतः प्रकट करू शकत नाही. कसली ना कसली त्रुटी, कुठलीतरी उणीव राहतेच. मुन्नाचं वर्णन पुन्हा वाच. त्याच्या वेदनेबद्दल वाच. तुझ्या तत्काळ लक्षात येईल, की तू ते संपूर्ण लिहिलं

नाहीयेस. अर्धच आहे. लक्षात घे बाबा, तू हजारो प्रयत्न केलेस तरी त्या दुःखाचं वर्णन करणं तुला जमणार नाही. प्रत्येकाची कुठे तरी मर्यादा असते, तशीच तुझीही असणार. रथाचं चाक ऐन क्षणी जमिनीत खचल्याविना राहणार नाहीच. एकट्या कर्णाच्या नव्हे, अखिल मानवजातीच्या माथी हा शाप आहे.''

पंधरा

पिवळ्या इमारतीच्या भिंतीशी राहायला गेलो, त्या दिवसापासून आजपर्यंत त्या पावसाळ्याइतका भीषण पावसाळा पाहिल्याचं मला स्मरत नाही.

पहिल्याच पावसाच्या तडाख्यानं माझ्या दुकानाचे पत्रे उडवून पार तिकडे शेतात भिरकावून दिले गेले. दुकानातलं सामान उद्ध्वस्त झालं होतं. वादळ शमल्यावर पत्रे हुडकायला गेलो. जेमतेम अर्धे सापडले. उरलेले पाण्याबरोबर वाहून गेले की कोणी उचलून नेले कोण जाणे! मध्यंतरी श्रावणातही असाच एक-दोनदा पाण्याचा लोंढा दुकानापर्यंत आला होता. रात्री पाऊस असला तर बहुतकरून मी नंदूच्या घरी राहायला जात असे. कधीकधी समरूकडे.

ऑक्टोबर महिन्यात केव्हातरी पूर्वेच्या पावसाच्या शेवटच्या सरी सायंकाळच्या सुमारास गडगडाटासह कोसळत. इकडे पश्चिमेला सूर्य मावळेतो तिकडे पूर्वेला काळे काळे ढग हजर. विजा चमचमत आणि दूरवर मोकळ्या शेतांच्या माथ्यावर आकाशात इंद्रधनुष्य उमटे. आम्ही गच्चीवर जाऊन ते बघत बसायचो. काळे ढग आमच्या डोक्यावर येऊन बरसत; तोवर अंधार पडे.

पाऊसकाळ सरण्याच्या बेतात होता. मी दुकान पुन्हा उभं करण्याच्या खटपटीत होतो. ज्याच्याकडून मी सायकली आणायचो त्या तैयबअलीकडे माझी थोडी बचत साठली होती, पण समरूला मात्र अधिक गुंतवणूक करणं शक्य नव्हतं.

मोहनकाका दुकानच पुन्हा सुरू करू नकोस म्हणत होते. समरूला त्यांनी म्हटलंदेखील, "आहे ते विकून मोकळे व्हा, नाहीपेक्षा दोघं वेगळे व्हा. वाडवडिलांची जमीन कस. शेतीत निदान थोडं तरी हाती लागेल. शेतकऱ्याचा पोरगा कुठला धंदा करायला!"

समरूला वेगळं व्हायचं असेल, तर मला त्याचं नुकसान होऊ द्यायचं नव्हतं. तैयबअलीकडे असलेली

पुंजी त्याला देऊन टाकून मोकळं करता आलं असतं. अलीच्या पेढीवरून स्पेअर पार्ट्स अनेकदा उधारीवर मिळालेत, तशाच सायकली पण उधारीवर मागितल्या तर तो नाही म्हणणार नाही, असा विचार करून तैयबअलीशी बोललो. तो म्हणाला, ''अख्खी दुकान तुमाराच समज्यो. जो चाहे ले जाव, पर अब वां पर धंधा करने का मजा नही रहा, तुम इधर शहरमें आ जाव.''

मी म्हटलं, ''देखेंगे, अभी तो वहींपर हूँ।'' असं म्हणेतो मनात खोलवर कुठेतरी अभिमानाची भावना मूळ धरू लागली. नाव गाव कशाचाही आधार नसताना मी आपलं बस्तान बसवलं होतं. शेवटी वंशज कोणाचा!

''ठीक है, बाद में बताना. माल चाहिए जितना ले जाना।''

शहरात येण्याचं तैयबनं सुचवल्यापासून रात्री निजतेवेळीसुद्धा मन स्वस्थ राहत नव्हतं. नवीन साहस करून बघावंसं वाटत होतं. शहरात राहिलो तर जास्त कमाई होईल; पण त्याच वेळी राहायला घर आणि शिवाय दुकान यात पुष्कळ पैसा गुंतवावा लागेल. माल-सामान फार तर उधार मिळेल, पण इतर पैसे मलाच उभे करावे लागतील. तेवढी सवड माझ्याकडे नव्हती. तेवढी सोय करता आली तर, पिवळ्या इमारतीतल्या या कूळ-वंशाविनाच्या जगापासून लांब पळून जायची, आल्या दिवसापासून मनात बाळगलेली आस पूर्ण झाली असती.

नंदूला विचारून पाहिलं. अर्थात, पैशाच्या अडचणींबद्दल बोललो नव्हतो. बोललो असतो तर त्याला झेपण्यापलीकडचं काहीतरी त्यानं करायला घेतलं असतं. ते मला नको होतं. दया आणि माया दोन्हींपासून मला दूर जायचं होतं.

नंदू कबूल झाला. म्हणाला, ''तू इथे फार काळ टिकणार नाहीस हे मी तुला, पहिल्या दिवशीच म्हटलं होतं. तुझा जन्म इथे राहण्यासाठी नाहीच रे. जा, मी तुला अडवणार नाही. कोणीच अडवू शकणार नाही. इथेच राहा म्हणण्याजोगी ही जागा नाहीच.''

थोडा वेळ माझ्याकडे पाहत राहून नंदू म्हणाला, ''जमलं असतं तर माझ्या 'मा'ला देखील कुठेतरी पाठवून दिलं असतं. इथे राहण्यासाठी जन्म नाही झाला तिचा. फक्त दोन दिवसांची होती तेव्हा इथे आली. तिला कोणी इथून घेऊन जावं म्हणून खूप धावपळ करून पाहिली मी. नेहाबेननी, निम्बेननी पण पुष्कळ प्रयत्न केले, पण व्यर्थ. कोऽऽणी नेलं नाही. मग राहिली इथेच... पण तिला इथे नाहीच ठेवायची.''

नंदूनं अशी तुलना केली ते मला रुचलं नाही. त्याच्या बोलण्याचा काय अर्थ लावावा ते कळेना. गप्प राहिलो.

एखादं दृश्य बघत असल्यागत नंदू छताकडे नजर खिळवून बोलत सुटला. ''परममोहिनी बालरूपात असताना तिला घ्यायला कोणी आलं नाही. एखादे वेळी

आलं असेल तर लक्ष्मीनं वा इतर कोणी त्यांना म्हटलं, "आहे मुलगी छान, पण कचराकुंडीतून कुत्रे ओढून नेत असताना सापडली. कोण जाणे कसली रोगराई शिरली असेल शरीरात, काय सांगता येतंय! त्यात आणखी दिसते तशी नाही. हट्टाला पेटली, की बघायलाच नको. जणू कालीमाताच प्रकट झालीय. केव्हा प्रलय ओढून आणेल सांगता यायचं नाही..."

नंदू अखंड बोलत राहिला असता, पण तेवढ्यात माधो आला त्यामुळे ध्यानभंग झाल्यागत एकदम शांत झाला. माधोनं मला विचारलं, "कुठे गेलतास रं सकाळी सकाळी?"

"शहरात काम होतं," मी उत्तरलो. "का? काय झालं?"

"माला बोलला असता त हेलपाटा वाचला आसता नं! तुज्या शेठनं बोलावलंय. घे. नेहाबेनची चिठ्ठी वाच."

"माझा शेठ कोण बुवा?" म्हणत मी चिठ्ठी घेतली. "नंदूकाका, त्या मुलाला पाठवा. महेशभाईचं त्याच्याकडे काम आहे. लवकरात लवकर भेट म्हणावं."

चिठ्ठी नंदूऐवजी माधोच्या हातात पडली नसती, तर आजच्या आजच महेशभाईंना भेटलो असतो, असं मला वाटलं. नंदूला चिठ्ठी वाचून दाखवली आणि सहजच माधोला म्हटलं, "महेशभाई माझे शेठ नाहीयेत."

माधो हसला आणि चालता झाला. नंदू स्वयंपाकघराकडे निघाला. जाता जाता म्हणाला, "जाऊन ये तिकडे. तसंच काही असलं तर कळव."

नंदू उदास असल्याचं जाणवलं. मी आता कायमचा जाणार, अशी त्याची समजूत झाली असावी. इतक्यातच ते बोलायची मी घाई केली असं वाटू लागलं. शहरात दुकान घालायचं अजून निश्चित नाही आणि ठरवलं तरी तेवढी सवड आहे कुठे? उगाच आत्तापासून नंदूला दुःख दिलं.

दुसऱ्या दिवशी सकाळी, नव्यानं दुकान सुरू करायच्या सामानाची यादी करायला घेतली. यादी घेऊन शहराकडे निघालो. तैयबकडे जाण्याआधी महेशभाईंना भेटलो. थोडा वेळ तिथे थांबलो, तेव्हा महेशभाईंनी मला त्यांच्या ऑफिसात बोलावून घेतलं. आत जाऊन उभा राहिलो.

"बस." महेशभाई म्हणाले. "काय चाललंय सध्या?"

"पावसामुळे खूपच नुकसान झालंय. धंदा जवळजवळ बंदच होता. आता गाडं जरा रुळावर यायच्या बेतात आहे." मी उत्तर दिलं.

महेशभाई विचारात गुंग झाले. म्हणाले, "मोटारसायकलचं काम आवडेल का तुला? मशिनची कामं करायला आवडतं, असं म्हणाला होतास नेहाबेनपाशी!"

त्या दिवशी नेहाबेन अगदी बारकाईनं माझ्या दुकानाचं निरीक्षण करत होत्या. बरीच चौकशी करत होत्या, त्यामुळे महेशभाईंच्या आजच्या बोलण्याचा मला

लगेच संदर्भ लागला. मी उत्साहानं बोलू लागलो. ''होय, होय. आवडेल मला. सुरुवातीला शिकून घ्यावं लागेल, पण हरकत नाही. एकदा मनात आणलं की नक्कीच पट्कन शिकून घेईन.''

टेबलावर कोपरं टेकवत जरासं झुकून महेशभाई म्हणाले, ''तर मग मनात आण, ठरव आणि नंतर सांग काय ते. शिकायची गरज पडणारच आहे. माझ्याकडे काम आहे. तुला काम द्यायचं म्हटलं तर वर्षभर तुला वेगवेगळ्या ठिकाणी खपावं लागेल. टाकीचे घाव सोसावे लागतील. मीदेखील पारखून घेईन. तुला जिथे पाठवायचं माझ्या मनात आहे, त्या लायक तू झालास असं वाटलं, की मग पुढचं बोलू.''

''इथे काम केलं तर तिकडचं दुकान...''

''ते बघू.'' महेशभाईंनी अर्ध्यातूनच माझं वाक्य तोडलं. ''तुझं ठरेपर्यंत दुकान सुरू असू दे. कुठे काही जुळतंय असं वाटलं, तर तुला बोलावून घेईन. पक्कं ठरवायला तुला किती दिवस हवेत?''

''दोन-एक दिवस.''

''आठवडाभर घे. आता जा.'' महेशभाई म्हणाले. मी उठलो. जायला वळलो तोच महेशभाईंनी पुन्हा म्हटलं, ''बाय द वे, तुझं शिक्षण किती झालंय?''

''आठवीपर्यंत... आणि प्रमाणपत्र नाहीये माझ्याजवळ.'' मी स्पष्टच सांगून टाकलं.

''ठीक आहे, जा.''

मी दुकान लावायला घेतलं. पहिल्यापेक्षा जास्त नीटनेटकं, जास्त चांगलं. जसा जसा कामात गुंतत गेलो, तसतसा इथून निघून जायचा विचार मंदावत गेला.

महेशभाईंकडे कामाला जावं की न जावं असा विचार करत असतानाच एक प्रश्न मला सतत भंडावत होता. महेशभाईंनी माझा विषय काढला म्हणून नेहाबेन त्या दिवशी माझ्या दुकानात आल्या असतील, की नेहाबेननी सांगितलं म्हणून महेशभाईंनी मला त्यांच्याकडे बोलावलं असेल! दोन्ही गोष्टी वेगळ्या होत्या. दोन्हींना माझा प्रतिसादही वेगवेगळा असणार होता.

शेवटी मी नेहाबेनची भेट घ्यायचं ठरवलं. त्यांच्याकडे गेलो. महेशभाईंशी झालेलं बोलणं त्यांना सांगितलं. मनातली अस्वस्थता बोलून दाखवली.

नेहाबेन हसल्या. म्हणाल्या, ''तुझ्या नावाची शिफारस करायला तू मला सांगितलं नसताना मी तुझं नाव कसं पुढे करेन? महेशभाई तुला ओळखतात. त्यांचं कर्ज तू वेळेवर चुकवलं आहेस. त्यांच्या जमिनीचं भाडं नियमितपणे देतोस. मग त्यांना कष्टाळू, विश्वासू माणसाची गरज असेल तर ते तुला बोलावतीलही!''

''नाही म्हणजे... तुम्ही जे जे विचारलं तेच त्यांनी विचारलं म्हणून मला

वाटलं की... कदाचित तुम्ही माझी शिफारस केली असेल.''

''केली असली तरी त्यात चुकीचं काही नाही, पण केली नाहीये. महेशभाई तुझ्याबद्दल चौकशी करत होते. तुला कशा प्रकारची कामं आवडतात, आयुष्यात पुढे जायची, प्रगती करायची तुझी इच्छा आहे की नाही, असं विचारत होते. माहीत होतं तेवढं मी सांगितलं, नव्हतं माहीत ते तुला विचारून घेतलं. बस, इतकंच. उगाच भलता विचार करत बसून डोकं शिणवून घेऊ नकोस.'' माझे केस मुठीत पकडत नेहाबेन म्हणाल्या. मग कौतुकानं म्हटलं, ''नाही तो भ्रम मनात बाळगू नका बरं महाराज, तुम्ही इतके मोठे नाही झालात अजून!''

त्यावर मी उत्तर दिलं नाही तशी नेहाबेनच पुढे म्हणाल्या, ''महेशभाईंसोबत काम करायचं असेल ना, तर सर्वांत आधी तुला इंग्रजी शिकावं लागेल.''

''हरकत नाही. शिकेन मी.'' महेशभाईंसोबत काम करायचंच, असं मी ठरवून टाकलं

दोन-तीन दिवसांनी महेशभाईंचा निरोप आला, ''भेटून जा.''

मी गेलो. सुरुवातीचे दोन महिने त्यांच्या वर्कशॉपमध्ये हेल्पर म्हणून मी काम करावं असं त्यांनी सुचवलं. ''खरं म्हणजे सकाळपासून यावं लागतं, पण तू दुपारी यायचंस. सकाळी इंग्रजी शिकायचं. तू राहतोस त्याच बाजूला तुझे शिक्षक राहताहेत, म्हणून तूर्त तू तिथेच राहा. तिकडच्या शाळेत ते शिकवतात. त्रिवेदी. तू कदाचित ओळखतही असशील. उद्या भेट त्यांना, माझं नाव सांग.''

''दुकान?'' मी विचारलं.

''बंद नाही करायचं. दुसऱ्या कोणाला पाठवू तिथे.''

सायकल दामट दामट दामटली. पिवळ्या इमारतीत पोहोचताक्षणीच नंदूला सारं सांगितलं. तो खूप खूश झाला. ''राजा माणसाच्या हाती पडलाहेस बघ! हिमतीनं पुढे जाशील तर कुठल्या कुठे पोहोचशील.''

दुर्गाच्या कानावर घातलं. म्हटलं, ''उद्या येणारे तुझ्या शाळेत त्रिवेदी मास्तरांना भेटायला.

दुर्गानं नाक मुरडलं आणि पलीकडून चाललेल्या रेखाला म्हटलं, ''उद्या आपल्या शाळेत मोठे पाहुणे यायचेत बरं का!''

''कोण गं?'' आमच्यापाशी येत रेखानं विचारलं.

''हे, इथे बसलेत ते महाशय!'' माझ्याकडे बोट दाखवत दुर्गानं उत्तर दिलं.

खुशीत येऊन रेखानं म्हटलं, ''अरे वा, तू येणारेस? का रे?''

माझ्या वतीनं दुर्गानंच उत्तर देऊन टाकलं, ''त्रिवेदी मास्तरांकडे, इंग्रजी शिकायला.''

दुर्गानं माझी अशी टिंगल करावी, हे मला फारसं रुचलं नाही. मी जायला

उठणार तेवढ्यात रेखा खुदकन हसली. म्हणाली, "उद्याच ये. उद्या चांगला दिवस आहे."

रेखा अशा रीतीनं म्हणतेय... उद्या शाळेला सुट्टीबिट्टी तर नसेल! मग विचार केला. इतकी मुलं शाळेत जातात, खरंच सुट्टी असेल, तर ती लपून राहणारी गोष्ट नव्हे. मुलं शाळेत जाताना दिसली तरच मी जाईन.

सकाळी पाहिलं, तर मुलं मोठ्या उत्साहानं शाळेत जायला निघाली होती. मी तयारच होतो. सगळे पोहोचतात तोवर मीही पोहोचलो.

तिथे पाहतो तर शाळेतली सगळीच्या सगळी मुलं मैदानात पसरलेल्या वाळूवर बसलेली दिसली. समोर मंच उभारला होता. मंचावरही मुलंच. शिक्षक कुठेच दिसत नव्हते. मी थोडासा भांबावलो, पण तसाच रेटून पुढे गेलो. तेवढ्यात रेखा मंचावरून खाली उतरून बोलताना दिसली, "आज आपली शाळा खराखुरा 'स्वयंशिक्षण दिन' साजरा करत आहे. खराखुरा म्हणजे, आज आपण 'खेळातले शिक्षक' व्हायचं नाहीये, तर खरे खरे शिक्षक बनून शाळा चालवायची आहे. मोटाभाई, आचार्यश्री यांच्याखेरीज इतर शिक्षक आज शाळेत येणारच नाहीयेत."

काहीतरी अनोखं घडताना पाहत होतो. मी मुलांच्या मागे जाऊन बसलो.

"आता प्रार्थना सुरू होईल. मयंकभाई इयत्ता नववी-अ" असं जाहीर करून रेखा मंचावर जाऊन बसली. एक मुलगा मंचावर आला. दुसऱ्या एकानं तबला आणला. त्याच वेळी एक जीप तिथे आली. जीपवर पुढच्या बाजूला पाटी होती. जिल्हा शिक्षण अधिकारी.

मुली बसल्या होत्या त्या भागाकडे रेखानं दृष्टी वळवली. पहिल्या रांगेतून दुर्गा उठली. मुलांच्या रांगेतल्या एकाला तिनं नजरेनंच खुणावलं. तिथला एक मुलगा उठला. दुर्गासोबत तोही जीपकडे निघाला. मी विनाकारणच त्याच्याकडे जास्त निरखून बघू लागलो. दुर्गा रेखाला म्हणाली, "सुरू करा."

मयंक मुलांसोबत प्रार्थना म्हणेल असं मला वाटलं होतं, पण त्यानं तबल्यावर कुठलासा ताल वाजवायला सुरुवात केली. सर्व जण शांतपणे ऐकत होते. जीपमधून उतरलेले अधिकारी प्रार्थनेचा हा नवा प्रकार बघायला थोडा वेळ थांबले, मग दुर्गासोबत आचार्यांच्या खोलीत गेले.

पाच मिनिटं प्रार्थना चालली. मग मयंक स्वतःच तबला ठेवून आला. नंतर दोन मुलांनी गोष्टी सांगितल्या. चार-पाच जणांनी एक नाटुकलं सादर केलं. तेवढं झाल्यावर मुलं आपापल्या वर्गाकडे निघून गेली. मी जरा वेळ थांबलो, पण आज आपलं काम होणार नाही असं वाटून फाटकाकडे वळलो.

शाळेत असं रोज असतं, का मुलांनी आजच असा कार्यक्रम केला असावा असा विचार करत मी फाटकापाशी पोहोचलो. माझ्या मागून आलेल्या मुलानं

म्हटलं, "भाई, आचार्याबेननी तुम्हाला थांबायला सांगितलंय!"

"कोणी?" मी आश्चर्यानं विचारलं. घडीभरापूर्वीचे आचार्य आता आचार्या कसे झाले? मला कळेना.

"रेखाबेननी." त्या मुलानं उत्तर दिलं. "तिकडे ऑफिसमध्ये आहेत त्या. चला." मी त्याच्या मागोमाग ऑफिसमध्ये गेलो. रेखा आणि दुर्गासोबत गेलेला तो मुलगा दोघं तिथे होती. दुर्गा मात्र दिसली नाही. मी इकडे तिकडे पाहिलं. क्लार्कच्या जागी मुलंच काम करत होती. एका खोलीच्या दारावर पडदा होता. दाराच्या चौकटीवर पाटी होती. 'ई. का. त्रिवेदी.' रेखा म्हणाली. "त्रिवेदीमास्तर आले आहेत. त्यांना भेटल्याविना जाऊ नकोस. आत बोलावतील, तेव्हा आमच्यासोबत तू पण ये."

जरा वेळानं एक मुलगा चहा-फराळ घेऊन आत गेला. तो दुसरा मुलगा आणि रेखा हलक्या आवाजात आपसात बोलत होते. आतून बोलावणं आलं. आम्ही आत गेलो. ज्यांना भेटायला मी आलो होतो ते म्हणजे त्रिवेदीमास्तर म्हणजे मोटाभाई खुर्चीवर बसले होते. आलेल्या पाहुण्यांना ते आजच्या बालशिक्षकांचा परिचय करून देत होते. "ही रेखा. आमची आजची आचार्या." मग रेखाला म्हणाले, "हे मेहतासाहेब. आपले शिक्षणाधिकारी आणि हे नायकसाहेब. पीपरियाच्या शाळेचे आचार्य."

हात जोडून रेखानं नमस्कार केला, तसं नायकसाहेबांनी विचारलं, "ती कुठे? करुणा करणारी?"

"ती वर्गावर गेली असेल." त्रिवेदी मास्तरांनी हसत हसत म्हटलं. "तुमच्यापर्यंत बोलणं पोहोचलं म्हणायचं."

"त्या वेळी मी तिथेच बसलो होतो. गणू मास्तरांनी मला खास बोलावून घेतलं होतं." नायकसाहेब सांगत होते, "मेहतासाहेब, कधीकधी मुलंसुद्धा मास्तरांना तोंडात बोट घालायला लावतात. आपण पाहिलं आहे असं, पण हे असलं धाडस मात्र पाहिलं नव्हतं कधी."

हे सर्व कशाबद्दल चाललंय मेहतासाहेबांना कळत नव्हतं. ते नायकसाहेबांकडे पाहत राहिले. तशी नायकसाहेब सांगू लागले, "गणू मास्तर ठाऊक असतील तुम्हाला. खूप कडक होते!"

"हो. हो. गणूभाई पोलीस असंच म्हणायचे त्यांना." मेहतासाहेबांनी आठवण करून दिली.

"ते गणू मास्तर दोन वर्षं इथे होते. तुमच्या जागी तेव्हा गणात्रासाहेब होते."

नायक गप्पात रमले तसे रेखा आणि तो मुलगा दोघं वर्गाकडे गेली. मला त्यांच्या गप्पा ऐकाव्याशा वाटत होत्या, म्हणून मी तिथेच थांबलो.

नायकसाहेब गोष्टीवेल्हाळ असावेत. खुलवून खुलवून सांगत होते. "त्या दिवशी गणात्रा इथे आले होते इन्स्पेक्शनला. गणू मास्तरांनी त्या मुलीला... काय नाव हो तिचं त्रिवेदीसाहेब?"

"दुर्गा."

"हां. तर त्या दुर्गाला प्रार्थना म्हणायला सांगितलं. अनाथाश्रमातली पोरगी बरं का!"

"हं!" मेहतासाहेब लक्ष देऊन ऐकत होते.

नायक सांगू लागले. "पोरगी म्हणाली, इन्स्पेक्शन असू दे नाहीतर आणखी काही असू दे; बुधवारची प्रार्थना मी म्हणणार नाही. वाटल्यास दुसरं काही गाणंबिणं म्हणेन." त्रिवेदींनी मान डोलावून नायकांच्या म्हणण्याला दुजोरा दिला. "तरीसुद्धा गणूभाईंनी प्रार्थनेच्या आयटममध्ये तिचं नाव लिहून टाकलं. त्यानंतर जे काय झालं म्हणता..."

"का? काय झालं?" मेहतासाहेबांनी उत्सुकतेनं विचारलं.

"गणू मास्तरांचं काम म्हणजे कसं शिस्तीत! कोणत्या दिवशी कोणती प्रार्थना म्हणायची, कोणी म्हणायची... सगळं ठरलेलं. त्या दिवशी होता बुधवार. म्हणजे 'हे करुणाकरा...' या प्रार्थनेचा दिवस." जणू काही आत्ता नजरेसमोरच ते दृश्य पाहत असल्यागत नायकांना हसू आलं. "दुर्गाच्या नावाची घोषणा झाली म्हणून ती मंचावर पुढे आली म्हणा, पण गप्पच उभी राहिली. घडीभर सगळे एकमेकांची तोंडं पाहत नुसतेच उभे, पण मुलं कसली हुशार! त्यांनी स्वतःच प्रार्थना सुरू केली. दुर्गा गप्प ती गप्पच."

"बरीच दिसत्येय पोरगी! भेटलं पाहिजे एकदा." मेहतासाहेब उद्गारले.

"आगाऊ आहे का?"

"नाही तसं नाही; पण मनात येईल तेच करेल, एवढं खरं. आज तुम्ही हा प्रयोग बघायला आलात ना, त्याबद्दलही तिचं सजेशन आहेच." त्रिवेदी मास्तर म्हणाले, "त्या निमुबेनची आणि त्यांच्या पतीची पट्टशिष्याच म्हणा ना."

गोष्टीचा धागा पकडत नायक पुन्हा सांगू लागले, "मुलांनी जशी म्हणून प्रार्थना संपवली, तशी दुर्गा तिथूनच उभ्या उभ्या गरजली, तुम्ही सगळ्यांनी 'मी पापं केली आहेत...' असं म्हटलंत ना प्रार्थनेत? चला मग कोणी कोणी काय काय पापं केलीत त्याची यादी करून द्या पाहू. जाऊन सगळीच्या सगळी पापं एकदा बुडवून टाकू महीसागर नदीत, म्हणजे सुटलो आपण. मग अशी खोटारडी प्रार्थना म्हणणं तरी बंद होईल. दोन-दोनशे मुलं एका वेळी केविलवाण्या स्वरात 'मी पापं केलीत' म्हणतात ते माझ्यानं बघवतदेखील नाही."

खोलीतलं वातावरण काहीसं गंभीर झालं. काहीतरी समजून घेत असल्यागत

मेहतासाहेब थोडा वेळ गप्प राहिले. मग म्हणाले, "निमुबेनची शिष्या शोभते खरी!"

नायक पुढे सांगू लागले, "गणूभाईंनी मला आमंत्रण पाठवलं होतं म्हणून मी त्या वेळी तिथे हजर होतो. गणूभाई म्हणाले, या मुलीला तर रस्टिकेट करतोच आणि आश्रमातल्या सगळ्या मुलांनासुद्धा इकडे यायची मनाई करतो."

"गणात्रा तसं कसं होऊ देतील?" मेहतासाहेब म्हणाले, "आश्रमातल्या मुलांना ॲडमिशन देववताना त्यांच्या कसे नाकी नऊ आले होते, ते मला विचारा! मुलांना शाळेत प्रवेश द्यायला इकडे पालकांचा विरोध, तिकडे शिक्षक त्यांना शिकवायला तयार नाहीत, शिवाय खुद्द आश्रमवालेच पाठवायला नाकबूल. एकेका पालकाला भेटले गणात्रा आणि आश्रमवाल्यांनासुद्धा!"

"गणू मास्तरांचं गणात्रांशी पण वाजलं. खूप लांबला घोळ. मग गणूभाई रिटायर झाले. त्यानंतर त्रिवेदीसाहेब आचार्य झाले."

गप्पागोष्टी संपल्या तसे सर्व अधिकारी वर्ग बघायला निघाले.

"तुला महेशभाईंनी पाठवलं आहे ना?" त्रिवेदींनी मला विचारून घेतलं.

"हो... पण... मी उद्या येतो हवं तर."

"छे छे. उद्यावर नाही ढकलायचं. आजच्या आज ठरवून टाकू, म्हणजे उद्यापासून कामाला सुरुवात. चल, आत्ता आमच्यासोबत चल."

पहिलीच्या वर्गावरून चाललो होतो. तिथे हजेरी घेत होते. ज्या मुलीचं किंवा मुलाचं नाव घेतलं जायचं तो 'हजर' म्हणायच्या ऐवजी वाघ, कोल्हा, हत्ती अशी वन्य प्राण्यांची नावं घ्यायचा.

मेहतांनी दारातून डोकावून पाहिलं. मयंक वर्ग घेत होता. शाळेत एक फेरी मारून आम्ही पुन्हा ऑफिसात आलो. मधली सुट्टी झाली तशी रेखा आली. त्रिवेदींनी दुर्गाला बोलावून आणायला सांगितलं. रेखा दुर्गाला घेऊन आली. साहेबांना 'नमस्ते' म्हणून दोघी बसल्या.

मेहतासाहेबांनी विचारलं, "हजेरी घेताना प्राण्यांची नावंच बोलायला लावता की इतरही काही?"

"पहिली, दुसरीच्या वर्गातल्या मुलांनी त्यांना जे जमेल ते बोलावं असं ठेवलंय. तिसरी-चौथीला रोज वेगळा विषय असतो. आज कसली नावं म्हणायची ते विद्यार्थ्यांनीच ठरवायचं, पण भाज्यांची नावं असं अगदी सोपं सोपं नाही चालणार. जिल्ह्यांची, तालुक्यांची, अवजारांची, ग्रामपंचायतीच्या कामांची नावं असे अवघड विषय घ्यायचे. चौथीच्या वरच्या वर्गांमध्ये अशी हजेरी नाही घेत." रेखानं सविस्तर उत्तर दिलं.

"रोज असं असतं? फक्त आजपुरतं नव्हतं?" मेहतासाहेबांनी कुतूहलानं विचारलं.

"नाही. अलीकडेच मी प्रयोग म्हणून सुरू केलं आहे. निम्बेनकडे एक शिक्षिका आहेत त्या असं करतात, असं दुर्गा म्हणाली, म्हणून मला वाटलं आपणही करून पाहू." रेखाऐवजी त्रिवेंदीनीच उत्तर दिलं. "मुलांना मजा वाटते, शिवाय त्यांचा शब्दसंग्रह वाढतो. हजेरीकडे नीट लक्ष देतात. आपली वेळ आली की काय बोलायचं यावर विचार करतात. हजेरीसोबत तेवढंच शिकणंही होतं."

"निमुबेनकडे कोण? निमुबेन शाळा चालवतात? कुठे?"

"शाळा नाही चालवत." दुर्गानं म्हटलं, "पण इतर पुष्कळ काही करतात. त्यांच्याकडे एक आहेत गोमतीबेन. त्या असं काय काय नवीन करत असतात."

त्रिवेदींचं आणि दोन्ही मुलींचं अभिनंदन करत मेहतासाहेब म्हणाले, "चांगलं आहे. करा. कोणताही सरकारी नियम मोडला गेला नाही म्हणजे झालं."

उत्तरादाखल त्रिवेंदींनी थोडसं स्मित केलं. मेहता आणि नायक दोघं जायला निघाले. बाकीचे त्यांना निरोप द्यायला जीपपर्यंत गेले. जीप गेल्यावर त्रिवेदी मला म्हणाले, "इंग्रजी तुझं तू शिकायचं आहे, मी तुला काही शिकवणार नाही. तुला स्वतःचं स्वतःच शिकावं लागेल. आजपासून सुरुवात कर." मग पुष्कळसे इंग्रजी शब्द लिहिलेला कागद माझ्या हातात देत म्हणाले, "दुपारी कामाला जाशील तेव्हा रस्त्यात नीट बघ. हेच शब्द कुठे ना कुठे लिहिलेले दिसतील. ते जुळवून बघ. बाकी उद्या बोलू."

महेशभाईंकडे कामावर जाताना रस्त्यात जाहिरातींच्या बोर्डांवर, दुकानाच्या पाट्यांवर ऑफिसांच्या पाट्यांवर असे कुठे कुठे माझ्या हातातल्या कागदावरचे पुष्कळसे शब्द मी जुळवत गेलो. बोर्डावरच्या चित्रांच्या संदर्भावरून, दुकान किंवा ऑफिस कसलं आहे ते पाहून त्या शब्दांचे अर्थ जाणून घेण्यात मी फारशा चुका केल्या नव्हत्या, असं दुसऱ्या दिवशी मला कळलं. असं अगदी वेगळ्या पद्धतीनं माझं शिक्षण सुरू झालं. सगळी मुलं त्रिवेदी मास्तरांना 'मोटाभाई' म्हणत. मीही तसंच म्हणू लागलो.

एके दिवशी संध्याकाळी काम संपवून परतलो, तर दुकानात नंदू वाट बघत बसला होता. म्हणाला, "आता दुसरा मुलगा बसणारे तुझ्या दुकानावर, रोझम्मा पाठवणारे कोणाला तरी."

"ठीक आहे." मी म्हटलं. "पण तूर्त मला दुकानात राहावं लागेल. रोजच शिकायला जायचं म्हणजे शहर खूप दूर पडेल. इथून जवळ पडतं."

"माधोची खोली रिकामी आहे. नलिनीबेननी तुला तिथे राहायला सांगितलंय." नंदू म्हणाला. "मी बेनना म्हटलंदेखील की तू आत राहायला कबूल होणार नाहीस. तर निमुबेन म्हणाल्या राहील. थोडे दिवसच राहायचं आहे. आपण एवढी चांगली सोय करून देतोय, का नाही राहणार?"

“निमुबेन?” मी पट्कन विचारलं.

“हो, दुपारी मोटाभाई आणि त्या, दोघं आली होती. सगळ्यांसाठी कपडे आणले होते. मलाही दिले. लक्ष्मीला, माधोला आणि लक्ष्मीच्या भाच्यांनासुद्धा दिले.”

लक्ष्मीच्या भाच्यांचा उल्लेख ऐकून मी चमकून म्हटलं, “का?”

“तू आत्ता विचारलंय तस्संच नलिनीबेननी पण विचारलं. “काही विशेष कारण, की आपले उगाचंच दिले कपडे?”

“मग? निमुबेननी कारण सांगितलं?”

“हो सांगितलं.” नंदू म्हणाला. “निमुबेन सांगणारच. जराही न बिचकता त्या म्हणाल्या, कारण हेच की आपल्या पोरीला तेवढ्यापायी रडावं लागलं. भेट मिळालेले कपडे हरवले आणि मुलं नव्या कपड्यांविना राहिली म्हणून अजून वाईट वाटत असेल बिचारीला. तिचंही मन राखलं पाहिजे नाही का?”

मी थक्क झालो. इथे घडलं ते निमुबेनपर्यंत पोहोचलं, यात काही नवल नव्हतं. त्यांना दुर्गाच्या मनाची काळजी वाटली, मुलांना मिळालं नाही ते द्यावंसं वाटलं, हे मला स्पर्शून गेलं. दुर्गानं त्या परदेशी कपड्यांचं काय केलं ते कसंही करून शोधून काढायचंच, अशी मी मनाशी पक्की खूणगाठ बांधली. वेळ आली तर सरळ दुर्गालाच विचारायचं!

नंदू उठला. आम्ही दोघं त्याच्या खोलीकडे निघालो. चालता चालता मी विचारलं, “निमुबेन थांबल्या नाहीत?”

“नाही. मुलं बाहेर जाणार होती, मग उगाच थांबून काय करायचं?”

“मुलं कुठे गेलीत?” मुलांचा आरडाओरडा ऐकू येत नाहीये ते आत्ता लक्षात आलं.

‘लायन’वाले सगळ्यांना ‘नवरात्री’ची मजा बघायला घेऊन गेलेत. संध्याकाळी बागेत नेणार होते. जेवायला घालून रात्री गरबे करायला नेतील. सकाळी आणून पोहोचवतील. बस घेऊन आले होते. माधो गेलाय त्यांच्याबरोबर.”

खोलीत पोहोचलो तशी नंदूनं कपड्यांचे दोन जोड मला दिले. म्हणाला, “हे तुला!”

“पण मी त्यांच्यातला कुठे आहे?” माझ्या तोंडून निघून गेलं.

नंदूचा चेहरा काळवंडला. थोडा वेळ तो काही बोलू शकला नाही. मग एकएक शब्द सावकाश उच्चारत म्हणाला, “विसरलो रे! म्हातारा झालोय. लक्षात राहत नाही आताशा!”

नंदूनं कपडे खाटेवर ठेवून दिले. त्याच्या मनातली व्यथा चेहऱ्यावर उमटली होती. मी हलकेच म्हटलं, “नंदूकाका, मला एवढंच म्हणायचं होतं, की मी

कमावता आहे. माझा मी स्वतःसाठी विकत घेऊ शकतो.''

नंदू हसला. म्हणाला, ''तसंच असेल रे बाबा! तू म्हणतोस तसंच!''

नंदूला माझं म्हणणं पटलं हे बघून मला बरं वाटलं; पण खरं सांगायचं तर मनात खोलवर कुठेतरी माहीत होतं, की मी जे म्हटलं ते नंदूलाच काय, मलाही पूर्णपणे पटलेलं नाहीये.

मी कपडे घेतले आणि म्हणालो, ''काका, मी चलतो आता. माधोची खोली स्वच्छ करून टाकतो. रात्री तिथेच निजेन. सामान उद्या घेऊन येईन.''

''खोली स्वच्छ करून झालीये. आजची रात्र माझ्यासोबत इथेच राहा. उद्यापासून तिथे राहायला जा.'' नंदू म्हणाला.

सोळा

नंदूशी बोलता बोलता स्वयंपाक करून जेवणं होईतो रात्र कशी झाली ते कळलंच नाही. तशातच विजा चमकू लागल्या. नंदू म्हणाला, "आता नौरात्रीतसुद्धा पाऊस येतोय की काय? पाऊस आला तर बिचाऱ्या पोरांच्या आनंदावर विरजण पडायचं!"

"पाऊस कुठला पडतोय? विजा रोजच चमकतात तिकडे लांब."

"न पडला तरच बरंय. एरवी बिचाऱ्या मुलांना कंपाऊंडच्या बाहेरसुद्धा पाऊल ठेवायला मिळत नाही. आज जरा कुठे बाहेर जायची मजा लाभली आहे!"

नुसतं जाळीबाहेर, बागेपर्यंत येण्यानं काय घडू शकतं ते मी प्रत्यक्ष पाहिलं होतं. अजूनसुद्धा, फक्त मोठी मुलंच तेवढी बाहेर येऊ शकतात. लहान पोरांचं अवघं शैशव जाळीच्या मागेच राहण्यात संपून जातं. खोलीतून चौकात अन् चौकातून खोलीत. बस्स. रात्र झाली की चौकातही नाही. खोल्या बाहेरून बंद. सगळ्यांचं म्हणणं काय, तर 'जबाबदारी केवढी मोठी आहे! जोखमीचं काम. देव न करो, कोणी गच्चीतून उतरून पळूनबिळून गेलं तर? आणि... न जाणो, एखादा नतद्रष्ट मुलगा मुलींच्या खोलीत शिरला...!'

संस्था चालवणं सोपं का आहे? किती अवधानं राखावी लागतात. अगदी क्वचितच घडतील अशा घटनांचीसुद्धा आगाऊच खबरदारी घ्यावी लागते. लक्ष्मीला आतमध्ये मुलांसोबत राहण्याचा पगार मिळतो, पण ती तिथे राहत नाही म्हणा! नलिनीबेनकडे त्यांच्या ओसरीवर निजते रात्री. मुलं-मुली सगळी निजली की खोल्यांना बाहेरून कड्या घालते. रात्री उशिरा निजायला जाते, सकाळी लवकर येऊन कड्या काढून टाकते, की झालं!

आम्ही दोघं गप्पा मारत निजून गेलो. रात्र किती झाली होती कोणास ठाऊक! विजांच्या कडकडाटानं आणि धो धो कोसळणाऱ्या पावसाच्या आवाजानं एकाएकी जाग आली. लगेच नंदूनं विचारलं, "लाला,

कोणी हाका मारतंय का?''

मी कान देऊन ऐकायचा प्रयत्न केला. लहान मुलांच्या ओरडण्याचा अस्पष्ट आवाज येतोयसं वाटलं. पुन्हा पुन्हा तसंच ऐकू येऊ लागलं.

नंदूचा धीर सुटला. माझ्या उत्तराची त्यानं वाट पाहिली नाही. आवाज कसला आहे, कुठून येतोय याचा विचार करण्यात वेळ न दवडता दार उघडून तो बाहेर धावला.

जाता जाता ओरडून म्हणाला, ''तिकडे कोपऱ्यात बॅटरी ठेवलीये बघ. ती घे अन् बेनच्या घरी जा. लक्ष्मीला उठव आणि किल्ल्या घेऊन ये. ओसरीवरच निज़ली असेल.'' नंदू अंधारातच पिवळ्या इमारतीकडे धावला. दूर, ऑफिसच्या लॉबीत ट्यूबलाईट जळत होती. त्या उजेडात नंदू मला जाळीकडे जाताना दिसला.

नलिनीबेनचं घर बागेच्या मागच्या बाजूला कोपऱ्यात आहे. तिथे गेलो. मोठमोठ्यानं हाका मारून लक्ष्मीला उठवलं. मुलं रडताहेत ते सांगितलं. तिनं किल्ली शोधून देत म्हटलं, ''तू जा. छत्री घेऊन आलेच मी.''

बागेतलं पाणी तुडवत जाळीपाशी पोहोचलो, पण नंदू दिसला नाही. चौकात उजवीकडच्या खोलीत एक-दोन मुलं 'नंदूकाका, दुर्गाई' असं ओरडत रडत होती.

मी जाळीचं कुलूप उघडत होतो, तेव्हा गच्चीतून परसात उतरत असलेला नंदू दिसला. लगबगीनं परसात जाऊन त्यानं खाली वाकून एका मुलाला उचललं आणि तो ताबडतोब खोलीकडे धावला ते मी पाहिलं.

जाळी उघडून नंदूपाठोपाठ मी पण त्या खोलीत शिरलो. खोलीत अद्याप अंधार होता, पण बाहेरून येणाऱ्या उजेडात नंदूच्या हातातलं ते जेमतेम वर्षभराचं मूल मला दिसलं. पाण्यात चिंब भिजलेलं, कुडकुडणारं ते मूल जोरजोरात किंचाळत होतं.

श्वाससुद्धा घेऊ नये असं वाटावं, इतकी दुर्गंधी खोलीत पसरली होती. मी टॉर्च पेटवला. दारामागचं बटण दाबलं. एक-दोनदा उघडझाप करत एकदाचा खोलीत उजेड झाला. त्या उजेडात जे मी पाहिलं, ते पुन्हा कधीही पाहायची माझी इच्छा नाही. कोणावरही तसलं बघायची कधी वेळ येऊ नये. कमालीच्या घाणेरड्या, अस्वच्छ खोलीतल्या घाणीतच चार-पाच मुलं गाढ झोपली होती. बेशुद्ध पडलीत की काय अशी मला शंका आली. माणसासारखा माणूस इतक्या घाणीत इतक्या निवांतपणे निजू शकेल, यावर विश्वास ठेवणं कठीण होतं. एक-दोन मुलं तर स्वतः केलेल्या घाणीतच...

स्वर्ग अणि नरक दोन्हीही या पृथ्वीवर अस्तित्वात असतील, तर त्या रात्री मी नरकात दाखल झालो होतो हे नक्की. याहून अधिक त्या जागेचं वर्णन करणं मला शक्य नाही. हा माझा दुबळेपणा आहे, की नंदू एकदा म्हणाला होता तसं, अनिष्टाचं

वर्णन करायला माझी बुद्धीच तोकडी पडते, कोण जाणे! मी खोलीत गेलो आणि तिथलं ते दृश्य पाहिलं. बस्स. यापेक्षा जास्त काही लिहायला मला सुचतच नाही.

परिस्थिती लक्षात घेणं अवघड नव्हतं. रात्री निजण्यापूर्वी लक्ष्मीनं मुलांची खोली बंद केली असेल, पण कडी लावायला विसरली असेल. 'नाही तर मोठी मुलं इथे नाहीचेत मग काय होणारे' असं समजून लक्ष्मी बेपर्वाईनं वागू शकते, यात शंका नव्हती.

पावसाआधीच्या वाऱ्याच्या माऱ्यानं लक्ष्मीनं ओढून घेतलेलं दार उघडलं असावं. बाहेर मजाच मजा होती. निसर्गाची मुक्त उधळण होत असताना ईश्वरीय अंश असलेलं लहानगं मूल तरी त्यापासून कसं दूर राहिल? ते छोटंसं रांगतं बाळ बाहेर पडलं तर त्यात काय नवल!

पाऊस पडायला लागला की खोलीत परतायला हवं तेवढं ज्ञान त्या पोराला नसणार हे खरं. निसर्गानं त्याला फक्त एवढंच पढवून पाठवलंय, की काही अडचण आली की मोठमोठ्यानं ओरडून रडण्याखेरीज दुसरं काही विशेष करायचं नसतं. आपण रडू लागलो, की असेल तिथून मा धावत येते. मायेच्या पदराखाली घेऊन पुढचं सगळं निभावून नेते. मा जवळपास आहे की नाही याची एवढ्याशा मुलानं काळजी करायची गरज नाही. मा मुलाच्या जवळपास असणारच. हजारो वर्षांपासून चालत आलेला शिरस्ता आहे हा! वेगवेगळाले आवाज काढून आपण काय सांगतोय ते 'मा'ला समजतं. निर्सगानेच नेमून दिलंय तसं.

उपजत प्रेरणेनुसार मुलं केवळ ओरडत, आक्रोशत होती; पण अशा वेळी मा जे करते ते करायला मा नव्हतीच. कुठे असेल मा? कुठे राहत असेल? आपल्या लाडक्याचं रडणं ऐकू जाऊ नये इतक्या दूर? कदाचित ऐकू गेलं असलं तरी धावत येऊन पिवळी भिंत भेदून, जाळीच्या पलीकडे ती पोहोचली असती, असं खात्रीपूर्वक कोण सांगू शकलं असतं?

छातीतली धडधड प्रत्यक्ष दिसून येण्याइतकं ते मूल धपापत होतं. मी थरथर कापू लागलो. विजांच्या कडकडाटानं, मुसळधार पावसानं ते एवढसं मूल भेदरून गेलं असेल. रडून रडून त्याचा चेहरा, कानांच्या पाळ्या सारं लाल लाल झालं होतं.

त्या रडण्याच्या आवाजानं शेजारच्या खोलीतल्या लहान मुली घाबरल्या असतील. त्यांची खोली बाहेरून बंद असणार. खिडकीतून मागच्या अंगणातलं दृश्य बघून त्यांनी आरडाओरडा सुरू केला होता. मी तिथे गेलो तोवर त्यांचं ओरडणं निवळलं होतं, पण खिडकीतून डोकावत होत्या.

मला पाहताच करमीएवढी एक मुलगी खिडकीतून कोरड्या कापडाचा बोळा मला देऊ लागली. त्या तेवढ्याशा मुलीची समज पाहून मला फार कौतुक वाटलं. तिनं दिलेला बोळा घेऊन मी पुन्हा मुलांच्या खोलीत गेलो. त्या पोराचं अंग पुसू

लागलो. तोवर लक्ष्मी येऊन पोहोचली. बाहेरूनच म्हणाली, "ऑफिसात घेऊन चल त्याला. ही घे किल्ली."

"आफिसात आहेच काय याला पांघरण्याजोगं?" नंदूच्या आवाजातला क्रोध स्पष्टपणे ऐकू येत होता. माझ्याकडे पाहून 'चल बाबा,' म्हणत तो स्वतःच्या खोलीकडे निघाला. खोलीत पोहोचताक्षणी त्यानं मुलाला शालीत लपेटलं. मला म्हणाला, "शेगडी पेटव. याला शेक द्यायला हवा. फार गारठलाय. असंच मरू द्यायचं का?"

आजवर इतक्या गंभीर परिस्थितीत मी कधीच सापडले नव्हतो. ताबडतोब शेगडी पेटवायला घेतली. हात थरथरत होते. लक्ष्मी माझ्यामागे येऊन उभी राहिली. म्हणाली, "इकडे आण, मी करते." नंदू काही बोलला नाही. पेटलेल्या शेगडीवर त्यानं तवा चढवला. गरम कापडानं मुलाला शेकू लागला.

"द्या नंदूकाका," लक्ष्मीनं म्हटलं.

मी शपथेवर सांगतो, नंदू कोणत्याही बाबतीत, कोणाही व्यक्तीला, कधीच दोषी मानत आला नाहीये, ना कधी तो कोणावर संतापलेला पाहिलाय! आजही आत्ता या वेळेपावेतो त्यानं लक्ष्मीला एका शब्दांनही बोल लावला नव्हता.

आता मात्र त्याच्यानं राहवलं नाही. लक्ष्मीकडे पाहत त्यानं ठामपणे म्हटलं, "दूर हो तू आणि ऐकून ठेव. या पुटूला आज जर काही झालं ना, तर तुझं मरण ओढवलंच समज. या माझ्या जानव्याची शपथ घेऊन सांगतो. तुम्हाला कोणालाच मी सोडेन असं चुकूनसुद्धा समजू नका. अती झालं आता. फार पाहिलं, फार फार सोसलं. हा नंदू आता याहून अधिक सहन करणार नाही."

नंदूचं हे नवं रूप लक्ष्मी डोळे फाडून बघतच राहिली. तिच्या चेहऱ्यावर कमालीची भीती पसरली. कोसळत्या पावसात ती तशीच, छत्रीदेखील न घेता तडक निघून गेली. पोराला हे चाटव ते चाटव, हे चोळ, ते लाव असं करत नंदू रात्रभर जागत बसला.

उजाडलं तेव्हा पाऊस थांबला होता. बाहेर गेलेली मुलं सकाळची कोवळी उन्हं अंगावर झेलत, किलबिलत परतली. अडुळशाची आणि तुळशीची पानं आणायला नंदू मोहनकाकांच्या वावरात गेला होता. मी पुटूकडे लक्ष देत होतो.

अचानकच दुर्गा धापा टाकत आली. "काय झालं पुटूला?" तिनं विचारलं.

"रात्री..." मी सांगू लागलो.

"रात्रीचं सगळं ठाऊक आहे मला. आत्ता काय झालंय सांग?"

'कसं आहे' विचारण्याऐवजी दुर्गा सतत 'काय झालंय' हेच विचारत होती. ती इतकी अस्वस्थ झालेली मी कधीच पाहिली नव्हती.

"आता बरा आहे. सर्दी झालीये खूप. नंदूकाका औषध देताहेत." मी सांगितलं.

दुर्गा गप्प राहिली. हलकेच खाटेजवळ बसली. थोडा वेळ माझ्याकडे पाहिलं, मग पुटूकडे दृष्टी वळवली. मग मला म्हणाली, "बघत काय बसलाहेस? तिकडे चटई अंथरून नीज जा. मी बसलेय इथे. नंदूकाका आले की त्यांना पण निजायला लावणार आहे. लक्ष्मी अन् माधो करतील स्वयंपाक."

दुर्गाचं सांगणं डावलणं आजतागायत कोणालाही जमलेलं नाही. मी आपली आणि नंदूची चटई अंथरली. नंदू तुळस घेऊन येईपर्यंत मला एक डुलकी लागून गेली. झोपेच्या गुंगीतच नंदूचे शब्द ऐकू आले, "मा, ताप खूप चढलाय. तुळशीनं बरा होणाऱ्यातला नाहीये."

उठलो तेव्हा अकरा वाजून गेले होते. जवळपास कोणी दिसलं नाही. बाहेर आलो. जाळीजवळच्या चौकाकडे निघालो, तशी शाळेत चाललेली रेखा दिसली. चौकशी केली तेव्हा म्हणाली, "पुटूला दवाखान्यात नेलंय. दुर्गाई गेलीये सोबत. इतक्यात येतच असतील." दुपारी कामावर जातेवेळी इकडे फेरी टाकून पुटूची चौकशी करावी, असं ठरवून मी शाळेत गेलो. दुपार झाली तरी कोणीच परतलं नव्हतं. कामावर जाण्याआधी मी सिव्हिल हॉस्पिटलमध्ये गेलो. पुटूला लहान मुलांच्या वॉर्डमध्ये दाखल केलं होतं. लहानशा स्टुलावर दुर्गा बसली होती. "मला उठवायचं होतं ना!" मी म्हटलं. "नंदूकाका रात्रभर जागे होते."

"तू इतका गाढ झोपला होतास की उठवावंसं वाटलं नाही. शिवाय, आज रात्री इथे राहावं लागलं तर?" दुर्गा म्हणाली.

"आता कसं आहे?"

"ताप उतरलाय, पण अजून घरी पाठवण्याइतकं बरं नाहीये."

घर! त्या पिवळ्या इमारतीत राहून सतत उपेक्षित, अपमानित होणारी, मुलांना तिथून बाहेर पाठवून देण्याचा अखंड विचार करणारी, त्यासाठी सतत धडपडणारी ही मुलगी त्या इमारतीला घर म्हणते!

त्या पिवळ्या इमारतीच्या भिंतीशी 'माझं घर' म्हणता येईल अशी माझ्या स्वतःच्या कमाईचे पैसे खर्चून माझी झोपडी मी स्वतः बनवली, पण तिला मी कधीच 'घर' म्हटलं नाही.

"कसला विचार चाललाय?" दुर्गानं जरा हसत विचारलं.

"काही नाही. मी कामावर निघालोय. संध्याकाळी येईन." मी म्हटलं. दुपारी दोन ते संध्याकाळी सहापर्यंत अविश्रांत मेहनत आणि नवं काम या व्यापात मला पुटूचा विसर पडला. संध्याकाळी परत यायला सायकलवर बसलो आणि आठवलं, अरे दवाखान्यात जायचंय!

नंदू अजूनही दवाखान्यात होता. दुर्गाही होती. मला पाहताच म्हणाली, "नंदूकाका, आता जा तुम्ही. उद्या दुपारी या."

नंदू मला म्हणाला, ''उद्या सोडतो असं म्हणताहेत डॉक्टर. एका रात्रीचाच प्रश्न आहे. गरज वाटली तर रोझम्माला बोलाव. वर बायकांच्या वॉर्डमध्ये असेल.''

मी हो म्हटलं, तसा नंदू जायला निघाला. जाता जाता म्हणाला, ''दुर्गाई, रात्री इथे नको राहूस बरं! नेहाबेनकडे जा.''

आम्ही पुटूसाठी करायचं असं खास काही नव्हतं. त्याचं औषधपाणी खाणं-पिणं सगळं नर्सच करत होती. रोझम्मा पण एकदोनदा डोकावून गेली. दुर्गाशी बोलली. मलाही 'कैसा है' म्हणून विचारलं.

रात्री आठचा सुमार झाला तसं मी दुर्गाला म्हटलं, ''नेहाबेनकडे पोहोचवू तुला?''

''बसते इथेच. बेन अजून घरी आल्या नसतील. नऊ वाजता जाईन.'' दुर्गा म्हणाली. ''सकाळी यायला उशीर होईल. कपडे धुवायचे राहिलेत. तुझेही दे. एकत्र धुतले जातील.''

''पण माझे कपडे खोलीवर आहेत.'' मी म्हणालो.

दुर्गानं एका लहान कप्प्यातून एक पिशवी काढली. माझ्या हाती देत म्हणाली, ''दुर्गानं मला दिवसभर तसंच्या तसंच कामाला जुंपलं, असं पुढे कधी एकदासुद्धा म्हणायची मी संधीच देणार नाही. तुला इथे थांबायला सांगणार होते, तर कपड्यांची सोय केलीच असेल ना? सकाळी इथेच अंघोळ करून घे.''

'एखाद्या दिवशी, कधीतरी, पुढे कधी!' ही सोबत किती काळ असणार आहे ते ना मला ठाऊक ना दुर्गाला. एकदा शिक्षण पूर्ण झालं की मी महेशभाईंच्या वर्कशॉपजवळ किंवा दुसरीकडे कोण्या जवळच्या ठिकाणी राहायला गेलो असतो आणि तसं नाहीच झालं, तरी आयुष्यभर इथे राहणार नव्हतोच; पण ते सत्य उच्चारायचं मी टाळलं. फक्त किंचित हसलो.

''घे. पिशवी नीट बघून घे. बरोबर आणलंय ना सर्व?''

निमुबेननी दिलेल्या कपड्यांसोबत पिशवीत काही मळके कपडेही होते. मळके कपडे माझ्या हातातून ओढून घेत दुर्गा म्हणाली, ''हे घालायचे नाहीत. धुऊन आणते. उद्या हे नवे घाल. छान आहेत.''

कपड्यांवरून मला हरवलेल्या कपड्यांची आठवण झाली. दुर्गाचा गैरसमज होणार नाही अशी खबरदारी घेऊन विचारायला हवं. कुठून सुरुवात करावी या विचारात होतो. तेवढ्यात दुर्गाच म्हणाली, ''तुझी खोली मी कशी काय उघडली त्याचा विचार करतोयस?''

मला हसू आलं. ''छे छे! तू काय काय करशील सांगता येतं का? तुझं काही खरं नाही.''

दुर्गा मोठ्यानं हसली. म्हणाली, ''तसंच आहे. माझं काहीच सांगता येत नाही.

माझ्यापासून लपवून ठेवलं, चोरून न्यायच्या इराद्यानं लपवून ठेवलं, तर ते कसं खपवून घेईन? लहान होते तेव्हापासून बघत आलेय. त्या वेळी डेन्मार्कची दूधपावडर यायची थैले भरून. स्वतः घेतील, पण पोरांना देणार नाहीत. जुनी होऊन कडू व्हायला लागली, की मग पोरांना द्यायला निघतील. मी काय ऐकते? मी रोज कोठार उघडायची. दूधपावडर, बिस्किटं, साखर खूप काही काढलंय कोठारातून.''

''त्यांना कळायचं नाही?''

''कळायचं की! या कपड्यांचं कळलं तसंच. एखादं पोरगं खाताना पकडलं जायचं. लक्ष्मीबेननं किंवा बेननं दरडावलं की सांगून टाकायचं, 'दुल्गाईनं दीलं.'' लहान पोरासारखं बोबडं बोलली त्यानं हसू आलं, पण दुर्गाच्या चेहऱ्यावरचे बदलते भाव पाहून हसायचा थांबलो. तिच्या डोळ्यांतल्या क्रोधाच्या ठिणग्या दिसल्या. ती पुढे सांगू लागली, ''नलिनीबेनना वाटलं, उपाशी ठेवलं म्हणजे कोणी ना कोणी कपड्यांचं सांगून टाकेल. पण कसं सांगणार? माहीत असेल तर सांगतील ना? जुलूम करायला बेनना प्रत्येक वेळी लहान मुलंच बरी सापडतात. त्या दिवशी म्हणे स्वयंपाक नाही करायचा. सव्वाशे मुलांना भुकेलं ठेवून निघाल्या मोठ्या कपडे शोधायला! घ्या शोधा. या खेपेला तर मी सोडून कोणालाच ठाऊक नव्हतं. रेखाला पण नाही.''

त्या लोकांनी कितीही लपवून ठेवलं तरी दुर्गा गुपचूप ते नक्की पळवून आणणार याची मला खात्री होती. त्यातलं स्वतःसाठी काही घेणार नाही, पण मुलांसाठी आलेल्यातलं काहीही भलतीकडे गेलेलं दुर्गा सहन करणार नाही. त्या दिवशी काय वाटेल ते करून दुर्गानं कपडे उचलून आणले असतील, पण ते मुलांना का दिले नाहीत, हे कोडं उलगडेना. कपड्यांचं तिनं केलं तरी काय ते शेवटपर्यंत कोणाला कळलं नाही. आज तिनं आपणहून विषय काढला होता म्हणून मी तिला विचारायचं धाडस केलं. ''आता तरी सांग, कपडे गेले कुठे?''

''फक्त उत्तर हवंय, का सगळी गोष्ट ऐकायचीये?''

''संपूर्ण गोष्ट.'' मी म्हटलं.

''तर मग मधेमधे बोलायचं नाही.'' असं म्हणून दुर्गा सांगू लागली. ''ऐक. त्या दिवशी नेहाबेनसोबत आलेले पाहुणे कपड्यांचं सांगत होते, तेव्हा मी बाहेर ओसरीवर बसून 'थ्री मस्केटिअर्स' वाचत होते. पॅकेट घेऊन तू ऑफिसात गेलास तेव्हा ती खोकी पाहताच मी ओळखलं, की असे उंची कपडे हे लोक मुलांपर्यंत पोहोचू देणार नाहीत. भरीला आणखी लक्ष्मीचा जीव त्यात अडकला. बेननं वाटे करायची बात काढली, तसं माझं माथं भडकलं.'' वाक्यागणिक दुर्गा गंभीर होत गेली.

थोडा वेळ विचारात गढली. मग म्हणाली, ''मी लगेच पुस्तक बाजूला ठेवलं

अन् दाराआडून नेहाबेनना खूण केली की आत्ता पाहुण्यांच्याच हातून कपडे वाटून टाका... न पेक्षा, कपडे काही मुलांपर्यंत पोहोचायचे नाहीत.''

''हो, हो.'' मी म्हणालो. पाहुण्यांच्याच हातून कपडे वाटून टाकायचं नेहाबेननी सुचवलं होतं ते माझ्या लक्षात होतं.

दुर्गा पुढे सांगू लागली, ''त्या दिवशी पाहुण्यांना जायची घाई नसती, तर आज कपडे मुलांच्या अंगावर दिसले असते.''

दुर्गाच्या बोलण्यावर मी प्रतिक्रिया दाखवली नाही. काही काळ तीसुद्धा गप्प राहिली. मग पुटूकडे बघू लागली. नंतर माझ्याकडे न बघताच बोलत गेली, ''असे कपडे आमच्या वाट्याला क्वचितच येतात. असे नवे कपडे म्हणजे काय असतं याचा अर्थ तुला कदाचित समजणार नाही. त्यावरदेखील यांचा डोळा! मला अगदी असह्य होतं. काहीच्या काही करून टाकावं असं वाटतं. चांगला धडा शिकवावा असं वाटतं. आपणही दुष्ट व्हावं असं वाटतं. इतकं दुष्ट, की वाट्टेल ते करायला मागेपुढे पाहू नये. अशा वेळी मला काय होतं ते माझं मलाच कळत नाही. बस्स, जे वाटतं ते वाटतं. असं काही करून टाकावं की...''

दुर्गाचा कंठ दाटून आला. क्षण दोन क्षण थांबून ती म्हणाली, ''त्या क्षणीच मी पक्कं ठरवून टाकलं, की कपडे आमचे नाहीत, तर कोणाचेच नाहीत! खोकी कोठारघरात ठेवणार होते ते. कोठार म्हणजे कोण्या महाराजांची तिजोरीच जशी! वर त्या माधोचा तोरा. 'कोनाची माय व्याली नाई...' म्हणे!''

माझी नजर दुर्गावर खिळली. दाराबाहेरची हालचाल बघत ती थोडा वेळ थांबली. मग बोलू लागली, ''एक रात्रभर कपडे तिथेच असणार होते. सकाळीच वाटे झाले असते, याची मला खात्री होती. जे करायचं ते सकाळ उजाडायच्या आत करायला हवं होतं.''

काम किती कठीण होतं ते समजण्याजोगं होतं. माधो रात्री कोठाराबाहेर खाट टाकून निजतो. दुर्गाच्या बोलण्याला दुजोरा दिल्यागत माझ्या तोंडून हुंकार निघाला.

आपल्यासमोर केवढं मोठं आव्हान होतं त्याचं वर्णन करायच्या उत्साहाच्या भरात गुडघ्यांवर हात ठेवून दुर्गा सांगत होती, ''कोठारघराची किल्ली माधो आपल्या उशीखाली ठेवतो, ते आम्हाला माहीत आहे. किल्ली माधोच्या उश्याखाली असताना कोठारातून कपडे उचलून आणण्याचा विचारही दुर्गा सोडून कोणी करेल, तर तो महाशर्विलकाहून मोठा ठरेल! दुसऱ्या कोणामध्ये ती ताकदच नाहीये. घडीभर तर माझेही हात-पाय गळले होते. म्हटलं दुर्गे, या खेपेला काम पार पडत नाही गं बाई! एकीकडे काय मार्ग काढावा ते सुचत नव्हतं आणि दुसरीकडे प्रचंड संताप! दोन-तीन वेळा कोठाराच्या मागच्या बाजूची खिडकी बघून आले. सगळं एकदम पॅकबंद. शेवटी रडून दिलं.''

"म्हणजे दुर्गा रडतेसुद्धा!" मी थट्टा केली.

"दुर्गाचं काय, दुर्गाचा देवही रडेल..." दुर्गा उसळून म्हणाली. "तू जादूबिदू मानणार नाहीस. मी पण मानत नाही; पण जे झालं ती जादूच म्हटली पाहिजे. माझ्या डोळ्यांतलं पाणी पाहून करमीला माझी दया आली. एवढीशी पोरगी कुठून शिकली कोण जाणे, माझ्यासाठी पाणी घेऊन आली."

बोलता बोलता दुर्गाला हसू आलं. "माठापर्यंत हात पोहोचला नसेल बिचारीचा. म्हणून मग बाहेर लक्ष्मी मुलांना अंघोळ घालते त्या टबातलं पाणी आणलं. मी तेच प्यायले. पाणी गरम होतं."

आठवून आठवून दुर्गा सविस्तर सांगत होती, "गरम पाण्याचा पहिला घोट घेतला अन् तुला सांगते माझ्या डोक्यात अस्सा प्रकाश पडला..." कसा प्रकाश पडला ते तिनं डोळे विस्फारून, तळहाताची पाचही बोटं पसरून दाखवलं. म्हणाली, "मला आठवलं की भल्या पहाटे चार वाजता माधो पाणी गरम करायला उठेल, कोठार उघडेल. रॉकेल अन् काड्यापेटी घेईल. मागच्या दारी जाऊन चुलाणं पेटवेल आणि परत येऊन तासभर ताणून देईल. रोजचंच आहे."

दुर्गा इतकं बारकाईनं, रंगवून सांगत होती, की जणू सगळं माझ्या डोळ्यांसमोर घडतंय, असं मला वाटलं.

दुर्गानं मोठा श्वास घेतला. डोळे मोठे करत पुन्हा म्हणाली, "अरे, तेवढ्या वेळात तर मी इकडचं जग तिकडे करून टाकीन! बस्स. आता खोकं काढायचं कसं ही चिंताच नव्हती." दुर्गा खळखळून हसू लागली.

"अहो महाचतुरबाई," मी मध्येच म्हणालो, "निजायला जाण्याआधी लक्ष्मी तुमच्या खोलीला कुलूप ठोकते त्याचं भान होतं का?"

"कुलूप?" दुर्गा पुन्हा मोठ्यानं हसली, "अरे, कुलपांसाठीच्या खर्चाचे आकडे तू ऑफिसातल्या चोपड्यांमध्ये पाहिले असतील, पण आमच्या दारांना ती कुलपं लावलेली मी कधीच पाहिली नाहीत. लक्ष्मी बाहेरून अशी नुसती कडी अडकवून जाते." दुर्गानं कडी लावण्याचा अभिनय केला. "जाळीला मात्र कुलूप असतं हे खरं!"

दुर्गा पुन्हा थांबली. मग पुटूवर नजर टाकून बोलू लागली. "कडीसाठी उपाय आम्ही खूप वर्षांपूर्वीच शोधून ठेवलाय. मागच्या अंगणात आलास कधी, तर आमच्या दाराच्या आत बघ म्हणजे कळेल. चौसष्टावी कला सोपी नसते म्हटलं!"

"म्हणजे?"

"म्हणजे कडीमागून पातळशी पट्टी बाहेर सरकवता येण्याजोगी एक फट आम्ही करून ठेवलीये. किती कष्ट करावे लागले तेव्हा कुठे झाली ती फट. पट्टी असतेच सदैव, रेखाच्या खणात. बेन एकवेळ माझा खण तपासतील, पण रेखाचा

नाही तपासणार. ती बिचारी अगदी शहाणी आहे, असं वाटतं सगळ्यांना. कधी त्रास देत नाही ना! मग काय, पट्टी घ्यायची, फटीतून थोडी सरकवायची, की झालं. अजिबात त्रास न होता उघडलंच दार समजा!''

दुर्गासारखी विलक्षण देखणी, शांत आणि स्थिर मुलगी तस्करी विद्येतल्या एखाद्या चपळ, कुशल, पारंगत कारागिरासाखा इतका पुढचा विचार करून, बारकाव्यांसहित काम पार पाडत असेल, असं तिच्या चेहऱ्याकडे पाहून कोणालाही वाटलं नसतं.

मी तिच्या तोंडाकडे बघत राहिलो. ती आपली बोलतच होती. ''माधो सकाळी चार वाजता उठेल तेव्हा नेमकी मला जाग आलीच नाही तर काय, म्हणून रेखा जागत बसली होती. माधो उठतो केव्हा आणि मागच्या दारी जातो केव्हा, याची वाट बघत होतो.''

मी थक्क झालो. त्या रात्री दोघी पोरींनी आपापलं काम किती एकाग्रपणे केलं असेल! रेखा चौदा-पंधराची आणि आता दुर्गा सोळा-सतराची असेल नसेल. एक पहाट होईपर्यंत जागत बसली असेल. वेळ झाल्यावर दुसरीला उठवून आपण निजून गेली असेल. त्या रात्रीच नव्हे, या आधीही बऱ्याच वेळा त्यांना असं करावं लागलं असेल, म्हणून तर त्यांना पक्कं माहीत की माधो कोठारातून रॉकेल काढल्यानंतर पुन्हा कुलूप न लावताच चुलाणं पेटवायला जातो!

एखादी परीकथा ऐकत असावं अशा तन्मयतेनं मी ऐकत होतो. ''त्या आळश्यांच्या महाराण्याची सवय आम्हाला तीन-चार जणींना माहीत आहे. कोठार तसंच उघडं टाकून जातो चूल पेटवायला, परत येईतो दहा मिनिटं होतात. रॉकेल कोठारात ठेवतो न मगच कुलूप लावतो. मग थेट सकाळपर्यंत बघायला नको. झोपतो डाराडूर.'' दुर्गा हसत हसत सांगत होती.

''रॉकेल घेऊन माधो मागच्या दारी जायचाच अवकाश. मध्यरात्रीच रेखानं मला उठवलं होतं. कडी काढून आम्ही तयार होतो. मग रेखा झोपी गेली. मी वाट बघत बसले. उजाडायच्या आत माधो उठला. कोठारातून रॉकेल, काड्यापेटी घेऊन चुलीकडे गेला, की इकडे मी शिरलेच कोठारात. खोकं उचललं. एका बाजूनं जरासं तुटलं होतं, की माधोने उघडून पाहिलं होतं कोण जाणे. खोक्यातून एकदोन पिशव्या खाली पडल्या त्या उचलायलादेखील थांबले नाही. झाऽऽलं. संपलं. माझ्या काळजाचा ठोका चुकला.''

''का?''

''का म्हणजे? लक्ष कुठाय तुझं?'' दुर्गा उसळली. ''माधो पुन्हा झोपून गेला, की मी रेखाला उठवायचं असं ठरलं होतं. आम्ही दोघी मिळून खोकं लपवून ठेवणार होतो, पण तिथे पिशव्या पडलेल्या पाहिल्यावर माधो पुन्हा झोपणारच

नाही. चोरी नक्की पकडली जाणार. मग मी रेखाला उठवलंच नाही. जे काय होईल ते माझ्याच माथी असू दे म्हटलं.''

"अगं, पण मग तू ते खोकं ठेवलंय कुठे?'' मी अधीरपणे विचारलं.

"माधोच्या खाटेखाली.'' दुर्गानं शांतपणे उत्तर दिलं. "खाटेवरून लोंबणारी धाबळी जरा आणखी खाली ओढून घेतली अन् आले परत आमच्या खोलीत. आपली चोरीला गेलेली वस्तू आपल्याच खाटेखाली असेल असं कोणाच्या ध्यानीमनी नसेल. झालं. खोकं ठेवलं, माझ्या खोलीची कडी लावून घेतली. पुढे काय घडतंय ते खिडकीआडून बघू लागले.''

"मग?'' कितीतरी प्रश्न मनात येत होते, पण विचारलं इतकंच!

"मग काय? रॉकेलचं डबडं ठेवायला माधो कोठारात गेला न् उलटपावली तसाच परत आला. आला तो थेट आमच्या खोलीकडे. कडी बंद असल्याची खात्री करून घेतली. थोडा वेळ तिथेच उभा राहिला. खिडकीतून डोकावून पाहिलं. आम्ही गाढ झोपेतच नाही का?'' बोलता बोलता दुर्गा पुन्हा हसली.

"मग?'' मी पुन्हा तेच विचारलं.

"तूच सांग बरं, मग काय झालं असेल?''

"माधो नलिनीबेनकडे गेला असेल.''

"कुठे गेला ते नाही ठाऊक, पण बेनकडेच गेला असावा. कारण तो गेला तशी लगोलग जाऊन मी खाटेखालून काढून कपड्यांची विल्हेवाट लावून परत आले. आले तशी माझ्या जागेवर जाऊन झोपून गेले. काम पार पडल्यावर उगाच कशाला जागत बसायचं?''

"माधो बेनकडेच गेला होता. माहितीये मला. लक्ष्मीच म्हणाली होती की, ती आणि नलिनीबेन लगेचच माधोसोबत तुमच्या खोलीत गेल्या होत्या. बेनना तुझा संशय होता; पण तू एखाद्या संमोहन अस्त्राच्या अमलाखाली असावीस इतकी गाढ झोपली होतीस. त्यांनी सर्व मुलांची कपाटं तपासली. गच्चीवर पाहिलं, बाथरूमसुद्धा धुंडाळल्या.'' उरलेली माहिती मी पुरवली. "आता सांग, तू कपडे कुठे लपवलेस?''

"मोठ्यात मोठा प्रश्न तोच होता. कपडे बाहेर तर आणले. माधो पुन्हा निजला असता तर आम्ही खोकं मागे आंब्याच्या झाडावर लपवून ठेवणार होतो. आत्ताच्या आत्ता मुलांना कपडे वाटून टाका, या अटीवर कपडे परत करणार होतो; पण... पिशव्या खाली पडू दिल्या ही माझी चूक! तेवढ्या एका चुकीपायी बिचारी मुलं चांगल्या कपड्यांना मुकली.''

दुर्गाला मनापासून दुःख होत होतं ते पाहून मलाही वाटलं, की पिशव्या पडल्या नसत्या तर बरं झालं असतं. "झालं ते झालं, पण तू केलंस काय तेव्हा?''

"तूच आत्ता म्हणालास ना, बेननं सगळीकडे शोधलं म्हणून!''

"हो. गच्चीतही पाहून आलो असं लक्ष्मी म्हणत होती." मी उतावळेपणानं म्हटलं.

दुर्गानं क्षण दोन क्षण माझ्याकडे टक लावून बघितलं. म्हणाली, "बावळट आहेत सगळे. मठ्ठ! गच्चीत पाहिलं तेव्हा मागच्या बाजूचं चुलाणं नाही दिसलं? पाहिलं असतं तर कळलं असतं की आजच चुलीतला जाळ एकदम एवढा मोठा कसा झाला?" त्या लोकांची कीव करत असल्यागत दुर्गा खिन्न दिसत होती. म्हणाली, "त्या लक्ष्मीलासुद्धा कळलं नाही, की पाणी आज इतकं उकळतं गरम कसं काय झालं! ज्याला थोडी जरी बुद्धी असेल, त्याच्या सहज लक्षात यावं इतके पुरावे होते."

मी अवाक! दुर्गानं कपडे जाळून टाकले हे तिच्याच तोंडून ऐकत होतो तरी विश्वास ठेवावा वाटत नव्हतं. पण दुर्गा? अगदी स्वस्थचित्त, शांत!

"असं करावं का?" माझ्या तोंडून निघून गेलं.

उत्तर द्यायचं सोडून दुर्गा चकित नजरेनं माझ्याकडे पाहू लागली. मग सावकाश म्हणाली, "मग कसं करावं? सांग बरं!"

सांगण्यासारखं माझ्याकडे काही नव्हतंच. मी मान खाली घालून बसून राहिलो. मला गप्प बसलेला पाहून दुर्गा तिखट स्वरात म्हणाली, "ही हकिगत ऐकायची धमक कोणातच नाहीये याची मला खात्री होती, म्हणूनच आजपर्यंत मी कोणाला काही सांगितलं नव्हतं. रेखाला नाही, नंदूकाकांना पण नाही."

हतप्रभ झाल्यागत मी बसून होतो. दुर्गानं माझा खांदा घुसळला नसता, तर विचारात बुडालेल्या अवस्थेत मी तसाच बसलो असतो. दुर्गा संतापून म्हणत होती, "नीट ऐकून ठेव तू. ज्याला जे वाटायचं असेल ते वाटू दे. मी कपडे जाळून टाकलेत. तशीच वेळ आली तर पुन्हा जाळून टाकीन. एकदा नाही, नेहमी!" दुर्गा थोडी अडखळली, पण नेटानं पुढे म्हणाली, "उगाच वाईट वाटल्याचं दाखवून तू मोठा पुण्यात्मा असल्याचं नाटक करू नकोस. पापपुण्याच्या बाता आपण घडवल्यात; परमेश्वरानं नाही. माणसांनी घडवलेले नियम ईश्वरानं का म्हणून पाळावेत, ते मला सांगशील का एकदा?"

ती इतकी जाणीवपूर्वक, इतक्या परखडपणे बोलत होती, की तिच्या वागण्याकडे एखाद्या न्यायाधीशासारखं बघायचं मी त्या क्षणीच सोडून दिलं. तिच्याकडे पाहून उगाच किंचित हसलो. तिच्या खांद्यावर हात ठेवला. रात्र झाली होती. म्हटलं, "चल, तुला सोडतो."

"तू काय मला सोडणार? जाईन माझी मी!" दुर्गा घुश्शातच होती. पुटूला एकदा पाहिलं आणि निघाली. न बोलता मीही तिच्यासोबत चालू लागलो.

तिला नेहाबेनकडे पोहोचवून मी निघालो तेव्हा दुर्गा दारापर्यंत आली. दोन्ही

हातांनी माझा हात धरला आणि विनंती करत असल्यागत म्हणाली, "माझ्यासाठी तू त्रास नको करून घेऊस."

तिनं केल्या गोष्टीबद्दलचा माझा विरोध मी त्याच क्षणी मनातून पार पुसून टाकला. 'बाई गं, आता तूसुद्धा यातून मोकळी हो. तू जे केलंस तेवढंच करणं शक्य होतं, मान्य आहे मला...' हे म्हणायचं होतं, पण ते माझ्या तोंडून निघालं नाही!

तसं नंदू म्हणू शकला असता. दुर्गानं माझ्या प्रतिक्रियेबद्दल नंदूकडे समजा तक्रार केली, तर त्यावर तो मला काय म्हणाला असता, तेही मला माहीत आहे. म्हणाला असता, "दुर्गाच्या कोणत्याही कृतीचा विरोध कोणाच्या मनात टिकू शकत नाही. ती इतकी सच्ची आहे, इतकी सरळ आहे, की बुद्धीला तिचा विरोध करावा वाटला, की त्याच वेळी 'दुर्गाला काय वाटत असेल' हे आपल्या मनाला समजू लागतं. या नंदूला माहीत आहे बाबा रे, की माझी ही मा कोण्या वृत्तीमुळे, विचारामुळे किंवा परिणामांच्या आशेनं नव्हे, तर एका विशिष्ट प्रेरणेनं वागत असते. म्हणूनच तिला जे करायचं असतं ते ती निश्चितपणे, सरळ सरळ करून मोकळी होते. जगाचे कोणतेही नियम अशा तऱ्हेच्या शुद्ध आचरणाच्या आड येत नसतात. मी तर म्हणतो, कधीकधी असं आचरणच दुनियेचे नियम सुधारण्याची अथवा बदलण्याची दिशा दाखवून जातं. हे उगाच आपलं माझ्या मनचं व्यर्थ सांगणं नाहीये. लाला, जगानं दुर्गाला माफ करावं, निर्दोष मानावं म्हणून मी खटाटोप करतोय, बहाणे रचतोय असंही नाहीये. मला उमजलेली दुर्गा अशी आहे. मला ती तशीच दिसली आहे आणि मीही सदैव तिच्याकडे तसंच पाहत आलो आहे."

सतरा

सकाळी डॉक्टर राऊंडवर येण्याआधी मी तयार होतो. आपल्या वॉर्डात रोझम्मा पुटूला बघून गेली. दुर्गा पण आली. नंदू दुपारी येणार होता. शाळेत जाण्याऐवजी दुर्गासोबत तिथेच थांबावं असं मला वाटत होतं, पण निरोप घेतल्यागत दुर्गाच म्हणाली, "त्रिवेदीभाई वाट बघत असतील, तू जा शाळेत. परतताना ये इकडे. आज रात्री इथे राहावं लागणार नाही, असं वाटतंय."

भाईंनी मला शाळेत थांबवून घेतलं. "नंदू आणि दुर्गा दोघं दोघं असताना तुझं आणखी तिथे काय काम?" असं म्हणून दुपारपर्यंत शिकवत राहिले. मग काय? तिथून तडक कामावर जावं लागलं. दवाखान्यात जाईतो संध्याकाळ.

पुटूचा ताप उतरला होता. दुर्गा म्हणाली, "डॉक्टर म्हणताहेत, आजची रात्र थांबा. उद्या सकाळी जा. रात्रीतून काही झालं तर पुन्हा धावाधाव नको म्हणे."

"बरं," मी एवढंच म्हटलं. मग विचारलं, "नंदूकाका?"

"ते आत्ताच गेले."

तेवढ्यात रोझम्मा काहीतरी खायला घेऊन आली. दवाखान्यातली तिची पाळी संपल्यानंतर घरच्या साध्या कपड्यांतली रोझम्मा मला ओळखूच आली नाही. तिनं साडी नेसली होती आणि... एवढ्या वयातही तिनं केसात फुलं माळली होती.

खाऊन घेतल्यावर आम्ही बोलत बसलो होतो, तेव्हा एक मुलगा धावत आला. धापा टाकत रोझम्माला म्हणाला, "मालनी मासी, घर चलो. दादी..."

दादी शब्द ऐकताच रोझम्मा ताडकन उठली. त्या मुलाचा हात धरून जवळजवळ धावतच निघाली. आमच्याकडे वळून म्हणाली, "मेरेकू जाना पडेगा."

आम्हाला काही कळेना. मी आणि दुर्गा दोघंही धास्तावून तिच्याकडे पाहत राहिलो. "आपण तिच्यासोबत जायला हवं होतं," दुर्गा म्हणाली. नवल

म्हणजे त्या मुलानं रोझम्माला 'मालिनी मावशी' म्हटलं होतं!

"तू थांब इथे. मी जातो." मी म्हटलं. "पण ती राहते कुठे?"

"पाठीमागे स्टाफसाठी घरं आहेत तिथे. पहिल्या ओळीतलं तिसरं घर."

रोझम्माचं घर लगेच सापडलं. शेजारपाजारची माणसं गोळा झालेली दिसली. मी जवळ गेलो. कोणीतरी म्हटलेलं ऐकू आलं, "सुटली बिचारी म्हातारी!"

मी परत जाऊन दुर्गाला सांगितलं, "माजी वारल्या."

दुर्गा उठलीच. तिथे असलेल्या नर्सला बातमी सांगून म्हणाली, "आम्ही रोझम्माच्या घरी चाललोय. काही लागलं, तर बोलावून घ्या."

"हो, जा. जा. आम्ही पण येऊ आळीपाळीनं," दुजोरा देत नर्स म्हणाली. हा हा म्हणता बातमी पसरू लागली. 'आता सकाळीच काय ते होईल' इथपर्यंत गेल्यावर थांबली. जमलेली माणसं परत जाऊ लागली. मी दुर्गा अन् शेजारच्या एक आजीबाई एवढेच उरलो. "आप लोग जाइए।" रोझम्मा म्हणाली.

"आगो बाये, तू आमच्यासाठी कितीकदा जागरणं केली आसशील. एक रात्र हितं बसणं आमाला जड का आहे?" मग उगाच हळू आवाजात आजी म्हणाल्या, "कोनाला बोलावाबिलावायचं आसलं तर सांग. आमचा जयंत पटकन फोन करून येईल."

"नही. किसी को नहीं कहना है।" रोझम्मानं भिंतीवर टांगलेल्या फोटोकडे पाहत म्हटलं. तिच्या लग्नातला फोटो असावा. "आना होता तो कबका आया होता।" मग शांतपणे उठून तिनं फोटो खाली काढला. समोरच्या मृतदेहापाशी ठेवला. मी चकित होऊन पाहत होतो.

आजीबाई थोडा वेळ बोलत बसल्या. त्यांचा मुलगा त्यांना न्यायला आला तसं रोझम्मानं बळंबळं त्यांना पाठवून दिलं. आम्हालाही जा म्हणू लागली. आम्ही नाही म्हटलं तशी मग म्हणाली, "थोडा थोडा कॉफी पीयेंगे?"

अशा वेळी हो म्हणायचं असतं की नसतं ते न सुचून आम्ही दोघं एकमेकांकडे पाहू लागलो, तेव्हा रोझम्मा आपणहून म्हणाली, "मैं भी पीयेगा।" "मी करते," असं म्हणून दुर्गानं आत जाऊन कॉफी करून आणली. आम्ही तिघं कॉफी प्यायलो. रोझम्मा जरा सावरलीशी वाटली. फक्त आम्ही तिघंच होतो, म्हणून दुर्गानं विषय काढला.

"तुमचं नाव तुमच्यासारखंच छान आहे, रोझम्मा."

गप्पा सुरू झाल्या. नोकरीनिमित्तानं रोझम्मा इथे आली तेव्हा तिनं अंगणात गुलाबाची रोपं लावली होती. आत्ता वारल्या त्या तिच्या सासूबाई. त्यांना पूजेसाठी ती फुलं खुडून द्यायची. कधी कोण्या आजारी माणसासाठी घेऊन जायची. एकदा एक छोटी मुलगी दवाखान्यात आली होती. "बहोत सुंदर प्यारी बच्ची थी, उसके

वास्ते हम हर रोज फूल लेकर जाते थे। दाक्तर लोगोंने बहोत कोशीश किया, हमने भगवान को प्रार्थना भी करी, मगर छोकरी नही बचा. हम फूल देते थे इस वास्ते वो लडकीने हमारा नाम मालिनीसे बदल कर रोझी कर दिया था, तबसे हम येहीच नाम पसंद कर लिया. अब रोझीसे रोझम्मा भी हो गये.'' रोझम्मानं डोळे पुसत सांगितलं.

''तुम्ही कोणाला कळवा तरी. अशा प्रसंगी जवळच्या कोणाची सोबत असली तर बरं असतं.'' मी म्हणालो.

''तुम लोग सब मेरे ही हो, मेरा अपना कोई नही है, ये फोटो भी माजीके साथ ग्रेव में रख देना है,'' रोझम्मा म्हणाली.

एकातून एक गोष्ट निघत गेली. मदुराईहून पंचवीस मैल दूरच्या खेड्यात मालिनी नावाची एक खेळकर मुलगी राहत होती. ''ये फोटो है वो हमारा हजबंड.'' समोरच्या फोटोकडे इशारा करत मालिनी सांगू लागली. ''मेरा बाप का मन बहुत नही था शादी के लिये.''

''...पण तुम्ही पळून जाऊन लग्न केलंत,'' दुर्गा मध्येच बोलली.

''नही, हमारा जमानेमें ऐसा नही होता था,'' रोझम्मानं म्हटलं. ''मा-बाप कहे उसके साथ जाना पडता था।'' मग आपल्या मृत सासूकडे बोट दाखवत म्हणाली, ''मै छोटीसी थी, स्कूलमें जाती थी तबसे माजी मुझे अपने घर बुलाती और कहती, मालिनी तू मेरे घर में आ जा.''

''तो आप आ गई,'' दुर्गानं हळुवारपणे म्हटलं.

''बचपनसे मै उसे अपनी सास मानने लगी,'' बोलता बोलता रोझम्माला हसू आलं. ''उसके लडके को तो मैने देखाच नही था, वो मदुराई में मामा के घर में रहे कर पढता था, जब शादी की बात चली तो मैने इस घर में जानेकी बात मेरी मां को कह दिया। पिताजी को कैसे भी समझाबुझाकर मांने बात पक्की करवा दिया। तब जाके मैने इनके बेटे को देखा। सच्ची में माजी से प्रेम करके हमने शादी की थी, किसी को कहेंगे तो कोई मानेगा नही।''

रोझम्मा स्वतःच सांगत होती म्हणून, एरवी आमचासुद्धा कोणाच्या सांगण्यावर विश्वास बसला नसता. कित्येक वर्षं सोसत असलेला भार हलका करत असलेली एक स्त्री बोलत होती. हळूहळू मोकळी होत होती. आम्ही कान देऊन तिची कहाणी ऐकत होतो. ''शुरू शुरू में बहोत अच्छा रहा। तीन साल के बाद मेरे हजबंड दुबई गये। थोडा पैसा भी भेजा, वहाँ से फिर स्टेट गये।'' रोझम्मा थोडी अडखळली, मग पुढे सांगू लागली, ''अब ये सब किसी को नही कहा है, तुमको क्यूँ बता रही हूँ पता नही।''

''काही हरकत नाही हो, बोला तुम्ही. तेवढंच मन जरा हलकं होतं. बरं

वाटतं.'' दुर्गानं तिला धीर दिला.

रोझम्मा दुर्गाकडे पाहू लागली. दुर्गानं रोझम्माचा हात हाती घेऊन किंचित दाबला. दुर्गाच्या अंतःकरणातला सच्चेपणा रोझम्माला जाणवला. तिचे डोळे वाहू लागले. म्हणाली, ''फिर सब बंद हो गया... और कुछ नही।''

''तुम्हाला...'' दुर्गाला काहीतरी बोलायचं होतं, पण न बोलता ती फक्त रोझम्माच्या पाठीवरून हात फिरवू लागली.

जरा शांत झाल्यावर रोझम्मानं दुर्गाला म्हटलं, ''हो सकता था, तुम कहना चाहती हो वैसा भी हो सकता था, मै मेरे मा के घर जानेवाली थी। लेकिन जाने के दिन ही मेरे ससुराल पर वहाँसे लेटर आया। उसने वहाँ पे शादी कर ली थी। उनके बच्चोंके फोटो भी भेजे थे।''

एकाएकी सर्वत्र शांतता पसरली. अर्धी रात्र उलटून गेली आहे. एका वृद्धेच्या मृतदेहाशेजारी ही स्त्री इतके दिवस झाकलेलं आपलं खासगी जीवन उलगडायला निघाली आहे. ते ऐकण्याचं आमचं वय आहे का, आमची पात्रता तरी आहे का, याचा विचार न करता! नेमके कशामुळे आम्ही तिला तिचे स्वजन वाटले असू? का आमच्यावर तिचा इतका भरवसा होता...? मला कधीच कळणं शक्य नाही.

रोझम्मा म्हणाली, ''आप्पा... मेरे ससुर उसी रात सदमे से मर गये। और ये माजीने बोलना बंद कर दिया। मैं घबरा गयी। पडोसवाले आये। मेरे माता-पिता आये। दो दिन तक माजी कुछ नही बोली।''

बोलून बोलून दमल्यागत रोझम्मानं एक दीर्घ श्वास घेतला. थोडं पाणी प्यायली. पुन्हा बोलू लागली. ''तीसरे दिन घर जाने से पहले मेरी मा माजीसे छुट्टी माँगने बैठी तो माजीने कहा, मेरे बेटेने ऐसा किया? मेरे बेटेने? ऐसे कह कर वो तो हंसने लगी, फिर चिल्लाने लगी। मुझे खींच के घर में से बाहर ले गयी और मुहल्लेवालों को कहने लगी, मेरे बेटेने इसके साथ धोखा किया, मेरे बेटेने। मारो मुझे मारो। फिर मुझसे हाथ जोड कर माफी माँगने लगी... ऐसा बस...''

पुन्हा शांतता. रोझम्मा नुसतीच बघतेय आमच्याकडे. मी घाबरलो. वाटलं, हिला आता काही होतंय का काय! तेवढ्यात ती पुढे म्हणाली, ''मेरे वास्ते वो पागल हो गयी थी, मेरे वास्ते. उसको छोडकर मै कैसे चली जा सकती थी? मैने नर्सिंग सीख लिया, माजी को लेकर गाव छोड दिया। यहाँ आ गयी।''

बोलणं पूर्ण करत तिनं म्हटलं, ''वो बात भी आज खतम हो गयी। अब किसीको क्या बुलाना है?''

दुर्गा उठली. रोझम्मासाठी अंथरूण तयार केलं. तिला बळंबळं निजवलं. मला म्हणाली, ''तू जा. मी थांबते इथे.''

मी नाही म्हटलं. तेवढ्यात शेजारच्या दोन बायका आल्या. रोझम्माचा डोळा

लागला, तशी त्यांनी आम्हाला जायला सांगितलं.

परत आल्यानंतरदेखील मला झोप येईना. सिव्हिल हॉस्पिटलच्या रस्त्यावर वाहनांची ये-जा सुरू झाली होती. पहाटे पहाटे रस्ता झाडणारे आपापल्या कामाला लागले होते. सिव्हिल हॉस्पिटलचा स्टाफ रोझम्माच्या घरी पोहोचू लागला आणि रोजच्यासारखाच सूर्यही पुन्हा उगवला.

अठरा

दुपारनंतर आम्ही पुटूला घेऊन जायच्या तयारीत होतो आणि रोझम्मा आली. पांढऱ्या शुभ्र युनिफॉर्ममध्ये सज्ज. हसतमुखानं कामावर रुजू. सत्य परिस्थिती ज्यांना ठाऊक आहे असे थोडे लोक सोडले तर, केवळ काही तासांपूर्वीच ही स्त्री आयुष्याची बावीस मौल्यवान वर्षं आपल्या लग्नाच्या फोटोसहित कबरीत दफन करून आली आहे, असं कोणीही म्हणू शकलं नसतं.

आम्ही जायला निघालेले पाहून रोझम्मा आमच्यापाशी आली. पुटूला बघितलं. माझा निरोप घेतला. मला मुन्नाची आठवण आली. ''वो लडका ठीक हो गया?'' मी विचारलं.

''हां हां. चलो, मिलते है,'' असं म्हणत ती त्वचा रोगाच्या दालनाकडे वळली. ''कुछ सिरीयस नही था, स्केबीज का केस था, ज्यादा फैल गया था।''

ती आम्हाला आत मुन्नाच्या खाटेपाशी घेऊन गेली. मुन्ना खूपच सुधारला होता. त्या दिवशी जवळजवळ बेशुद्ध होऊन पडलेला मुलगा आज शेजारच्या खाटेवरच्या माणसाशी गप्पा मारत होता. तिथे पोहोचलो तसं रोझम्मानं म्हटलं, ''कैसे हो मुन्ना?''

''अच्छा हो गया। आपने बचा लिया। वरना मर गया था।''

''नही, नही ऐसा थोडी कोई मरता है?'' रोझम्मा म्हणाली. ''इनसे मिलो। ये लडका और उनका चाचा तुमको इधर लाया था।''

माझ्याकडे पाहून मुन्ना हळूच हसला. ''कसं आहे आता?'' मी विचारलं.

''बरा झालोय. उद्या-परवा सोडतील इथून.''

रोझम्मानं संधी साधत म्हटलं, ''बरा झालास तो अब साफ सफाईसे रहनेका, क्या समझा? थोडा दिन तक दवाई लगाके नहानेका, फिर कुछ नही होगा।''

मुन्ना काही बोलला नाही. त्याच्या चेहऱ्यावरचे

भाव पाहून मला वाटलं, या शहरात त्याची अशी राहायची जागा कदाचित नाहीये कुठेच. एखाद्या रस्त्यावर, दुकानाच्या ओट्यावर रात्र काढावी लागत असेल, तर कुठली स्वच्छता अन् कसली सफाई!

रोझम्माला हे माहीत नव्हतं असं नाही. म्हणाली, ''घबराने का नाही, तुमारा रहनेका इंतजाम हो गया है, आश्रम के पास में महेशभाई करके एक पहेचानवाले का जगा है, वहाँ पर रहनेका। थोडा सायकल रिपेरिंग का काम करने का। अब भीख मांगने का नही।''

मुन्नाकडून निघाल्यावर मी दुर्गाकडे गेलो. दोघं पिवळ्या इमारतीकडे जाऊ लागलो. पुटूला मांडीवर घेऊन दुर्गा माझ्या सायकलच्या मागच्या कॅरियरवर बसली होती. मी म्हटलं, ''इथून पुढे मुन्ना माझ्या दुकानावर बसणारे.''

दुर्गानं उत्तर दिलं नाही. मी पुन्हा म्हटलं, ''मी काय बोललो ते ऐकलंस का?''

''हो. ऐकलं. महेशभाईंनी मुन्नाला जागा दिलीये.'' दुर्गा उत्तरली.

दुर्गाला उतरवलं आणि मी बाहेर दुकानात गेलो. नंदू काहीतरी शोधत होता.

''काही हवंय का?'' मी जवळ जाऊन विचारलं

माझ्याकडे पाहून नंदू म्हणाला, ''सायकल पंक्चर झालीये. मला जायचंय निम्बेनकडे. म्हणून पाहत होतो काही...''

''आणा मी करून देतो.'' असं म्हणून मी नंदूला बसायला एक डबा पुढे केला. पंक्चर काढू लागलो.

''का? असं एकाएकी वाडीकडे?''

''गोमतीच्या नवऱ्याला ओळखतोस तू? आता नाहीये तो. अपघात झाला त्याला!''

मी थक्क. ''असा कसा?''

नंदू सांगू लागला, ''काल दुपारी मोटर बाहेर काढायला विहिरीत उतरला, तेव्हा पडला तरी किंवा डोक्याला मार बसला कशाचातरी!''

''तुम्हाला कोणी सांगितलं?'' एक अनावश्यक प्रश्न माझ्या तोंडून निघून गेला.

माझ्या प्रश्नाचं उत्तर द्यायची नंदूला गरज वाटली नाही. ''मी वाडीवर जायला निघालोय. गोमती निम्बेनकडे आहे म्हणजे सगळे तिथंच असतील.'' नंदू म्हणाला.

''मला पण यायचंय.''

आमचं बोलणं सुरू होतं तो दुर्गा आली. तिला आत लक्ष्मीनं बातमी दिली होती. म्हणाली, ''नंदूकाका, जरा थांब. मी पण येते तुमच्यासोबत.''

''आता मा तिन्हीसांजा झाल्यात. इथून पुढे शहरात पोहोचणार कधी, बस मिळणार कधी... असं कर, तू सकाळी ये.'' नंदू समजूत घालू लागला.

"सायकलवर नाही का जाता येणार? मी डबलसीट नेऊ शकतो. जाऊ शकू. वाटल्यास थोडं चालू थोडं सायकलवरून जाऊ." मी म्हटलं.

पटापट दुकान बंद केलं. आम्ही सायकलवरनं चाललोय असं नलिनीबेनना कळवलं. मी आणि दुर्गा एका सायकलवरनं जाणार म्हटल्यावर नलिनीबेननी थोडी कटकट केली, पण पोहोचल्यावर सकाळच्या बसनं कळवायच्या सूचनेसह शेवटी दोघांना सोबत जायची परवानगी दिली. दुर्गा आपली पिशवी घेऊन आली. नंदू आणि आम्ही दोघं सायकलवरून निघालो. लक्ष्मी समोरच भेटली. मला अन् दुर्गाला एकाच सायकलवर बघून डोळे फाडून पाहत राहिली.

रात्र गडद व्हायच्या आत आम्ही निमुबेनच्या वाडीवर पोहोचलो. वाटलं होतं, तिथे एकच रडारड चालली असेल; पण तसं काही दिसलं नाही. वडीलधारे दिसणारे दोन-तीन पुरुष निमुबेनशी आणि मोटाभाईंशी वादावादी करत होते. त्यामानानं गोमती बरीच शांत होती. वडाच्या बुंध्याला टेकून बसली होती. दुर्गा दिसली तशी तिच्या गळ्यात पडून रडू लागली. मग दोघी आत गेल्या. मी आणि नंदू ओसरीवरच थांबलो.

निमुबेन त्या माणसाशी बोलत होत्या. त्यांच्यातला एक म्हणाला, "निमू, आजवर आम्ही तुम्हा दोघांना काय हवं ते करू दिलंय. घरच्या सून माणसानं असं मोठ्या माणसांच्या तोंडी लागलेलं पाहिलंय का कधी? आम्ही तुमच्याहून वडील असूनदेखील तुम्हाला कशात म्हणून कधी अडवलं नाही, पण हे आता अती होतंय." पाकळ्या

दुसरे एक पुढे सरसावले. म्हणाले, "काय वाटेल ते झालं तरी आमच्या घरात आम्हाला वर्णसंकर नकोय. सांगून ठेवतोय."

निमुबेन शांतपणे, सावकाश बोलू लागल्या, "हे बघा मोटाई, हे सगळं बोलायची ही वेळ नव्हे, पण केवळ तुमचा आग्रह आहे म्हणून आता थोडंसं बोलतेय. आम्हाला हवं ते तुम्ही करू दिलंत हे खरं आहे, पण लक्षात घ्या, न करण्यासारखं आम्ही दोघांनी आजपर्यंत काहीही केलं नाही, हेही तितकंच खरं आहे. आत्ता गोमतीची अवस्था काय आहे हे पाहताय ना? अशा वेळी, मुळात आपण अशी गोष्ट काढूच नये, पण तरीही आल्या आल्या तुम्ही काढलीतच ना?"

"काढणार नाही तर काय करणार? त्या दोघांनी करूनच ठेवलंय तसं. सारखं सारखं मुंबईला जाऊन काय करत होते, ते आम्हाला ठाऊक नाही असं वाटलं का काय? तुम्ही आता मुकाट्यानं गोमतीला घरी पाठवा. मग आमचं आम्ही काय ते पाहून घेऊ." त्या वयस्कर गृहस्थांचा आवाज चढला.

"गोमतीला यायचं असेल तर आमची ना नाही. तिला 'पाठवून देणारे' आम्ही कोण?" मोटाभाईंनी उत्तर दिलं.

"तुम्ही कोण ते सगळ्यांना माहीत आहे." मोठमोठ्यानं बोलणारा तो माणूस म्हणाला. "भावकीतल्या प्रत्येकाचं साग्रसंगीत सगळं भावकीला नाही, तर कोणाला ठाऊक असणार? गोमती आमचं ऐकणार नसेल तर... तिच्या नावानं अंघोळ करून मोकळे होऊ आम्ही."

त्या वयस्कर माणसाच्या बोलण्यावरनं माझ्या एवढं ध्यानात आलं की, ते मोटाभाईंच्या चुलत घराण्यातले आणि गोमतीच्या सासरचे कोणी ज्येष्ठ असावेत. इतर सगळ्यांपेक्षा त्यांच्या संतापाला अधिक धार होती. ते न थांबता, अविरत बोलत होते. "आमच्या पोराला गिळलं ते गिळलं आणि वरनं परक्याचं पोर पोटात घेऊन बसलीये. बाहेर तर येऊ द्या तिला एकदा, मग बघतोच तुमच्याकडे!"

"अरे, अरे वजुभाई असं नाही बोलू." मोटाई म्हणवणाऱ्या माणसानं त्या वयस्कर माणसाला वेडंवाकडं बोलू दिलं नाही.

वजुभाई भयंकर संतापले आहेत हे स्पष्टपणे दिसत होतं. वैर ओढवून घ्यायला निघाल्यासारख्या स्वरात ओरडले, "तुम्ही स्वतः निपुत्रिक म्हणून दुसऱ्याचं पोट नासवायला निघालात. मोटा भै, तुमच्या स्वतःच्या मुलाच्या बायकोनं असं केलं असतं, म्हणजे कळलं असतं खरं काय ते!"

त्यांच्या शब्दांनी माझ्या मनावर जबरदस्त घाव घातला. म्हणण्यापुरते ते शब्द मोटाभाईंना उद्देशून असले, तरी नेम निमुबेनवर होता. इतक्या सगळ्यांच्या समोर एका स्त्रीला असं कोणी बोलू शकतं, यावर माझा विश्वासच बसेना आणि बोलणारं कोण, तर त्या स्त्रीच्याच नात्यातला, वडीलकीचा हक्क सांगणारा एक!

वजुभाईंच्या बोलण्यावर मोटाईंना उत्तर देत निमुबेन म्हणाल्या, "मोटाई, अहो खरं तेच बोलत आहेत ते. माझी कूस उजवली नाही म्हणून तर मी गोमतीच्या पाठीशी उभी राहिले. का? तर मला आयुष्यभर जे भोगावं लागलं, ते तिच्या नशिबी येऊ नये म्हणून! अशा तऱ्हेनं आई झाल्यानंतरही त्या मुलीला जे सहन करावं लागणार आहे, त्याच्या हजार पटीनं जास्त ती आई झाली नसती तर या लोकांनी तिला छळलं असतं."

निमुबेन ज्यांना मोटाई म्हणत होत्या त्यांनाही, वजुभाई वाजवीपेक्षा जास्तच कडाडून बोलत आहेत असं वाटलं, पण तरी देखील ते निमुबेनची बाजू घेऊ शकत नव्हते. जरा नरमाईनं, समजावणीच्या सुरात ते म्हणाले, " निमुबेटा आणि मोटाभै तुम्ही, तुमचं बरं-वाईट काय ते तुमचं तुम्ही बघायचं. आपल्या गावी आपल्या घराण्याची आणि इथे तुमचीसुद्धा अब्रू, पत, मान सगळं खूप मोठं आहे. असल्या भानगडीत तुम्ही पडाल तर..."

निमुबेनच्या डोळ्यांत वेगळीच चमक झळकली. त्यांनी मोटाभाईंकडे पाहिलं आणि मग एखाद्या फकिरानं अंगावरचं पांघरलेलं वस्त्र दात्याच्या हाती परत द्यावं

इतक्या आवेशानं म्हटलं, "मोटाई, ही अब्रू, हे मानपान यात आमचं काही नाही. ते लोकांनी आम्हाला दिलं आहे. त्यांना वाटेल तेव्हा त्यांनी ते खुशाल परत घ्यावं."

चहूकडे भयाण शांतता पसरली. सगळे एकदम गप्पच झाले. एवढी मोठी, एवढी गंभीर गोष्ट इतक्या सोप्या शब्दांत आणि इतक्या सच्चेपणानं कोणी सहज कसं काय मांडू शकतं! मला मोठं आश्चर्य वाटलं.

आवाजातली सहजता जराही लोप पावू न देता त्यांनी ठामपणे म्हटलं, "गोमतीचं बाळंतपण होणारच. तुम्ही म्हणता म्हणून मी पोरीला महीसागरमध्ये ढकलायची नाही. मी तसं होऊ देणार नाही."

गोमतीच्या सासरचे लोक गोमतीच्या वडिलांना आपल्यासोबत घेऊन आले होते. शांतपणे एकीकडे बसून ते सर्व संभाषण ऐकत होते. सासरच्यांनी त्यांच्यावर दडपण आणत म्हटलं, "का हो सोयरे, तुम्ही का तोंडात मिठाची गुळणी धरून गप्प बसलेत? पोरीचा बाप तुम्ही. तोंड उघडाल की नाही?"

बोलायचं ठरवून आलेलं विसरून गेल्यागत गोमतीचे वडील कसंबसं म्हणाले, "निम्बेन गोमतीला आमच्या घरी पाठवून द्या. आम्ही पुन्हा तिचं लगीन लावून देऊ म्हणजे प्रश्नच मिटेल. नाहीपेक्षा, नंतर मी तिचा बाप की तिची आई, आम्ही कोणी तिचं तोंड पाहणार नाही."

तुटक तुटक वाक्यं बोलून गोमतीचे वडील पुन्हा गप्प झाले. आपल्या वडिलांची अगतिकता कळल्यावर गोमतीला काय वाटलं असेल कोण जाणे!

"लग्न लावून द्या, लग्न लावून द्या म्हणत आहात एकसारखे, तर मला सांगा, तुम्हाला हे लग्नाचं सर्टिफिकेट नेमकं हवं आहे कशासाठी? आणि कारण द्यायचं नसेल तर आम्हाला आणि गोमतीला सुखानं राहू द्या. आता या विषयावर मला एक अक्षरही ऐकायचं नाही." तिथे हजर असलेल्या सर्वांना कळून चुकलं की निमुबेननं गोमतीला आपल्या पदराखाली घेतलंय!

सगळ्यांना तिथेच सोडून निमुबेन आतल्या खोलीत जायला निघाल्या. जाण्याआधी पूर्वीच्याच सहजतेनं म्हणाल्या, "मोटाई, आंब्याला मोहर आला की आपण किती हरखून जातो. वसंत पंचमीला निंबाचा मोहर आणायला उत्साहानं धावतो आणि एका स्त्रीला मातृत्व लाभायची वेळ आली की इतके जुलूम करायचे?" निमुबेनच्या आवाजात व्यथा दाटून आली. "अहो, दिवस राहिले की ओटी भरतात. घरातल्या इतर मुलींच्या वेळी ब्राह्मण बोलावून काय काय विधी करवता, पेढे वाटता... आता या बिचारीच्या हात धुऊन मागे का लागला आहात?"

ऐकणाऱ्यांनं गोंधळून जावं अथवा निमुबेनना मूर्ख समजावं... यात नवल वाटण्याजोगं काही नव्हतं. प्रथा परंपरांच्या पलीकडच्या अशा साध्या प्रश्नांची उत्तरं

समाजाकडे कधी असतात का?

निमुबेन आत गेल्या तसा बाहेर बसलेल्यांचा आवाज वाढला. शेवटी एक-दोघांनी भाईंना समजावायचा प्रयत्न केला. "मोटा भै, तुम्ही दोघं इथे येऊन राह्यलात, आपल्याला हवं तेच करत बसलात. कसले ना कसले नाही ते उद्योग तुम्ही करणार यात नवल नाही, पण आमचं काय? आम्हाला चार लोकांना तोंड दाखवावं लागतं ना? समाजाला उत्तर आम्हाला द्यावं लागतं. एकदा तुम्ही पोरीला नाव विचारून घ्या. सात पाताळातून शोधून आणून मूल व्हायच्या आत तिचं लग्न लावून देतो की नाही बघा!" दुसऱ्या एका वयस्कर माणसानं म्हटलं.

"अहो भाई, कसं सांगू तुम्हाला? जरा समजून घ्या. या पद्धतीमध्ये पिता कोण आहे ते कोणालाच माहीत नसतं आणि समजा माहीत झालं असतं, तरी मी, निमू अन् गोमती आम्ही कोणी नावगाव इतर काहीही विचारणार नाही." भाईंनी तेवढ्याच शांतपणे उत्तर दिलं.

"हे बघा मोटाभाई, या वज्याच्या सुनेनं म्हणजे गोमतीच्या सासूनं मला आधीच बजावून सांगितलंय, गोमतीला दिवस गेलेत त्याबद्दल मी काही मनावर घेत नाहीये, त्यामुळे त्यांची मान खाली जातेय, ते योग्य नाहीये. आता तुम्ही ऐकून ठेवा. जर का मी इरेला पडलो ना, तर आपलं भावाभावाचं नातं संपलं. तुमचा माझा संबंध संपला. मग आम्ही कोणी तुमच्या वाडीवर पाऊल ठेवणार नाही." मोटाई म्हणाले.

हे ऐकल्यावर मोटाभाईंना शांत राहणं अशक्य झालं. म्हणाले, "न याल तेच बरं. आम्हाला निवांतपणे जगता तरी येईल. निमू केव्हाची तुम्हाला एक साधी सरळ गोष्ट सांगते आहे आणि तुम्ही इरेला पडण्याच्या बाता करताय. ज्याला जे करायचं ते करा, जा. गोमती इथेच राहील या वाडीवर आणि बाळाला जन्म देईल तोही इथेच. दवाखान्यात नाही, इथेच या वाडीवर. याच घरात. माझ्या घरात. मी सांभाळेन तिला. माझा नातू असेल तो."

निमुबेन ज्यांना 'मोटाई' म्हणत होत्या, ते सोडून बाकी सगळे जायला उठले. जाई जाईतो गोमतीचे वडील गोमती दिसते का ते पाहत होते. जरा डोकावेल तर एकदा डोळे भरून बघून घेता येईल! गोमती आणि तिचे वडील... सर्वांत कठीण अवस्था या दोघांचीच होती.

जातेवेळी गोमतीच्या वडिलांनी पुन्हा एकदा म्हटलं, "पोरीच्या आईनं सांगून पाठवलंय, तिचं लग्न लावून देऊ म्हणजे होणारं मूल कोणाचं आहे, कोणाचं नाही हा प्रश्न मिटेल. नाहीतर... गोमतीला तरी कुठे दुसरीकडे पाठवून द्या. म्हणजे आपण मोकळे!"

निमुबेन पुढे आल्या. हात जोडून त्यांना म्हणाल्या, "गोमतीची आई असो की

आणखी कोणी, गोमतीनं पुन्हा लग्न केलं तरच मूल जन्मू देऊ म्हणणाऱ्याला माझ्या वतीनं एवढंच सांगा- तुमच्या घराण्यातल्या सर्वांत पहिल्या आई-बापाचं लग्न कोणी लावून दिलं होतं? जो कोणी याचं उत्तर देईल, तो म्हणेल तिथे मी हिला घेऊन निघून जाईन.''

सगळे गेले तोपर्यंत निमुबेन ओसरीवरच मुकाट बसून होत्या. मग गोमतीपाशी गेल्या. तिला झोप येईतो रामायण ऐकवत होत्या. सगळ्यांचा डोळा लागेतो मी आणि नंदू तिथेच ओसरीवर जागत बसलो.

सकाळी मोटाई परत गेले. जाताना म्हणाले, "वज्याच्या सुनेला काय सांगू?''

"जे घडलं ते सांगा. गोमती वजुभाईंची सून आहे तशीच आपलीपण आहे. मला कोणाचं उणं काढायचं नाही. तिला आणि तिच्या पोटातल्या बाळाला जगवण्याखेरीज आणि ज्या कोणत्या गोष्टीनं गोमतीचं मन रमेल ते करण्याखेरीज माझ्या मनात दुसरा कोणताही विचार नाही.''

दुसऱ्या दिवशी दुपारी मी आणि नंदू परत आलो. दुर्गा नंतर येईन म्हणाली.

नंदू काही बोलत नव्हता. मला पण अगदी उदास वाटत होतं. बोलावंसंच वाटत नव्हतं. शेवटी बळंच नंदूला म्हटलं, "नंदूकाका, इतके ढेपाळलेले का दिसताय?''

नंदू खूप बैचेन होता. माझ्या प्रश्नाचं उत्तर देण्याऐवजी तो बोलत सुटला, "दुसऱ्याला दुःख देण्यात लोकांना काय म्हणून आनंद वाटत असेल? मला कळतच नाही रे!''

"त्या लोकांनी आज तरी असं करायला नको होतं.''

"आज? अरे कधीच करायला नको. इतकं असं टाकून बोलतात का? समोरच्या माणसाला काय वाटेल याचा जरा तरी विचार!'' बोलता बोलता नंदू थांबला.

मी काही प्रतिक्रिया दर्शवली नाही, तसा नंदूच पुन्हा बोलू लागला, "फक्त इथेच नाही... सगळीकडे हेच आहे. काल नाही का, आपण निघालो तेव्हा नलिनीबेन माझ्या 'मा'ला कसं बोलल्या? चांगलं नाहीच बोलल्या ना? तरी बरं, अजून दोन महिने शिल्लक आहेत.''

नंदूचं बोलणं समजायला कठीणच असतं. नंदूसमोर बेन दुर्गाला काहीतरी लागट बोलल्या असाव्यात एवढा मला अंदाज आला, पण कशाबद्दल ते कळलं नाही. "कशासाठी दोन महिने आहेत?'' मी विचारून टाकलं.

माझ्याकडे पाहून नंदू म्हणाला, "निम्बेनकडे जायची दुर्गाईनं परवानगी मागितली तर बेन म्हणतात कशा, "हिंडा, घ्या हिंडून. इथे आहात तोवर जमेल तेवढं फिरून घ्या, पण महाराणीसाहेब, इथले तुमचे दिवस भरत आलेत तेवढं लक्षात ठेवा म्हणजे झालं.''

''म्हणजे?''

सायकल चालवण्यात खंड पडू न देत नंदू म्हणाला, ''म्हणजे मा आता पालीताण्याला जाणारे.'' नंदूच्या स्वरातला संताप जाणवत होता. ''इतके कठोर बोल ऐकूनही पोरीनं तोंडातून चकार शब्द काढला नाही. उलट हसलीच थोडं. डोळ्यांत साठवून ठेवलेल्या रत्नांचा अद्‌भुत खजिना जगापासून लपवून ठेवण्यासाठी माझी मा काय काय अन् किती किती सहन करत्येय!''

माझी मती गुंग झाली. दुर्गाला पालीताण्याला पाठवायचंय हे मी इथे आलो त्या वेळी ठरलेलंच होतं. त्यावर किती काळ उलटून गेला! मी पार विसरून गेलो होतो. आज अचानक ते भूत पुन्हा भेडसावू लागेल, याची कल्पना नव्हती.

'मी नसेन तेव्हा', 'मी इथे कायमची असणारे का?' असे उल्लेख दुर्गाच्या तोंडून कधीमधी होत, पण त्याचा हा अर्थ असेल असं मला वाटलं नाही. आज एकाएकी तिच्या जाण्याची गोष्ट ऐकून थोडा धक्का बसला.

मनात खोल कुठेतरी अचानक एक कळ उठली. पिवळ्या इमारतीशी अथवा तिथे राहणाऱ्या कोणाशीही कोणत्याही प्रकारे संबंध जुळू द्यायचा नाही, असं मी ठामपणे ठरवलं होतं. किती काळजी घेत होतो तेवढ्यासाठी! सगळं व्यर्थ. सगळं गेलं खड्ड्यात!

मी अतिशय सावध झालो. स्वतःच्याच मनाला फसवणं मला परवडणारं नव्हतं. दुर्गा इथून गेली काय अन् राहिली काय, त्यानं मला काही फरक पडायची गरज नव्हती. इतकी वर्षं स्वतःला पिवळ्या इमारतीच्याबाहेर, भिंतीपलीकडे ठेवण्याचा आटोकाट प्रयत्न करत असताना खरं म्हणजे मी आतला झालो असलो, तर तो माझा दुबळेपणाच म्हणायचा!

त्यांच्यासोबत असताना त्यांच्या सुखदुःखाकडे केवळ साक्षीभावानं बघण्याचा मी बुद्धिनिष्ठ निर्णय घेतला असूनही, तसं करणं मला जमलं नव्हतं. किती कठीण होतं हे सत्य स्वीकारणं!

मन घट्ट करत पुन्हा एकदा निर्णय घेऊन टाकला. या लोकांची सुखं-दुःखं, त्यांच्या व्यथा, त्यातून त्यांची मुक्तता, त्यांचा आनंद, त्यांचा विषाद, त्यांची खिन्नता यांपैकी कशालाही अजाणतेपणीसुद्धा, अनवट मार्गानं प्रवेश करून माझ्या अंतःस्तराला स्पर्शूही द्यायचं नाही. बुद्धीला अंधारात ठेवून काहीही घडलं न पाहिजे.

रात्री झोप लागेपर्यंत मन उदास होतं. इंग्रजी वाचन राहिल्याचं आठवलं तसा पुस्तक घेऊन बसलो, तेव्हा कुठे जरा बरं वाटलं.

दुसऱ्या दिवशी शाळेतून परस्पर कामावर गेलो, खोलीकडे आलोच नाही. संध्याकाळी परत जाण्याआधी भेटून जा असा महेशभाईंचा निरोप आला म्हणून त्यांना भेटायला गेलो. मी आल्याचं त्यांना कळवलं, जरा वेळानं त्यांनी ऑफिसात

बोलावून घेतलं.

"बस. कसं चाललंय आता?"

"जमतंय."

"ठीक आहे." महेशभाई म्हणाले. "सायकलदुरुस्तीसोबतच नव्या सायकली असेंबल करून विकतोस म्हणे. चालू आहे ना अजून?"

"हो." मी उत्तर दिलं. पंक्चरबरोबरच चहापाण्याचा व्यवसाय करता करता त्यात आणखी सायकली विकण्याच्या उद्योगाची भर घालावी, हे मला कसं सुचलं, त्यासाठी पैसा कसा उभा केला, अशी सगळी चौकशी महेशभाईंनी केली.

"काही नाही, असंच! मला वाटलं सायकली दुरुस्त करणं जमतंय, तसंच विकणंही जमेल. पैशाची तंगी फारशी जाणवली नाही. सुरुवातीला गिऱ्हाइकांकडून घेतलेला ॲडव्हान्स डीलरला देऊन सायकली तयार ठेवत होतो. उरलेले पैसे मिळाले की सायकल गिऱ्हाइकाला देत होतो. अशा दोन-तीन सायकली विकल्या गेल्यावर डीलर उधारीवर सायकली देऊ लागला. अलीकडे थेट एजन्सीवाल्यांकडून मागवायचा विचार करत होतो. नेमकं तेव्हाच वादळ झालं आणि झोपडी उडून गेली." मी थोडक्यात तपशील दिले.

महेशभाई माझ्याकडे बघत होते. म्हणाले, "वेल... समज, आता तुला वेगळंच खातं दिलं तर? दुसरं काही... काय करायला आवडेल तुला?"

"अगदीच एकसुरी रटाळ काम असेल तर कदाचित कंटाळा येईल. बुद्धीला चालना द्यावी लागेल, चौफेर नीट लक्ष द्यावं लागेल, असं काम करायला मला जास्त आवडेल." मी म्हटलं.

"हेल्परऐवजी थेट मोटरसायकल विक्रेता म्हणूनच पाठवलं तर जमेल?"

"हो, जमेल की!" मी म्हटलं. "आता मला इंग्रजी पण येऊ लागलंय."

महेशभाई हसले. म्हणाले, "तूर्त इंग्रजीची गरज नाही. व्यापार कसा जमतोय तेवढं सध्या पाहायचं आहे. दोन-तीन महिने मार्केटिंगचं काम सांभाळ. दक्षिण भारतात एक एजन्सी मिळायची शक्यता आहे. तिथे तुला पाठवायचा विचार आहे. तिथे मात्र इंग्रजीची गरज भासेल. वर्कशॉप आणि शोरूम दोन्ही सांभाळावं लागेल. जमेल का?"

मी विचारात पडलो. म्हटलं, "पण माझं वय..."

"ते माझ्यावर सोड. तू कोण आहेस ते तिथे कोणाला सांगावं लागणार नाही. वयबिय असल्या गोष्टी मालकाच्या नातेवाइकाच्या आड येत नसतात."

"जी." माझ्या तोंडून निघून गेलं.

महेशभाई म्हणाले, "मला स्वतःला भाचेपुतणे नाहीत असं समजू नकोस. तिथे मला माझ्या खास विश्वासातला माणूस हवा आहे, म्हणून तुझी निवड करतो

आहे एवढं लक्षात असू दे.'' माझ्या चेहऱ्यावरचे भाव वाचत असल्यागत महेशभाई माझ्याकडे बघत होते. म्हणाले, ''सुरुवातीला मी तुझ्या मदतीला येत जाईन. पुढे तुझं तूच बघायचंस.''

''वय लहान असल्यानं कामगारांकडून आणि स्टाफकडून काम करवून घेणं कदाचित कठीण जाईल, तेवढं सोडलं तर बाकी काही अडचण येईलसं वाटत नाही.''

महेशभाई जोरात हसू लागले. टेबलावर हात आपटत म्हणाले, ''लेका बाशिंग बांधायचं वय झालंय तुझं, लहान आहेस का आता? तुझ्याएवढा असताना माझं लग्न होऊन गेलं होतं.''

लग्नाबिग्नाचा अथवा आयुष्यातल्या इतर कोणत्याच गोष्टीचा अजूनपर्यंत मी गंभीरपणे विचार केला नव्हता. मी पुन्हा तेच म्हटलं, ''माझ्यापेक्षा मोठ्या वयाची माणसं स्टाफमध्ये घ्यावी लागतील. त्यांना सूचना द्याव्या लागतील...''

''यस् इट इज बाऊंड टु हॅपन,'' महेशभाई म्हणाले. ''पण तुला अजून पाठवलं आहे कुठे? सध्या इथेच काम कर. पुढचं मी बघेन; पण एक गोष्ट नीट शिकून ठेव. मालक म्हणजे मालक. मालकाला वय नसतं. बाकी तुझं कौशल्य!''

''बरं. माझी काही हरकत नाही, पण फायनल उत्तर मी आत्ता नाही देत.''

''ठीक आहे, पण आठवड्याभरात कळव. तुला नसेल करायचं, तर उगाचच तुला शिकवत बसण्यात मला वेळ घालवायचा नाही. कळलं?''

''हो.'' आणखी काही न बोलता मी तिथून निघालो. महेशभाईंना माझ्यात स्वतःचा विश्वासू माणूस दिसतोय, दुसरीकडे मी खरंच उपयोगी ठरणार असलो तरच मला तयार करायचाय. माझ्या मते, या दोन परस्परविरोधी असलेल्या गोष्टींचा ते कसा मेळ घालणार असतील आणि दोन्ही वेगळ्या तरी कशा ठेवतील, याचा मी रात्रभर विचार करत बसलो. धंदा म्हणजे काय हे शिकण्याची बहुधा त्या रात्रीच सुरुवात झाली होती.

पिवळ्या इमारतीत जाऊन सगळ्यात आधी मी नंदूला बातमी सांगितली. दोन महिन्यांनंतर मला दक्षिणेत जावं लागण्याची शक्यता आहे, हे ऐकून नंदूनं म्हटलं, ''बाबा रे, तुला इथे आणलं त्या घडीपासून आरासुरवाल्या देवीला विनवत होतो, की देवीमाते याला याचा योग्य मार्ग एकदाचा दाखव गे बाई! जा बाबा जा, पण या भिंतीच्या आधारानं तू पावलं टाकायला शिकला होतास एवढं विसरू नकोस म्हणजे झालं... आणि येत चल असाच!''

नंदूच्या शब्दांमुळे माझं हृदय भरून येतंय असं वाटल्यानं मी बाहेर निघून गेलो. मागून नंदूची हाक आली. ''रात्री इकडेच ये. तूप-गूळ आणि कणीक उरलीये. शिरा करू पट्कन.''

बाहेर येतो तोच हातात पुस्तक धरून चाललेली दुर्गा समोरून आली. मला पाहताच म्हणाली, "तू हो म्हटलंस ना? अजून नसशील म्हटलं तर लगेच हो म्हणून टाक. अशी संधी माझ्याकडे चालून आली, तर मी मुळीच वाया घालवणार नाही."

मी चकित होऊन दुर्गाकडे पाहू लागलो. मी कुठे गेलो होते, का गेलो होतो, मला काय निर्णय घ्यायचाय हे सगळं हिला कसं कळलं? माझ्या ध्यानात येईना. "तुला माहीत होतं?" मी विचारलं.

"मग? असणारच की! महेशभाईंनी तुला परदेशी पाठवायचं ठरवलंय असं मला नेहाबेननी सांगितलं होतं." दुर्गा म्हणाली.

"परदेशी नाही. इथेच आपल्या देशातच. दक्षिण भारतात. नेमकं गाव कोणतं ते माहीत नाही." हे बोलत असतानाच 'नेहाबेन आणि दुर्गा माझ्याबद्दल इतर बाबतीतही बोलत असतील' असा विचार माझ्या मनात चमकून गेला. दुर्गाला विचारूनच टाकावं असं मनात आलं, पण ती त्यावरून आणखी काही थट्टा करेल असं वाटलं, म्हणून नाहीच विचारलं.

"नेहाबेन परदेश समजल्या असतील! केव्हा चाललास?"

असंच आपलं, जरा पाय मोकळे करायला निघालो असल्यासारखं इतक्या सहजपणे दुर्गानं विचारावं, ते मला रुचलं नाही. "तुझ्या आधी. स्टेशनवर पोहोचवायला येशील ना?" नकळत तोंडून शब्द निघून गेले.

बोललो खरा, पण माझं हृदय जणू फाटून गेलं. दुर्गाला आता इथून जावं लागणार आहे याचा उल्लेख करण्याइतका निष्ठुर मी कसा झालो, ते माझं मलाच कळेना. काय करावं ते न सुचून मी नुसता मान खाली घालून उभा राहिलो.

"लागली पैज?" दुर्गाचा स्वर काही वेगळाच वाटला. मला रडू फुटणारसं झालं. काही न बोलता तिथून निघालो. खोलीत जाऊन बसून राहिलो.

दक्षिण भारतात जायला मी तयार असल्याचं महेशभाईंना दुसऱ्या दिवशी सांगून टाकलं. वेगवेगळी कामं ते माझ्यावर सोपवू लागले. तीन महिने उलटले तरी दक्षिणेत जायची बात कोणी काढेच ना!

एके दिवशी संध्याकाळी महेशभाईंनी बोलावून घेतलं. म्हणाले, "होळी झाली की लगेच नवं काम सुरू करायचंय. तू पुढे जा आणि तयारीला लाग. सर्व व्यवस्थित जुळलं की उद्घाटनाची तारीख ठरव. श्रीनिवासन नावाचे एक गृहस्थ तूर्त आपलं काम बघणार आहेत. उद्घाटनाच्या आदल्या दिवशी मी येईन."

मी होकार दिला. नवं साहस. त्या साहसात सहभागी होण्याच्या कल्पनेतला रोमांच. अनोळखी ठिकाणी रुळून यशस्वी होण्याचं स्वप्न! मामा-मामी, निमुबेन, नंदू... सगळ्यांना, अगदी छोट्या करमीपर्यंत सगळ्या सगळ्यांना सांगावंसं वाटू

लागलं. रात्री नंदूच्या खोलीत जाऊन सांगूनच टाकलं. “नंदू, जायचं ठरलं.”

“खरंच?” नंदूनं विचारलं. “तू अन् दुर्गाई दोघं निरोप घेणार?” नंदू एवढं बोलला आणि त्याचा चेहरा गंभीर झाला. “त्या दिवशी तुला ‘इकडे येत चल’ म्हटलं; पण आज वाटतंय, एकदा जो इथून गेला त्याला पुन्हा या दिशेला कशासाठी बोलवावं? अरे, ही ना तुमची जन्मभूमी, ना तुमचं मूळ गाव. दुःखद असलं तरी हेच सत्य आहे रे. एकदा त्यागली, की पुन्हा म्हणून आठवू नये. अशी पृथ्वीच्या पाठीवर ही एकच जागा असेल जिथे बालपण गेलं, जिथे राहिलो, वाढलो, जिथे राहून शिकलो, सवरलो त्याच जागेला विसरायचा खटाटोप करायचा.”

नंदू आणखी बोलत राहिला असता; पण दुर्गा आली, तसा थांबला. दक्षिण भारतात जायचं ठरलं ते मी तिला सांगितलं.

“वीस मार्चला रात्रीच्या गाडीनं जाईन.”

दुर्गानं शांतपणे ऐकून घेतलं. मग म्हणाली, “म्हणजे स्टेशनवर पोहोचवायला यायची तुझी पाळी. पैज हरलास तू. माझी ट्रेन आधी आहे.”

एकोणीस

जायचं एकदा पक्कं ठरलं तशी मामीला भेटून यायची मला अनावर इच्छा झाली. निमुबेनना भेटल्याला पाच-सहा महिने व्हायला आले होते. तिथेही जावंसं वाटत होतं.

दक्षिण भारतात जायला अजून पंधरा-वीस दिवसांचा अवधी होता; पण कामच इतकं होतं, की कुठे जायला वेळ काढणं कठीण होत होतं. तरीही एका शनिवार-रविवारी ठरवलं आणि निघालो.

मामांची कच्छला बदली झाली होती. शेजाऱ्यांकडून त्यांचा पत्ता घेतला आणि तिथल्या तिथून त्यांना भलं मोठं सविस्तर पत्र लिहून टाकलं. आजवर कुठे राहत होतो ते लिहायचं टाळलं. तेवढं सोडून इतर पुष्कळसं लिहिलं. न सांगता घरातून निघून गेल्याबद्दल क्षमा मागितली. दक्षिण भारतात पोहोचल्यावर तिकडचा पत्ता पाठवेन आणि सर्वांना दक्षिण भारताची यात्रा करायला बोलावून घेईन असंही लिहिलं, मग परतीच्याच गाडीनं निघून आलो.

मधल्या स्टेशनवर उतरून निमुबेनकडे जायला निघालो. संपूर्ण रस्ताभर पिवळ्या इमारतीचाच विचार करत होतो. दुर्गाचा संघर्ष, तिची संवेदनशीलता, दृढता, सरलता आणि तिची मस्ती! पिवळ्या इमारतीतल्या त्या माझ्या सोबतिणीसह घालवलेला क्षण न् क्षण समोर उभा ठाकत होता. येत्या रविवारी ती जाणार या विचारानं मन उदास झालं. मलाही नंदूसारखंच वाटू लागलं. पालीताण्याला कसल्या माणसांत तिला राहावं लागेल! इथे निदान पिंपळाशी जाऊन रडून घेत होती. नंदू समजूत घालत होता! तिथे कोण समजावेल? दुर्गाचा चेहरा आठवला आणि क्षणभर वाटलं, आत्ता इथूनच मागे फिरावं... पण निमुबेनना भेटायची इच्छा सोडवेना.

नदी ओलांडून मढीच्या बाजूनं निमुबेनच्या वाडीवर पोहोचलो तर तिथे कोणी दिसेना. अंगणात एक खुर्ची फक्त होती. घर बंद होतं. विहिरीशी बघितलं, सगळीकडे

फिरून पाहिलं, पण निमुबेन की गोमती कोणी दिसेना.

एकीकडे मामी न भेटल्याचं दुःख, दुसरीकडे कायमचं दक्षिणेत राहायचं उत्सुक दडपण! 'आता पुन्हा ही जागा कधी दृष्टीस पडेल' ही व्यथा, नवी जबाबदारी स्वीकारताना वाटणारं अपरिचित भय... न जाणे निश्चित कारण कोणतं होतं, पण सर्वत्र सुनसान शांतता दाटून आली होती. थोडा वेळ तिथेच बसावं आणि मग परत फिरावं, असा विचार करत होतो तेवढ्यात मोटाभाई उतारावरनं येताना दिसले. मला पाहताच त्यांनी दुरून हात हलवून जणू माझं स्वागत केलं.

मी उठलो. त्यांना सामोरा गेलो. मोटाभाई अंगणात आले. मी त्यांच्या हातातल्या पिशव्या घेतल्या. माझी पिशवी माझ्या खांद्यावरच लटकत होती. ती पाहून ते हसले. म्हणाले, "तुझी पिशवी ठेवून दे तिकडे. एवढ्यातच आलास वाटतं?"

बोलता बोलता मोटाभाईंनी अंगणात पडलेली खुर्ची ओसरीवर नेऊन ठेवली. मग खुर्ची ठाकठीक करून स्वतः खुर्चीवर बसले. मला म्हणाले, "पिशव्या स्वयंपाकघरात ठेव, पाणीबिणी पिऊन घे हवं तर. मलाही दे. जरा टेक आणि सांग, तिकडे कसं काय आहे?"

माझी पिशवी मी ओसरीवरच्या खुंटीला टांगली. बाकीच्या पिशव्या स्वयंपाकघरात ठेवून आलो. मोटाभाईंना पाणी देत म्हटलं, "आमच्याकडे सगळं ठीक आहे. इथले सर्व जण कुठे गेले?"

"निम्बेन गोमतीला मुंबईला घेऊन गेल्यात. कालपासून मी वाट बघतोय. एव्हाना गोमतीची खबर यायला हवी होती. आज गोमती येईलच, निदान काही ना काही बातमी तरी यायलाच हवी."

मागच्या खेपेला आलो होतो तेव्हाचं गोमतीच्या काकांचं आणि सासरच्या लोकांचं बोलणं आठवलं.

मोटाभाई वर्तमानपत्र वाचू लागले. जरासं वाचल्यावर बाजूला ठेवलं. म्हणाले, "गोमतीचं सगळं इथेच करायचं निमूनं आपल्या शिरावर घेतलंय. एरवी वाडी सोडून क्वचितच बाहेर जायची, आता मात्र गोमतीला घेऊन थेट मुंबईपर्यंत धावपळ करत असते. डॉक्टर म्हणतात, ही पद्धत नवीन आहे, अजून प्रगतीच्या प्राथमिक टप्प्यावरच आहे. म्हणून दर महिन्याला मुंबईला जायचं. बाळंतपण दवाखान्यात डॉक्टरांच्या देखरेखीखाली करायचं."

"गोमतीला बरं नाहीये का?"

मोटाभाईंच्या नेहमी शांत आणि निर्विकार भासणाऱ्या चेहऱ्यावर चिंतेची छटा तरळली. काही काळ न बोलता ते दूरवर अस्पष्ट होत जाणाऱ्या नदीकडे पाहत राहिले. मग म्हणाले, "गेला आठवडाभर गोमती आजारी आहे. मुळात पहिलटकरीण,

शिवाय जेमतेम संशोधनाच्या अवस्थेतली ही नवी पद्धत. जपायला हवं.''

गोमतीबद्दल अर्धमुर्धं ठाऊक होतं. तिच्या आई होण्याला तिच्या सासरच्यांचा तीव्र विरोध होता, जणू काही कुमारी माता! गोमतीनं आणि तिच्या नवऱ्यानं दुसऱ्या कोणापासून अपत्य प्राप्त करायची कुठलीशी नवी पद्धत स्वीकारली होती तीत बाळाचा पिता कोण आहे, ते निश्चितपणे सांगता येत नव्हतं. यापेक्षा अधिक मला कळत नव्हतं. अधिक तपशील जाणून घ्यायची उत्सुकता होती, पण मोटाभाईंना विचारायला संकोच वाटत होता.

मी उठलो. चूल पेटवली. खिचडी टाकली. जेवायची तयारी करेतो साडेआठ वाजले. तेवढ्यात गोमतीची आई अचानकच येऊन थडकली. लांबूनच ओरडून विचारू लागली, ''ओ भाई, आली का मुंबईची काही बातमी?''

''या बबीबेन.'' मोटाभाई म्हणाले, ''डॉक्टरांनी दोन दिवसांपूर्वीची तारीख दिली होती, पण अजून तरी काही बातमी नाहीये. शेवटची बस अजून यायची आहे. तेव्हा काहीतरी कळेल म्हणून वाटच बघतोय मी!''

''घरी खोटं सांगून आलेय. आईचा जीव राहवेना म्हणून आले. मोटाभाई, फारच काळजी वाटत्येय हो, एरवी नसते आले.'' गोमतीची आई म्हणाली.

''काही हरकत नाही. खरंतर तुम्ही मुंबईला जायला हवं.'' मोटाभाईंनी समजूत घातली. ''आणि आता उगीच काळजी करत बसू नका. सगळं ठीक होईल.''

खिचडी झाली होती तरी गोमतीच्या आईनं मोटाभाईंसाठी भाकरी टाकली. जोडीला थोडीशी भाजी. मी मदत करत होतो तर मला म्हणाली, ''बाईमाणसासारखं रांधायला शिकलास? घरी आपल्या 'मा'ला मदत करतोस वाटतं?''

''हं'' मी नुसतंच हुंकारलो. ''सगळं शिकलं पाहिजे, नाही का?''

गोमतीची आई गोमतीच्या काळजीत बुडालेली नसती तर तिनं नक्कीच मला आणखी बरंच काही विचारलं असतं, पण जास्त चौकशी न झाल्यानं मला हायसं झालं. स्वयंपाक झाला तसे आम्ही जेवायच्या तयारीला लागलो.

निमुबेनची भेट होणार नाही याचं मला वाईट वाटत होतं. समजा, उद्यापर्यंत थांबलो तरी रविवारी जावंच लागणार. एक म्हणजे रविवारी दुर्गा जायची होती, दुसरं सोमवारी मला कामावर हजर व्हायचं होतं.

काय करावं या विचारातच मी पाट मांडले. जेवणं उरकली. शेवटच्या बसनं कोणी येईल या आशेनं आम्ही ओसरीवर बसून वाट बघत होतो. गोमतीची आई जरा पलीकडे दाराआड बसली होती. रडत असावी. मोटाभाई म्हणाले, ''रडू नका बबीबेन. काळजी वाटली तरी भल्या प्रसंगी मनात उभारी ठेवायला हवी, धीर धरा.''

पदराच्या टोकानं डोळे पुसत ती म्हणाली, ''कसला आलाय भला प्रसंग! याला चांगलं म्हणता तुम्ही? उभ्या आयुष्यात पहिल्यांदा खोटं बोलून उंबरा

ओलांडलाय मी. मुळात या गोमतीनं हट्ट धरला अन् निम्बेननं तिची पाठराखण केली. त्यातूनच सगळं उद्‌भवलं. तुम्ही दोघं मध्ये पडलात ते तिच्या सासरच्यांनाच काय, आमच्या घरच्याही कोणाला अजिबात आवडलं नाहीये. गोमतीच्या बापानं तर गोमतीच्या नावानं अंघोळ करून टाकलीय. अवघ्या घराला तुमच्या वावरात पाऊल न टाकायची शपथ घ्यायला लावलीये. पण काय करू? आईचा जीव!''

''बबीबेन, गोमतीनं चूक केलीय असं वाटतं का तुम्हाला? तिचा नवरा जिवंत होता तेव्हा त्या दोघांनी एकमतानं हा निर्णय घेतला होता, माहीत आहे तुम्हाला. तुमच्या जावयावर इलाज होऊ शकत नव्हते म्हणून अशा तऱ्हेनं गोमतीला मूल होऊ द्यावं, असं तुमच्या जावयानं स्वतः म्हटलं होतं.'' मोटाभाई समजावणीच्या स्वरात शांतपणे म्हणाले. ''तुम्हाला काय वाटतं? खरं खरं सांगा बरं!''

''मला काय वाटतं ते कोण विचारायला बसलंय? आजच्या घडीलासुद्धा काय खरं न् काय चुकीचं, ते मला कुठे समजतंय? गोमतीचं अन् तिच्या नवऱ्याचं असं ठरलं होतं, ते निम्बेननी सांगितलं तेव्हा मला समजलं. त्यांनी ठरवलं ते त्यांच्यापुरतंच, खासगी राहिलं असतं तर बरं झालं असतं. तो स्वतः जिवंत असता तरी कटकट नव्हती म्हणते मी! आता तोही गेला मरून!''

''गोमतीच्या आई, अहो गोमती तुमची पोटची पोर आहे. नवरा जिवंत नसला तरी मूल जन्माला येऊ द्यायची आपल्या मुलीचीच इच्छा असेल, तर आपण का आड या? आम्हाला आणि डॉक्टरला काही हरकत नाही, तुम्ही सगळे विनाकारण शोक करत आहात.''

ओसरीवर अंथरूण घालताना मी त्यांचं संभाषण ऐकत होतो. बबीबेन म्हणाल्या, ''तुम्ही काय हवं ते म्हणा. तुम्हाला धर्माकर्माची चाडच उरली नाहीये. आमच्या घरची वडील माणसं शास्त्र धुंडाळत बसलीत. त्यांच्या मते, हे पाप आहे मोट्ठं!''

बबीबेन बोलतच होत्या. ''बामणाची पोरगी अन् ... आता हे सगळं बोलून तरी काय उपयोग आहे म्हणा! घडायचं ते घडून गेलं. चिंता माझ्या मुलीची आहे. आता आणि मला पिडू नका हं!'' अर्धं आयुष्य जगून झालेली ती वयस्कर स्त्री तोंड लपवल्यागत पदर ओढून, खाली मान घालून बोलत होती.

मी ऐकत होतो. गोमतीचं मूल तिच्या नवऱ्याचं नव्हतं... आणि तरीही मोटाभाईंना अथवा निमुबेनना त्यात कुठल्याही प्रकारची अनैतिकता वाटत नव्हती. मला कळेना. स्वतःच्या पतीखेरीज अन्य कोणी मुलाचा पिता असू शकतो, ही गोष्ट मुळातच मला कधी फारशी आवडली नव्हती. या सर्वांना मात्र ही गोष्ट स्वाभाविक वाटत होती, त्याचं मला फार नवल वाटत होतं. पाप नसलं तरी माझ्या मते ते नीतीविरुद्ध तर होतंच! शिवाय जात, वंश, कुळ, घराणं वाडवडिलांचं नाव... या सगळ्यांचं काय? या प्रश्नाचं उत्तर मिळत नव्हतं.

"बबीबेन, अहो तुम्हाला कशाला मी पिडू आणखी? तुम्हाला समजावून सांगतो आहे." मोटाभाई किंचित हसून म्हणाले. खुर्ची पुढे ओढली. नीट सरसावून बसले. म्हणाले, "अहो, शास्त्र धुंडाळणाऱ्यांना तर अगदीच हरकत नसली पाहिजे. त्यांना माहीत नाही का, की ज्या काळी ती शास्त्रं लिहिली गेली त्या काळातसुद्धा स्त्रीला तिच्या इच्छेनं आणि इच्छेनुसार माता व्हायची मोकळीक होती."

"मी काही ते वाचलंबिचलं नाहीये बघा. तसलं काही मला माहीत नाहीये. आमची मजल फार फार तर रामायण महाभारतातल्या कथाकहाण्या ऐकण्यापुरती. आम्हा बायकामाणसांना तेवढंच काय ते माहीत!" गोमतीच्या आईनं उत्तर दिलं.

"बरं चला. तेवढं तर तेवढं, पण त्यातही कुंतीच्या आणि माद्रीच्या मुलांची गोष्ट माहीत आहे की नाही? त्यांच्यापैकी एकही मुलगा पांडूचा स्वतःचा नव्हता. तरीदेखील समाजानं त्यांना पांडुपुत्र म्हटलंच ना... पांडुपुत्र म्हणून स्वीकारलं ना? अहो, प्रत्यक्ष तुमचे भगवान त्या वेळी तिथे हजर होते. त्यांनीसुद्धा पांडवांचा स्वीकार केला." मोटाभाई म्हणाले.

"पांडव देवांची मुलं होती. पांडू महाराजांनी कुंतीला परवानगी देऊन, मागून घेतलेली मुलं होती. मला सांगा, त्या कर्णाचं काय झालं?" त्या प्रौढ स्त्रीनं कसंबसं एवढं म्हटलं आणि पुरुषमाणसांशी याहून अधिक चर्चा करायची इच्छा नसल्याचं दर्शवल्यागत ती उठून आतल्या खोलीत निघून गेली.

ती आत जात होती तोवरच मोटाभाई म्हणाले, "पांडूची संमती आत्ताही आहेच की! पण असू दे. निमुबेन तुम्हाला नीट समजावून सांगतील. मुख्य म्हणजे आत्ता या घडीला तुम्ही खंबीरपणे गोमतीच्या पाठीशी असायला हवं. तिची आई असून तुम्हीच अंग काढून घेतलंत तर तिनं एकटीनं कसं लढावं?" त्या वयस्कर स्त्रीची अवस्था समजून घेत ते म्हणाले. मग छताकडे बघत नुसते बसून राहिले.

"आई आहे म्हणून तर अशा रात्रीच्या वेळी घरच्यांशी खोटं बोलून आले ना इथवर! राहता राहिला प्रश्न आधार देण्याचा. अहो, पोरीच्या जातीला आईचा आधार आई मरून गेली तरी असतोच असतो. तुम्हा पुरुषांना त्यातलं नाही कळायचं भाई!" गोमतीची आई आतल्या खोलीतल्या खाटेवर आडवी झाली. चिंता आणि संताप दोहोंचा एकत्रित भार त्यांना सहन होत नव्हता, एवढं दिसून यायला कंदिलाचा अंधूक उजेड पुरेसा होता.

रात्री अकराच्या बससाठी मी तिकडे गेलो. शेवटच्या बसनं निमुबेन स्वतःच आल्या होत्या. त्यांच्या चेहऱ्यावरच्या चिंतेच्या रेषा आणि थकव्याच्या खुणा चंद्रप्रकाशात स्पष्ट दिसत होत्या. मी त्यांचं सामान घेतलं. आम्ही दोघं शेताकडे चालू लागलो.

"तू कधी आलास?" निमुबेननी विचारलं. "एकटाच आहेस की दुर्गा आणि

नंदू पण आलेत?''

''एकटाच आलोय. नंदूकाकांना भेटता नाही आलं आणि ...दुर्गा रविवारी पालीताण्याला जायचीये.'' मी सांगितलं. गाव ओलांडून आम्ही शेतापर्यंत पोहोचलो होतो.

''दुर्गा पालीताण्याहून येत राहील म्हणा! तू मात्र लांब चालला आहेस. वारंवार येणं अवघड असलं तरी येत राहा बरं का. पार विसरू नकोस आम्हाला.'' बांधालगत चालता चालता निमुबेन बोलत होत्या.

मी गोमतीचा विषय काढला तशी म्हणाल्या, ''तिला मुंबईलाच राहावं लागेल. मला थांबणं शक्य नव्हतं. यावंच लागलं. आता कोणाला तिच्याकडे पाठवायचं ते बघावं लागेल.''

''गोमतीची आई वाडीवर आलीये.''

''हे बरं झालं बघ.'' निमुबेन उद्गारल्या. ''शेवटी का होईना, पण आली म्हणायची.''

बोलता बोलता पोहोचलो. गोमतीची आई खोलीतून बाहेर आली. मोटाभाई अद्याप आरामखुर्चीतच बसले होते. म्हणाले, ''या. ठीक झालं सर्व? पोहोचलात वेळेवर?''

''विशेष काही नाही, दमलेय जरा. मुंबईला रोज फार दूर जावं लागायचं. आज दिवसभर गाडीत होते.'' निमुबेननी सांगितलं. मग गोमतीच्या आईकडे वळून म्हणाल्या, ''काळजी नका करू. तुमची मुलगी सुखरूप आहे. डॉक्टरांच्या दवाखान्यात आहे. छान सोयी आहेत तिथे.''

''थोडं काही खाणार का?'' मोटाभाईंनी विचारलं.

''नको. दूध असलं तर घेईन थोडं.''

मग पुन्हा एकदा गोमतीच्या प्रकृतीबद्दल तिच्या आईला तपशीलवार सगळं सांगितलं. बाळ जन्मल्यानंतर आठ-दहा दिवस तिच्यापाशी कोणाला तरी राहावं लागेल असं सांगून पुन्हा म्हणाल्या, ''काळजी करू नका. आता निजा. उद्या बोलू.''

गोमतीची नीटनेटकी व्यवस्था लावून निमुबेन परतल्या होत्या. एखाद-दोन दिवसांत बाळाचा जन्म होईतो त्यांची मैत्रीण गोमतीजवळ राहणार होती. प्रसूतीनंतर थोडे दिवस गोमतीला मुंबईलाच राहावं लागेल, असं डॉक्टर म्हणाले होते. त्या वेळी तिच्यासोबत कोणीतरी असायला हवं होतं. निमुबेन बबीबेनना म्हणाल्या, ''बबीबेन, मी म्हणते तुम्हीच जा. मुलीपाशी राहा जरा.''

रात्री निमुबेननी प्रस्तावना करून ठेवलीच होती. सकाळी गोमतीच्या आईनं परतायची गोष्ट काढली तसं निमुबेननी म्हटलं, ''ठीक आहे जा हवं तर, पण परत केव्हा येणार तेवढं सांगून जा आणि... राहाल ना गोमतीपाशी... मुंबईला?''

घरी जायला निघालेल्या त्या बाईनं एकाएकी ओसरीच्या कडेला बसकण मारली. कितीतरी वेळ त्या मुकाट्यानं तशाच बसून राहिल्या. निमुबेननीसुद्धा ना त्यांना हाक मारली ना मुंबईला जायची गोष्ट काढली. बसची वेळ होऊन गेली. गोमतीची आई तिथून उठली नाही. बऱ्याच वेळानंतर सावकाश उठली. शांतपणे अंगण झाडू लागली. निमुबेन तिथेच तांदूळ निवडत होत्या. मी समोर बसून भाजी चिरत होतो.

जराशानं निमुबेननी बबीबेनना आपल्याजवळ बोलावलं. समोर बसवून घेतलं. म्हणाल्या, "रात्री तुम्ही पांडू महाराजांच्या संमतीचं मोटाभाईंना सांगत होतात ना! आता नीट ऐका. मोटाभाई धड सांगत नाहीत पुरेसं. पांडूच्या राजी होण्या न होण्याचा संबंधच नाहीये. मुद्दा कुंतीच्या संमतीचा आहे. तुम्ही वाचा स्वतः म्हणजे कळेल. पांडव जन्मले ते कुंतीच्या संमतीनं. कर्णाचा जन्म कुंतीच्या मर्जीविरुद्ध झाला एवढं ठाऊक आहे ना?"

"साक्षात व्यासमुनींसारखे समर्थ मुनी! एकाच प्रकारे जन्म घेणाऱ्या मुलांमध्ये असा भेद करतात? कर्णाचं आयुष्य त्यांनी असं वेगळं घडवलं त्यामागे हेतूच मुळात हा होता, की वाचणाऱ्याच्या लक्षात यावं, मूल व्हावं की न व्हावं हे ठरवणं स्त्रीच्या हाती असलं पाहिजे. तिनंच ते ठरवायचं; पुरुषानं नव्हे. त्यानंतरचं चित्रण व्यासांनी केलं ते त्या वेळची समाज व्यवस्था, त्या काळचं लोकमानस समजावून सांगण्यासाठी केलं असावं. पांडवांच्या जन्माला कुंतीची संमती होती आणि कर्ण मात्र कुंतीचा स्पष्ट नकार असूनही जन्माला आला."

"ते काही मला माहीत नाही. शास्त्रबिस्त्र मला फारसं ठाऊक नाहीये." गोमतीच्या आईनं उडवून लावलं.

"चांगलं ठाऊक आहे," निमुबेन ठासून म्हणाल्या, "पण ते ठाऊक असल्याचं तुम्ही सांगू शकत नाही, असं दडपण आहे तुमच्यावर."

मग मला म्हणाल्या, "जा, आतून महाभारत घेऊन ये बरं. मीच वाचून दाखवते. यांच्या घरची माणसं यांना काही कळू द्यायची नाहीत. कोण सांगणार आणि कशासाठी?"

मी पुस्तक आणायला उठलो तशा बबीबेन म्हणाल्या, "राहू दे बाबा. सगळं ठाऊक आहे मला. सूर्यदेवानं परत जावं म्हणून कुंतीनं किती मनधरण्या, विनवण्या केल्या; पण ते महाराज मंत्रानं बांधलेले, ते तरी काय करणार!"

निमुबेन हसल्या. म्हणाल्या, "कुंतीनं नकार दिला तरी कर्णाचा जन्म झाला, कबूल आहे म्हणायचं!"

"हो."

"जा तर मग. घरी गेल्यावर सांगा सर्वांना ठामपणे, म्हणावं तुम्ही फक्त

पोथ्यांची पानं फिरवू जाणे. नीट समजून वाचणारं कोणी आहे का तुमच्यात?''

''मी कुठली एवढं बोलायला? ते काम तुमचं. तुम्ही शास्त्रं वाचलीयेत.''

निमुबेननी बबीबेनच्या खांद्यावर हात ठेवला. म्हणाल्या, ''हे पाहा, पुस्तकात लिहिलंय म्हणून मी त्याला शास्त्राची आज्ञा मानून चालत नाही. का माहीत आहे? कारण त्या त्या पुस्तकात ऋषींनी स्वतःच म्हणून ठेवलंय, की तुम्ही वाचा, तुम्ही ऐका, तुम्ही बघा आणि समजून घ्या. म्हणून मी माझ्या पद्धतीनं समजून जाणून घेतलं. तुम्हाला तेच सांगते आहे. तुम्ही स्वतः वाचा, अर्थ जाणून घ्या.''

''मला बाईमाणसाला घर, प्रपंचाच्या रामरगाड्यातून वेळ मिळाला तर वाचणार ना!'' गोमतीची आई म्हणाली. स्वतःशी काहीतरी पुटपुटली. मग एकदमच भडकल्यागत म्हणाली, ''मला काही वाचायचं नाहीये न् काही जाणायचं नाहीये. बिचारी फुलासारखी माझी पोर गोमती...'' काय करावं तेच तिला सुचत नव्हतं.

''आता रडूबिडू नका.'' निमुबेनच्या आवाजाला नकळत धार आली. ''फुलासारखी तुमची मुलगी बिचारी नाहीये. किती बहादूर आहे ती, तुम्हाला कळत नाही का? अहो, नवऱ्याला घेऊन थेट मुंबईपर्यंत जात होती. तुमचे जावई गेले त्याच दिवशी तुमचे व्याही आणि आमचे नातेवाईक तिच्यावर तुटून पडले होते, तरी ठाम राहिली. तिला तुम्ही बिचारी म्हटलेलं मी खपवून घ्यायची नाही.''

निमुबेन बोलायच्या थांबल्या. निवडलेले तांदूळ पातेल्यात ओतत म्हणाल्या, ''तुमचा नवरा, तो वजू, तुमचं नाव सांगून मला म्हणतो कसा, बबी म्हणतेय की कोण जाणे कोणाचं पोर आहे पोटात, त्याचं नाव सांगा, त्याच्याशी लग्नच लावून देतो तिचं!''

गोमतीची आई आतून आणखी एक थाळी घेऊन आली. विचारात बुडून गेली होती. मुकाट्यानं कामातच गुंतून राहिली. निमुबेन काही न बोलता त्यांच्याकडे बघत होत्या. मग म्हणाल्या, ''मी म्हटलं त्याला की लग्न, वंश असल्या बाता करणाऱ्यांना माझ्याकडे पाठव एकदा. जग निर्माण झालं त्या वेळच्या पहिल्यावहिल्या आईचं लग्न लावायला कोणता ब्राह्मण हजर होता ते सांग पाहू!'' निमुबेनचा आवाज नकळत चढला.

''मोठे शास्त्राबिस्त्राच्या गप्पा करतात. एकजात सगळ्यांना विचारा, शास्त्र म्हणून कधी कोणी वाचलंय? शास्त्र ग्रंथांना मारे रेशमी कापडात गुंडाळून पूजा करत असता, एक दिवस कधी एक तरी पान उघडून वाचायचे कष्ट घेतलेत?''

गोमतीची आई तोंडातल्या तोंडात पुटपुटत होती, ''लग्नाचं मी कुठे काय बोललेय? माझ्यावर राग काढून काय होणारे? आता मी काय करू तेवढं सांगा!''

निमुबेन लगेच सावरल्या. शांत झाल्या. पुनश्च त्यांच्या आवाजात नेहमीची कोमलता आली. बसल्या जागेवरून पुढे झुकून त्यांनी गोमतीच्या आईच्या डोक्यावर

हात ठेवला. म्हणाल्या, "बाई गं, तुझ्यावर रागावून काय करू? माझं म्हणणं, तू स्वतःला ओळखायला शीक. जा आणि खडसावून सांग, म्हणावं मी माझ्या मुलीच्या पाठीशी राहणार आहे. शास्त्र न वाचता, त्यातलं ओ का ठो न समजता जे पदोपदी शास्त्र-शास्त्र करतात त्यांना उत्तर द्यायला शीक. मी आत्ता बोलले ना, तेवढ्या जोरात ठासून बोल पेक्षा तुला आणि गोमतीला गिळून टाकायलाच बसलेत ते."

बोलताना निमुबेनना दम लागल्यासारखं वाटलं. मला पाणी मागितलं. पाणी प्यायल्या. पुन्हा गोमतीच्या आईला सांगू लागल्या, "तू कर्णाचं उदाहरण देते आहेस, पण एक गोष्ट पक्की लक्षात असू दे, गोमतीला मुलगा-मुलगी जे होईल ते 'कर्ण' नसेल. गोमतीच्या बाळाच्या नावापुढे गोमतीच्या नवऱ्याचंच नाव लिहिलं जाईल."

थोडंसं सांत्वन मिळाल्यागत गोमतीच्या आईच्या चेहऱ्यावर म्लानसं, पण हसू फुटलं. हातातलं भांडं जागेवर ठेवत ती म्हणाली, "एक मन म्हणतंच आहे की गोमतीच्या पाठीशी तिच्याजवळ असावं. मग भले माझ्याही नावानं अंघोळ करू देत; पण काय करू, मला गोमती एकटीच नाहीये. तिच्या पाठची आणखी एक मुलगी आणि मुलगा पण आहेत."

"आई-बाप म्हणून या घडीला गोमतीच्या पाठीशी उभं राहणं हे आपलं कर्तव्य आहे, एवढं तू तुझ्या नवऱ्याला पटवू शकलीस, तर सगळं ठीक होतंय बघ. एक गोष्ट पक्की लक्षात ठेवायची- बाप जो असेल तो असो, आपल्याला माहीत नाही; पण गोमती तिच्या स्वतःच्या बाळाची आई होणार आहे, एवढं आपल्याला नक्की माहीत आहे. तिच्या मुलाला कोणी 'कर्ण' म्हणता नये; तो पांडवच म्हटला जाईल. कारण तो जन्माला यावा, अशी स्वतः गोमतीची इच्छा आहे; दुसऱ्या कोणाची नव्हे. लक्षात घे बायो, पांडवांच्या जन्माला कुंतीची संमती होता; कर्णाचा जन्म मात्र कुंतीचा स्पष्ट नकार असताना झाला. म्हणून त्याला पांडवांपेक्षा वेगळं जीवन जगावं लागलं." निमुबेन पुन्हा पुन्हा एकच मुद्दा घोटत राहिल्या.

दुपारी लायब्ररीत पुस्तकं नीट लावून ठेवत होतो त्या वेळी निमुबेनच्या बोलण्याचा अर्थ लावण्याचा सतत प्रयत्न करत होतो. नेमकं तेव्हा महाभारत हातात आलं. वाटलं, अचानक कोणी माझ्या कानात कुजबुजतंय, 'कर्ण म्हणजे केवळ साहित्यातलं एक पात्र नाहीये. कर्ण एक प्रतीक आहे. जीवनातल्या सत्याचं प्रतीक. मानवी जीवनाच्या महासत्याचं प्रतीक. मानवी जीवनाच्या महाप्रश्नाचं प्रतीक. मातेच्या संमतीविना, मातेच्या इच्छेविरुद्ध तिच्यावर लादलेल्या असत्याचं प्रतीक. रचनाकाराकडून अनिच्छेनं घडवून घेतलेल्या कृतीचं प्रतीक. म्हणूनच तर या दुःखमय जगात सर्वाधिक पीडा, सर्वाधिक वेदना कर्णाच्या वाट्याला येते.

स्वतःच्या निव्वळ अस्तित्वाखेरीज त्याची स्वतःची म्हणून दुसरी काही ओळख नसते. साक्षात सूर्यपुत्र असूनही स्वतःची ओळख त्याला स्वतःलाच निर्माण करावी लागते. या निष्ठुर जगात त्यानं एकटंच राहायचं, एकट्यानंच जिंकायचं आणि हरायचं तेही एकट्यानंच!

हे असं का? मानवजन्म आणि मानवजीवन इतकं सवंग, जगायला अवघड करून टाकणारे हे कोणते नीतिनियम? हे कसले रीतिरिवाज? एके काळी ज्या जगातली स्त्री स्वतः इच्छित पद्धतीनं इच्छित पित्याकडून अपत्य प्राप्ती करू शकत होती आणि तरीदेखील स्वतः निष्ठेनं आपली जबाबदारी पार पाडून सतीत्वाचा सन्मान मिळवू शकत होती, त्या जगात आताच असं घडलं तरी काय, की स्त्रीची इच्छा दुसऱ्या कोणाच्या मुठीत यावी?

दुपारभर मी लायब्ररी लावत बसलो. जेवण झाल्यावर पुन्हा एकदा निमुबेननी गोमतीच्या आईशी बोलणं काढलं. बोलणं तिकडे बाहेर चाललं होतं, शब्द लायब्ररीत घुमत होते.

"बबे, आईचं स्थान सर्वांत वरचं असतं ही आपल्याकडे चालत आलेली गोष्ट आहे. आजकालची बात नाहीये ती. व्यासमुनींची मुलं असूनही त्या राजांना काय म्हटलं गेलं? सत्यवतीचे पौत्रच म्हटलं की नाही? स्त्री काय नाही करत? ती तुमची बनून राहते, तुमचं घर सांभाळते, तुम्हाला हवं ते सगळं देते, तर मग त्या एखाद्या आईला आपल्या इच्छेनुसार मूल प्राप्त व्हावं इतपत तरी सोय असायला नको? होती... आपल्याकडे अशी प्रथा होती. अट एवढीच होती, की त्या जन्म घेणाऱ्याचं पालनपोषण करणारा, त्याला आपली ओळख देणारा पिता असायला हवा! हा मूळ मुद्दा जाणीवपूर्वक लक्षात ठेवला असता तर आज ही एवढी अनाथालय चालवण्याची वेळच आली नसती! सगळ्यांना समान जीवन जगायला मिळालं असतं."

निमुबेनना इतकं लांबलचक बोलताना मी प्रथमच ऐकत होतो. हातातलं काम तसंच ठेवून मी ऐकत बसलो होतो. गोमतीच्या आईचा आवाज ऐकू येत नव्हता. ती निमुबेनच्या बोलण्यातलं काहीतरी समजून घ्यायचा प्रयत्न करत असावी अथवा नुसतंच मुकाट्यानं ऐकून घेत असावी. बोलणं सुरू ठेवत निमुबेन म्हणाल्या, "आपल्यासारख्या सभ्य म्हणवल्या जाणाऱ्या लोकांनाच अनाथालयाची गरज का भासली? देशाच्या अन्य कितीतरी भागात, कितीतरी जातीजमातींमध्ये असे प्रश्न निर्माणच होत नाहीत. आपल्याला आवडेल त्याला स्त्रीनं आपल्या बाळाचं पितृत्व द्यावं, हे मान्य केलं जातं. अशा रिवाजांचा दुरुपयोग झाला. त्यातून काही समस्या निर्माण झाल्या तर सर्व जण मिळून त्यातून मार्ग काढतात. मरण्या-मारण्याची अन् त्याच्या नावानं अंघोळ करून मोकळं होण्याची भाषा करत नाहीत."

निमुबेन किंचित अडखळल्या, मग हळूच म्हणाल्या, “कर्णबिर्ण सगळं जाऊ दे. मला फक्त एवढंच सांग, की माणूस जातीच्या पहिल्यावहिल्या आईचं लग्न कोणी लावून दिलं होतं? ती विवाहित होती का? नव्हती!”

थोडा वेळ काहीच ऐकू आलं नाही, मग पुन्हा निमुबेनचाचा आवाज आला. “असं इकडे बघ, माझ्याकडे! इतकं मी तुला सांगत्येय मघापासून कारण तुझं घर आणि तुमचा समाज यांना सामोरं जायचंय ते तुला आणि गोमतीला. त्या वेळी सगळ्यांना ठणकावून उत्तर देण्याइतकं माहीत करून घे. ही निमुबेन जन्मभर तुझ्यासाठी बसून राहणार नाहीये. ती जाणारच आपल्या वाटेनं. पुढचं तुमचं तुम्हीच बघायचंय.”

निमुबेन अचानक असं काही म्हणतील असं वाटलं नव्हतं. चपापून मी बाहेर आलो. गोमतीची आईदेखील थक्क झाली होती. म्हणाली, “असं का हो बोलता?”.

पुन्हा थोडा वेळ कोणी काही बोललं नाही. निमुबेनपाशी पडलेली वर्तमानपत्र मी उचलली. जागच्या जागी ठेवली. गोमतीची आई पण उठली. निमुबेन विहिरीपर्यंत फेरी टाकून आल्या.

ओसरीच्या कडेला बसून मी संध्याकाळी परत जायचा विचार करत होतो. मागच्या वावरात गेलेले मोटाभाई परतले. पायरीवर पाय धुऊन वर आले तशी निमुबेन त्यांना म्हणाल्या, “या घराची आणि मागच्या जमिनीची व्यवस्था करण्याबद्दल कागदपत्रं तयार करून खाकी पाकिटात ठेवलीयेत.” मग माझ्याकडे बोट दाखवून म्हणाल्या, “आज-उद्या एवढ्यात हा पोरगा जायचाय. नेहाकडे कागद पाठवून देऊ?”

“हरकत नाही, पण विशेष घाई आहे का?” त्यांनी विचारलं.

“तशी घाई नाहीये म्हणा, पण तेवढंच एक काम संपलं. हा जाणारच आहे, तर घेऊन जाईल. लक्षात ठेवायला तेवढंच कमी.” निमुबेन उत्तरल्या.

“मी आज संध्याकाळीच जावं म्हणतोय. काम असेल तर थांबेन म्हणा, पण उद्या सकाळी तरी निघावंच लागेल. सोमवारी सकाळी सकाळीच मला काम आहे तिथे.”

“उद्या जावंच लागणार असेल तर त्यापेक्षा आजच, आत्ताच जा. उद्या उद्या म्हणताना उगाच तुला उशीर होईल. चल, ये आता.” निमुबेन म्हणाल्या. मी चकित होऊन त्यांच्याकडे बघू लागलो. थांबायचा आग्रह करण्याऐवजी त्यांनी इतक्या सहजपणे जायला सांगितलं ते मला फारसं रुचलं नाही. जणू काही तिथून घालवून देताहेत असं वाटलं. माझं आवरून मी जायला निघालो. निमुबेनचा आणि मोटाभाईंचा निरोप घ्यायला गेलो. नमस्कार करून म्हटलं, “चलतो मी. पुष्कळ दूर जाणार आता. लवकर परत येणं होणार नाही, पण जेव्हा जमेल तेव्हा नक्की येईन.”

“खरंच येशील, की एकदा उद्योगधंदा सुरू झाला की आम्हाला विसरून जाशील?” ते हसून म्हणाले.

“तुम्ही सारे जिथे असाल तिथे यावं लागेलच की!”

उत्तरादाखल त्यांनी निमुबेनकडे पाहिलं. त्या किंचित हसल्या, मग निरोप देत म्हणाल्या, “पुन्हा इकडे येशील तोवर आम्ही असू की नसू ते म्हणजे एकाच नाण्याच्या दोन बाजू आहेत एवढं लक्षात आलं असेल तर बरं!

वीस

त्या दिवशी निमुबेन तसं का म्हणाल्या असतील ते मला समजलं नव्हतं. नंतरच्या काळात थोडं थोडं ध्यानात येऊ लागलं असलं तरी त्यांच्या बोलण्याचं मर्म माझ्या लक्षात आलं नव्हतं. त्यांच्याप्रमाणे विचार करणं मला सहज शक्य नव्हतं. असणं आणि नसणं दोन्ही एकच. हे मला पटत नव्हतं.

आज, इतक्या वर्षांनंतर निमुबेन नसताना, मोटाभाई नसताना वर्षानुवर्षं बंद असलेल्या या घराचं गंजकं कुलूप उघडताना मला जाणवतंय, की कोणीही नाहीये आणि तरीसुद्धा जे होतं ते सर्व माझ्या वाढत्या ढळत्या वयासारखंच माझ्याजवळ, माझ्यासोबतच आहे. आजदेखील ते 'नाही'त जमा नाही.

इथे, या वाडीत शिरताक्षणी निमुबेन, मोटाभाई सगळ्यांची फार फार आठवण येतेय. यासोबतच इथून थोड्या किलोमीटर अंतरावर, जिच्या भिंतींच्या आधारानं मी दुकान मांडून राहत होतो ती पिवळी इमारत, तिची छोटीशी बाग, तिची सदा बंद असणारी उंच जाळी, जाळीमागे स्पंदणारी आशा-निराशा... ते सारं विश्व जसंच्या तसं डोळ्यांपुढे येऊन उभं राहिलं आहे. जी काही थोडीफार वर्षं मी तिथे काढली त्या काळात माझं काही हरवलं, की मी काही मिळवलं ते मलाच ठरवता येत नाहीये.

त्या दिवशी निमुबेनच्या वाडीहून निघून खोलीवर पोहोचलो तोवर रात्र झाली होती. नंदू पूजा करत होता असं वाटलं. खोली न उघडता मी तडक मोहनकाकांना आणि समरूला भेटायला गेलो. तिथेच जेवलो आणि निजलोही तिथेच. सकाळी नवाच्या सुमाराला कामावर जाण्याआधी नंदूला भेटायला गेलो.

नंदूचं घर बंद होतं. जाळीकडे गेलो, पण दुर्गा कुठेच दिसली नाही. नाइलाजानं शेवटी मीच जाळी उघडली. तेवढ्यात मुलींच्या खोल्यांकडून रेखा बाहेर डोकावली. ''दुर्गा कुठे आहे? अन् करमी?'' मी विचारलं.

रेखानं उत्तर द्यायच्या आधीच करमी खोलीतून बाहेर आली. नंदूच्या घराकडे हात करत म्हणाली, "तितं."

"नंदूच्या खोलीला तर कुलूप आहे," मी म्हटलं.

बाहेर येत रेखानं उत्तर दिलं, "सकाळी सकाळी फारूखभाई रिक्षा घेऊन आले होते. नंदूकाकांनी दुर्गाला उठवलं तेव्हापास्नं दोघं नाहीयेत. कुठे गेलेत म्हणावं, तर ते तेवढं नाही माहीत. कदाचित नेहाबेनच्या 'बा'ला काहीतरी झालं असेल."

"नलिनीबेनना सांगितलं असेल ना?" मी विचारलं.

"त्यांना उठवलं असेलच की! त्यांना सांगितल्यावाचून नंदूकाका बाहेर जाणारच नाहीत. दुर्गाला घेऊन तर नाहीच नाही."

आम्ही बोलत होतो तेवढ्यात माधो आला. म्हणाला, "बेनशी बोलणं झालंय. बेनना बोलले आणि लगेच गेले. नेहाबेनचा कोन्तातरी निरोप होता म्हनले."

मी बुचकाळ्यात पडलो. याहून अधिक नलिनीबेनना तरी ठाऊक असेल की नाही शंकाच होती. नाहीतरी मला नेहाबेनना भेटायला जायचंच होतं. नंदू आणि दुर्गा दोघांबद्दल तिथेच सविस्तर कळेल, शिवाय वेळही वाचेल, असं वाटून मी नेहाबेनच्या घराकडे निघालो.

नेहाबेनच्या घरी त्यांच्या 'बा' एकट्याच होत्या. निमुबेननं दिलेलं पाकीट त्यांच्या हाती देत मी म्हटलं, "नेहाबेनना देण्यासाठी निमुबेननी हे पाकीट दिलंय. कुठे गेलेत सगळे?"

'बां'नी पाकीट घेतलं. गोंधळून माझ्याकडे बघत राहिल्या. म्हणाल्या, "म्हणजे तुला ठाऊक नाही का रे! निम्बेन तर आज पहाटेच... एव्हाना स्मशानात नेलंसुद्धा असेल. रात्री तीन वाजता भाईंचा फोन आला, तशी नेहा, नंदू अन् दुर्गाई तिघं फारूखच्या रिक्षेनं वाडीवर गेले. मला तर वाटलं तूही गेला असशील."

त्यानंतरही 'बा' काहीतरी बोलतच होत्या, पण त्यांचे शब्द माझ्या कानांपर्यंत पोहोचत नव्हते. माझं मन केव्हाच वाडीवर जाऊन धडकलं होतं. राहून राहून आठवतं होतं, की निमुबेन म्हणाल्या, "उद्या जाणार असशील तर त्यापेक्षा आत्ताच जा. उद्या उद्या म्हणेतो कदाचित उशीर झालेला असेल. चल, ये आत्ता."

मला पाठवून द्यायचा निमुबेनचा आग्रह एवढ्यासाठीच होता का? उद्या आपण नसू हे त्यांना कसं समजलं असेल? स्वतःच्या शरीरात छातीत, अन्य कुठल्या जागी असह्य वेदना होत असतील म्हणून? तसं असेल तर तसल्या त्या वेदना सहन करतच त्या सगळ्यांशी बोलल्या? मला निरोप दिला? नेहाबेनना देण्यासाठी कागदपत्रं काढून दिली? असह्य वेदना होत असताना एखादं माणूस इतकं शांत राहू शकतं? कसं?... आणि वेदना होत नसतील तर आपला अंत जवळ आलाय हे कसं कळतं? दोन्ही प्रश्न अनुत्तरितच राहिले.

कितीही इच्छा असली तरी मी वाडीवर जाऊ शकणार नव्हतो. जाण्यापूर्वी करायच्या कामांतून तासभरसुद्धा सवड काढणं शक्य नव्हतं. माझ्या रिझर्व्हेशनची चौकशी करण्यासाठी मी फोन लावला. "कन्फर्म. सर, यू आर गोईंग." पलीकडून उत्तर आलं.

नंदू आणि दुर्गा केव्हा परततील सांगता येणार नाही. माझ्यापाशी दिवस शिल्लक नाहीत. मी जाईपर्यंत ती दोघं आली नाहीत, तर जाणं रहीत करायचं मी ठरवून टाकलं. काय व्हायचं ते होवो, त्या दोघांना भेटल्याखेरीज निघून जाणं मला मान्यच नव्हतं.

आज हे सारं आठवतं तेव्हा वाटतं, माझी बुद्धी, माझा अहम् पिवळ्या इमारतीशी संबंध नाकारात होता; पण मला फसवून माझं मन त्या संबंधात गुरफटलं जात होतं, पण मला मात्र ते स्पष्ट होत नव्हतं. नंदूला कळत असावं. म्हणूनच त्यानं त्या दिवशी रात्री आगगाडीत म्हटलं होतं का, "आता बाहेर उभा राहून बघत बसण्यानं काही होणार नाहीये. व्यर्थ हातपाय मारणं सोडून दे आता."

अलिप्त राहण्याचे माझे प्रयत्न म्हणजे 'व्यर्थ हातपाय मारणं' नव्हतं, तर दुसरं काय होतं? एके काळी ज्यांच्यात मिसळणं तर सोडाच, ज्यांना भेटणंसुद्धा मला आवडत नव्हतं... आज त्यांचाच विचार करायला, त्यांच्या आठवणीत गुंतून जायला, कोण जाणे कुठून एक विचित्र अनोळखी भावना मला भाग पाडते आहे, त्यांची ओढ लावते आहे. त्यांना भेटल्याविना न जाण्याचा निर्णय घ्यायला विवश करते आहे... मला कळतच नव्हतं.

माझ्या अंतरीचं आश्चर्य सामावून घेऊ शकेल असं उत्तर शोधताना कुठूनसे नंदूचे शब्द येताहेतसं वाटलं. 'मानवी मनाची खोली समजणं सोपं नाही.'

माझं जाणं दोन दिवसांवर आलं होतं. नलिनीबेन आणि शाहसाहेब खास मला भेटण्यासाठी माझ्या खोलीवर येऊन गेले. जायच्या आदल्या दिवशी प्रवासात सोबत न्यायला ढेबरे करवून घे असंही म्हणाले.

सकाळी काहीशा जड मनानंच कामावर गेलो. रोख रक्कम सोबत न्यायला नको म्हणून महेशभाईंनी मला ड्राफ्ट काढायला पाठवलं. बँकेतून बाहेर येत होतो. पाहिलं तर रस्त्यावर गोंधळ, माणसं सैरावैरा धावताहेत... आरडाओरडा ऐकून बँकचे कर्मचारीदेखील बाहेर आले. दुकानं बंद होत होती. पळापळ सुरू होती. मी धूक ठोकली. ऑफिसात पोहोचलो तर तिथेही घबराट. चिंताग्रस्त महेशभाई फोनवर कोणाशी तरी बोलत होते. "दंगल उसळीये. ज्याला घरी जायचं असेल त्यानं जावं. ज्यांच्या घराचा रस्ता सुरक्षित नसेल त्यांनी माझ्या घरी यायला हरकत नाही. नंतर पोहोचवून द्यायची व्यवस्था करू."

जोखमीचं असलं तरी सर्वांनी आपापल्या घरी जाणं पसंत केलं. मी म्हटलं,

“मी नेहाबेनकडे चाललोय.” ड्राफ्ट वगैरे महेशभाईंना सोपवून मी मागल्या रस्त्यानं स्टेशनवर पोहोचलो. तिथून नेहाबेनकडे.

नेहाबेन अद्याप परतल्या नव्हत्या. ‘बा’ म्हणाल्या, “वाडीवर गेलीय. एव्हाना यायला हवी होती. जरा चौकशी तरी कर, जा बाबा!”

पुन्हा स्टेशनपर्यंत गेलो. परत फिरणार तेवढ्यात समोरच्या बस स्टेशनवर दुर्गा, नंदू आणि नेहाबेन दिसल्या. धावत जाऊन त्यांना म्हटलं, “शहरात दंगल उसळलीये. ‘बा’ काळजी करताहेत. लवकर घरी चला.”

“बस शहरात शिरली तेव्हा जकात नाक्याशी पुष्कळ पोलीस दिसले खरे!” नेहाबेननी म्हटलं. आम्ही सगळे घाईघाईनं त्यांच्याकडे गेलो.

नंदू म्हणाला, “आम्ही जातो. स्टेशनकडनं मागच्या रस्त्यानं गेलो तर अडचण येणार नाही.”

आधी नेहाबेननी नकारच दिला, पण दंगल आणखी भडकली तर अजिबातच जाता येणार नाही असं वाटल्यानं म्हणाल्या, “थांबा जरा, पोलिसांच्या गाडीतून तुम्हाला शहराबाहेर पोहोचवायला मिश्रांना सांगते.”

पोलिसांची गाडी आम्हाला पुष्कळ दूरपर्यंत घेऊन गेली. तिथून पिवळ्या इमारतीपर्यंत आम्ही चालत गेलो. गावातून शहरात गेलेली माणसं धावतपळत घराकडे परतत होती. नंदूनं विचारलं तर काल रात्री शहरात गडबड झाल्याचं कळलं. माझ्या मनात जराशी भीती उत्पन्न झाली.

माधोनं रेडिओ लावून ठेवला होता. संध्याकाळपर्यंत रेडिओच्या बातम्यांखेरीज आसपासच्या लोकांकडून बातम्या मिळत होत्या. शहरातली माणसं जसजशी परत येत गेली तसतशा निरनिराळ्या बातम्या कानांवर पडू लागल्या. संध्याकाळी शहरावर धूरही पसरलेला दिसला.

दुसऱ्या दिवशी बातम्यांचं पेवच फुटलं. लहान मुलांनी ऐकू नयेत अशा चर्चा मुलांसमोर घडत होत्या. आपापसात बोलताना मुलं पुन्हा आपापल्या परीनं त्यांची पुनरावृत्ती करत होती. दुर्गा मुद्दामच वेगवेगळ्या गोष्टी सांगायचा, गाणी म्हणवून घ्यायचा प्रयत्न करत होती, पण मध्येच एखादं तरी पोर विचारायचंच “दुर्गाई, ते लोक इथे आले तर?”

“कोणी येणार नाही इथे. घाबरायचं नाही.” दुर्गा म्हणे.

लक्ष्मी, माधो आणि दुसरी एक आया... तिघं मात्र दुर्गाच्या सगळ्या प्रयत्नांवर पाणी टाकत होती. लहान लहान पोरांकडे हात दाखवून म्हणत, “या एवढ्याशा, तीन-तीन, चार-चार वर्षांच्या या करमीएवढ्या मुलींच्या तोंडात रॉकेल टाकून पेटवलं...”

बाप रे! करमीसकट प्रत्येक पोर, आपणच कोणाच्या तरी हाती सापडल्यागत

घाबरून अंग चोरत होतं. दुर्गानं आणि नंदूनं पुन्हा पुन्हा बजावून त्या तिघांचं बोलणं बंद करवलं, पण त्या लहानग्यांच्या मनात शिरलेली भीती दूर करायला मात्र कोणी मदत करेना. लक्ष्मीनं बोलूनही दाखवलं, "लपवून ठेवलं म्हणून जे होणार ते व्हायचं राहील होय? जगात काय चाललंय ते पोरांना कळलं पायजे का नको?"

"कळलंय त्यांना," दुर्गा म्हणाली. "तुम्ही लोकांनी सांगितलं नाही म्हणून काही अडणार नाहीये. आणखी चर्चा नकोय मला. आता जो कोणी मुलांसमोर अशा गोष्टी काढेल..." बोलता बोलता दुर्गा थांबली. तिनं वाक्य पूर्ण केलं नसलं तरी जे बोलली ते इतक्या ठामपणे आणि चेहऱ्यावरची रेषा हलू न देता बोलली, की आणखी बोलणाऱ्याची जीभ खेचून काढायला दुर्गा मागेपुढे पाहणार नाही, हे प्रत्येक जण समजून चुकला.

दंगलीनं कळस गाठला होता. खेड्यातून शहराकडे भाजीपाला पाठवणारे शेतकरी आमच्यापर्यंतच येऊन सगळं स्वस्तात देऊन टाकत होते. दूधही मिळत होतं. धान्य, किराणा माल मात्र मिळणं कठीण होतं.

शहरात कर्फ्यू लागला तशा अडचणी वाढत गेल्या. क्वचित कोणी मोठी हिंमत करून शहरानजीकच्या भागातून थोड्याफार जिनसा आणत होतं, तेही कर्फ्यूमुळे थांबलं. आम्ही रेडिओवर रोज बातम्या तेवढ्या ऐकत होतो.

दंगलग्रस्तांना मदतछावण्यांपर्यंत पोहोचवायला पोलीस साहाय्य करतील अशा बातम्या आल्या. ज्यांना शक्य असेल त्यांनी अशा मदत छावण्यांमध्ये सेवाकार्यासाठी दाखल व्हावं, अशी आवाहनं होऊ लागली.

माझं दक्षिण भारतात जायचं अधिकच अनिश्चित झालं. पुढची एखादी तारीख ठरवायच्या विचारानं मी शेजारच्या गावी जाऊन तिथल्या स्टेशनच्या स्टाफतर्फे तिकीट परत करून माझं रिझर्व्हेशन रद्द करवून घेतलं.

दुसऱ्या दिवशी सकाळी फार दिवसांनी पुन्हा एकदा मी नलिनीबेनचं ऑफिस झाडायला गेलो. बेन टेबलाशी वर्तमानपत्र वाचत बसल्या होत्या. अचानकच दुर्गा तिथे आली. मोठ्या उत्साहानं म्हणाली, "बेन, आपल्या संस्थेतर्फे मदतछावणीत जाण्यासाठी माझं नाव द्या. मी जाईन."

मी नलिनीबेनकडे पाहिलं. त्यांच्या हातातलं वर्तमानपत्र तसंच राहिलं होतं. दुर्गाचं बोलणं ऐकूनही न उमगल्यागत त्यांनी चकित होऊन दुर्गाकडे बघत म्हटलं, "कुठे? कुठे नाव पाठवू?"

"मदतछावणीत काम करायला," दुर्गा नेहमीच्या सहजतेनं बोलत होती. "नाव नोंदवलं तर पोलीसवाले येऊन आपल्याला घेऊन जातील, असं सकाळी रेडिओवर सांगत होते."

नलिनीबेनचे डोळे विस्फारले गेले. भुवया आक्रसल्या. सरळ साधं उत्तर

देण्याऐवजी त्यांनी म्हटलं, ‘‘तुम्ही इथे आहात तेवढंच खूप आहे. उगाच नाही तो आगाऊपणा करू नका. इथे जे करताय ती सेवाच आहे हो, तिथे जाऊन आणि मोठं पदक नाही देणारे कोणी!’’

‘‘मला कसलंही पदकबिदक नकोय.’’ पोट भरल्यावर आणखी जास्तीची पोळी नको म्हणावी इतक्या सहजपणे दुर्गानं म्हटलं.

दुर्गा केवळ उत्साहाच्या भरात बोलत नाहीये हे एव्हाना नलिनीबेनला समजलं होतं. तिला खरोखरच जायचंय... आणि तिनं जर जायचं ठरवलंच असेल तर तिला कसं थांबवायचं याचा फार गंभीरपणे विचार करावा लागेल, हेही त्यांच्या लक्षात आलं.

काही काळ बेन विचार करत राहिल्या. कचरा गोळा करून मी बाहेर नेत होतो. तोच मला उद्देशून बेन म्हणाल्या, ‘‘लाला, तू तरी समजाव हिला. लग्नाच्या पंगती वाढण्यासारखं किंवा घरकाम करू लागण्यासारखं नाहीये हे, की गेले काम करायला आणि मिळाले कामाचे पैसे! हे नुसतं फुकटाचं सरकारी काम! आणि जोखीम किती? फट्‌कन जीवही जायचा एखादे वेळेस!’’

दुर्गाला काहीच सांगायची मला गरज वाटत नव्हती. मी मुकाट्यानं कचरा टाकायला बाहेर गेलो. त्या वेळी दुर्गाचं निश्चयभरलं शांत उत्तर ऐकू आलं, ‘‘हे सरकारी काम नाहीये. कोणी पैसे द्यावेत म्हणून नाही, मलाच जायचंय म्हणून जायचंय. पैशाची मला फिकीर नाहीये!’’

एवढं होई तो मी केरसुणी ठेवायला परत आलो होतो. बेन काय म्हणतात ते ऐकायला थांबलो. बेन म्हणाल्या, ‘‘पैशाची फिकीर नाहीये तर मग तुझं कोण सख्खं बसलंय तिथे, सेवा करायला धावतीयेस ती?’’

बेनना काय म्हणायचंय ते लक्षात येताच माझे हात थबकले. मी दुर्गाकडे पाहिलं. ती बेनकडे एकटक बघत होती. ती बेनवर रागावलीये की त्यांची कीव करत्येय, ते समजता न येण्याजोगे भाव तिच्या चेहऱ्यावर चमकून गेले. तिचा सुंदर वाटोळा चेहरा ताम्रवर्णी दिसू लागला. उत्तर द्यायला तिचे ओठ हलले हेदेखील मला स्पष्ट दिसलं होतं, पण स्वर अथवा शब्द ऐकू आले नाहीत. तिनं काय म्हटलं ते जाणून घ्यायची माझी जिज्ञासा उफाळून आली, पण त्या वेळी मी तिला काही विचारावं अशी परिस्थिती नव्हती. आणखी काही घडण्याआधी दुर्गा बाहेर जायला वळली. जाता जाता म्हणाली, ‘‘एकदाच सांगते. मी जाणार म्हणजे जाणार. काय करायचं असेल ते करा.’’

दुर्गानं ठरवलं तसं केलं नाही असं कधीच घडलं नव्हतं. ती स्वतः पोलिसांकडे जाऊन नाव नोंदवून आली, की कोण्या संस्थेमार्फत गेली ते मला आठवत नाही, पण ती मदतछावणीत होती तोवर ती सुखरूप राहावी, म्हणून नंदू रोज एक वेळचा

उपास करत होता ते आठवतंय.

नीट ऐकू न यावं असं काहीतरी दुर्गा बोलली होती, पण तेवढ्यानं मला अकारणच उत्तेजित करून सोडलं होतं. मी जाऊन नंदूला ते सांगितलं. म्हणालो, "दुर्गाचे फक्त ओठ हललेले दिसले, ऐकू काहीच आलं नाही. काय बोलली असेल?"

"शिवीगाळ नक्कीच केली नसेल." नंदू म्हणाला.

नंतर नंदू म्हणाला ते दुर्गाच्या ऐकू न आलेल्या कथनाहून अधिक गूढ होतं. तो म्हणाला, "मी काय, तू काय? आपण आजकालपुरता विचार करतो. माझी ही माय सृष्टीच्या निर्मितीपासून चालत आलेल्या काळाचा विचार करून बोलत असेल. ती भाषा कोणाला कळणार?"

'दुर्गा काय म्हणाली असेल' हा विचार कितीतरी काळ माझी पाठ सोडत नव्हता. त्या वेळी कोणी मला अगदी सोप्या शब्दांत, सविस्तर सांगितलं असतं तरी जे कळलं नसतं, ते आज इतक्या वर्षांनंतर, इथे, आत्ता या ढळत्या सायंकाळी, ही नदी, खालच्या अंगाला असलेलं हे मंदिर, पलीकडच्या काठावरची अस्पष्ट होत चाललेली शेतं... हे सारं हळूहळू अदृश्य होऊ लागेल. वाहत्या पाण्याचा प्रवाह तेवढा खळाळत आपलं अस्तित्व जाणवून देत राहील. अशा या सांजवेळी, या वडाच्या आणि जिथे येऊन मी काही ना काही जाणलं, समजलो त्या धरतीच्या साक्षीनं मला पुरेपूर उमगतंय. दुर्गाच्या केवळ हलत्या ओठांतले मूक शब्दांचे पडसाद जणू आसपासच उमटताना अनुभवाला येताहेत, "बेन, तुमचं सख्खं कोणी तिथे नाही असं तुम्ही फार तर म्हणू शकाल. मी कसं म्हणू? कोणी सांगावं, माझं तिथे कोणी सख्खं असेलही!"

एकवीस

नदीकाठची सकाळ जेवढी आल्हाददायक उत्साहानं ओसंडणारी आणि रसरशीत जिवंत भासते, तेवढीच तिच्या काठची सांज मला उदास, विषण्ण आणि ढळती वाटत आली आहे. मही, नर्मदा, गोदावरी वा कृष्णा, कावेरी... कोणत्याही नदीचं सकाळचं अनोखं लावण्य मला सदैव ओढ लावून गेलंय. दुपारची नदीसुद्धा तिच्या स्थिर शांततेनं आणि काठावर धुतल्या जाणाऱ्या कपड्यांच्या लयबद्ध तालानं मला मोहून टाकत आली आहे; परंतु दुपार कलू लागून सांज उतरू घातली की मात्र मला नदीकाठ सोडून तिथून निघून जायची अदम्य इच्छा होऊ लागते. दिवसभरातलं शेवटचं पाणी पिऊन परतणारी गुरं, थकूनभागून माघारी येणाऱ्या होड्या, किनाऱ्यावर दाटत जाणारं मौन... एक अजब गूढ वातावरण तयार होतं आणि तेवढीच गूढ नावड उत्पन्न करू लागतं. नकोसं वाटू लागतं. संध्याकाळची ती वेळ नदीकाठी घालवावी असं वाटतं, पण त्याच वेळी तिथून दूर निघून जायची भावनाही बळावत जाते.

कित्येक वर्षांनंतर आज अशाच एका संध्याकाळी या महीसागर नदीच्या किनाऱ्यावर एकटाच बसलोय. नदी, वाळू, दगड आणि काठावरची झाडं सोडली तर बाकी सारे परिचित एक एक करत हरवून गेले आहेत.

ज्यांना विसरलोय असं वाटत होतं, ते सारे अचानक असे मनाचा ताबा घेऊन टाकतील अशी कल्पनाही नव्हती. खरंतर मी इथे येणारच नव्हतो. कोण्या अनोळखी माणसानं पत्र लिहून इथे बोलावून घेतलं नसतं तर नसतोच आलो. एका अनोळखी माणसाच्या केवळ एका पत्रानं मला इतक्या वर्षांनी पुन्हा इथे ओढून आणलंय; अन्यथा दक्षिणेत गेल्यानंतर पुन्हा इकडे येण्याचं कारणच काय होतं?

अगदी कालपरवा घडल्यागत मला वाटत होतं की ज्या रात्री मी तिथून निघालो, त्याच रात्री पिवळ्या इमारतीशी असलेला माझा संबंध संपला! थोड्याफार

आठवणी उरल्या असतील नसतील; पण तेवढ्या तर सगळ्यांच्याच असतात.

आज मात्र वेगळंच घडलंय. जे प्रसंग विस्मृतीच्या पडद्याआड ढकलण्यात मी यशस्वी झालो आहे असं मी समजून चाललो होतो, ते सगळे प्रसंग स्मृतींची पटलं भेदून एकामागून एक माझ्या नजरेसमोर येऊन उभे राहत आहेत.

होय, आठवतंय. नीट आठवतंय. दंगल शमल्यावर मी पुन्हा नव्यानं रिझर्व्हेशन केलं. पंधरा दिवसांनंतरचं मिळालं होतं. महेशभाई जरासे बेचैन झाले होते, पण काही बोलले नाहीत.

आठवडाभर मदतछावणीत राहून दुर्गा परत आली. माधो अन् लक्ष्मी तिला छावणीतल्या बारीकसारीक गोष्टीसुद्धा विचारत होते. "कोण लोक जास्त होते गं तिथे? आपले का त्यांचे?"

"ते बघायला तुम्हीच यायचं होतं की तिथे!" दुर्गानं क्रोध आवरत उत्तर दिलं होतं. अधिक काही विचारण्यात अर्थ नाही, हे विचारणाऱ्यांच्या लक्षात येऊन चुकलं.

दुर्गाचं पालीताण्याला जाणं खोळंबलं होतं, ते पुन्हा एकदा पक्कं ठरलं. माझी गाडी सुटायच्या तासभर आधी तिची गाडी निघणार होती. तिला निरोप देऊन मी अन् नंदू प्लॅटफॉर्मवर मुकाट्यानं बसून होतो.

माझी गाडी सुटायची वेळ झाली तशी नंदूनं 'आवजो' (ये रे!) म्हणायच्या ऐवजी दुर्गावरून माझ्यावर ठपका मात्र ठेवला. त्यानंतर आजपर्यंत, दुर्गाला निरोप द्यायच्या वेळी घडलेल्या घटनेच्या अपराधानं मला कित्येक रात्री झोप लागू दिली नाहीये!

तीन दिवसांचा तो प्रवास मला पिवळ्या इमारतीपासून, दुर्गापासून, नंदूपासून दूर दूर घेऊन गेला. मी आपल्या नव्या कामाची कागदपत्रं तपासून घेतली. व्यवसायाशी संबंधित टिपणं काढली... काही ना काही करत राहिलो, पण शेवटी डायरी लिहायला बसलो, तर माझं मन विलक्षण खिन्नतेनं भरून गेलं.

मदुराई स्टेशनवर श्रीनिवास घ्यायला आले, तोवर मन जरा स्वस्थ झालं होतं. प्रौढ वयाच्या श्रीनिवासांनी मला 'सर' म्हटलं. "आप मुझे नामसे बुलाइए. सर मत कहिए." मी सांगून टाकलं.

"नो हिंदी सर, इंग्लिश." मग पुढे म्हणाले, "संस्क्रित विल डू सर."

मला नावानंच हाक मारा. असं जेवढं येत होतं तेवढ्या इंग्रजीत मी त्यांना समजावलं. कित्येक वर्षांनंतर मी आपलं नाव कोणालातरी सांगितलं होतं!

श्रीनिवास मला हॉटेलमध्ये जाऊ देईनात. 'फर्स्ट होम' म्हणत स्वतःच्या घरी घेऊन गेले. त्यांच्या घरी जायला मला अडचण वाटू नये म्हणून बिचाऱ्यांनी आपण शुद्ध सनातनी ब्राह्मण आहोत, हेदेखील स्पष्टपणे सांगून टाकलं.

''प्युअर ब्राह्मिन अय्यर फॅमिली.''

त्यांचे शब्द ऐकताच मला दुर्गा आठवली. मदतछावणीत काम करून आल्याच्या दोन-तीन दिवसांनंतर एकदा ती बागेत पालथी मांडी घालून काहीतरी लिहीत बसली होती. तिथे जाऊन मी विचारलं, ''काय लिहितीयेस?''

''कॅम्पमध्ये सोबत होते त्यांना पत्र!''

''मी गेल्यावर मला पण लिही पत्र.'' मी थट्टेनं म्हटलं.

''ज्याचं नावच माहीत नसेल त्याला कसं लिहिणार?'' दुर्गानं तीर सोडला.

''सांगतो,'' मी म्हटलं. ''लहानपणी भीती वाटत होती की मामा येऊन पुन्हा पकडून नेतील, म्हणून नव्हतो सांगत. तुम्ही कोणी विचारलंही नाही. आता म्हणशील तर सात पिढ्यांची नावं सांगतो.''

दुर्गा लिहायची थांबली. जागीच सरसावून बसली. तिच्या चेहऱ्याचा रंग पालटला. म्हणाली, ''तू अनामिक राहावंस, तेच बरं. पुढे बोलू?''

''बोल.''

''एकदा मी तुला म्हटलं होतं, की मला तुला काहीतरी सांगायचंय. आठवतं? तर ते आज सांगते, ऐक. तू नेहमी सात पिढ्या सात पिढ्या म्हणत असतोस, त्या आधीची तुझी वंशावळ नाहीये का?''

दुर्गा चिडली आहे हे कळत होतं, पण तिला नेमकं काय म्हणायचं आहे ते समजत नव्हतं. ''असणारच की! हजारो पिढ्या असतील, कदाचित लाखो! पण इतक्या पूर्वीच्या सगळ्यांची नावं कशी माहीत असणारेत?'' मी म्हटलं.

''तुझ्या त्या हजारो की लाखो पिढ्या सलग एकाच वंशात चालत आल्यात असं तू छातीठोकपणे म्हणू शकशील? पूर्वीच्या एखाद्या पिढीत... जाऊ दे, उगाच वाईटसाईट कल्पना नको करायला... कोणी ना कोणी दत्तक घेतलाच नसेल असं खात्रीपूर्वक सांगू शकशील?''

यावर उत्तर देणं मला जमलं नव्हतं. तिचे शब्द मला लागले आहेत हे ओळखल्यागत दुर्गा म्हणाली, ''तुला जे वाटलं असेल ते वाटो. मला त्याचं काही नाहीये; पण इथून पुढे पिढ्याबिढ्याचं माझ्यासमोर बोलू नकोस.''

शुद्ध अय्यर असण्याचा उल्लेख करणाऱ्या श्रीनिवासांना मी तसला प्रश्न विचारू शकत नव्हतो. दुर्गाला होता तसा, कोणताही प्रचलित समज एका झटक्यासरशी निकालात काढायचा अधिकार मला नव्हता. समोरच्याला काय वाटेल, माझ्याबद्दल त्याचं काय मत होईल, अशा गोष्टींचा मला विचार करावा लागत होता.

दुर्गा बिनधास्त होती. काहीही करून मोकळी व्हायची. 'आपल्याबद्दल काय मत होईल' याची पर्वा न करता जगू शकणारी एखादीच व्यक्ती पृथ्वीतलावर जन्म

घेत असते, तेही क्वचितच.

अय्यरांच्या कुटुंबात त्यांची पत्नी, मुलगा आणि सून एवढी माणसं होती. मी श्रीमती अय्यरांच्या पाया पडलो. तिथे जेवणखाण उरकून आराम करून मग आम्ही शो-रूमच्या जागेसाठी एका एजंटला भेटायला गेलो.

त्या दिवसापासून मी कामात अक्षरशः बुडालो होतो. केवळ संन्याशालाच आपलं पूर्वाश्रमीचं आयुष्य विसरावं लागतं असं नाही. स्पर्धेत टिकून राहून, नवा उद्योग उभा करण्यासाठी धडपडणाऱ्या प्रत्येकाला पूर्वाश्रमीच्या स्मृती कोपऱ्यात ढकलून द्याव्या लागत असतात.

महेशभाईंना इथली इत्थंभूत बातमी कळवणं, त्यावर त्यांच्या निर्णयाची वाट बघणं आणि त्यांच्या सूचना अमलात आणणं... रात्र पडेपर्यंत काम सुरू असायचं.

मी तिकडे येत राहीन असं महेशभाई म्हणाले होते, तसे ते वर्षातून एकदा येत होते. त्यांची मुलगी पूर्वी आणि जावई, दोघं पाच-सहा वर्षांपूर्वी आली होती; पण केवळ भेटून परत जाण्यासाठी नव्हे.

जावईबापूंचं वागणं तसं प्रेमाचं होतं, पण तरीही महेशभाईंशी जेवढा मोकळेपणा वाटत होता, तो तेवढा वाटेना. जवळीक जरा कमी होत गेली. त्यालाही हरकत नव्हती. मी अजूनही त्यांच्याकडे काम करत राहिलो असतो, पण... प्रत्येक गोष्टीचा एक निर्धारित असा काळ असतो.

अशाच एका संध्याकाळी महेशभाई आले होते, त्या वेळी त्यांच्या मुलीनं मला जेवायला बोलावलं. जेवणानंतर आम्ही सारे बाहेरच्या खोलीत, कॉफी पिता पिता धंद्यासंबंधी गप्पा मारत बसलो होतो. एकाएकी, महेशभाईंनी माझ्या वैयक्तिक बाबतीत काळजी वाटत असल्याची भावना दर्शवत म्हटलं, "तुझं घर कसं आहे? छानसं सजवावंसं वाटत असेल नव्यानं, तर आवडीच्या वस्तूबिस्तू घे बरं का! आणि... अजून किती काळ असा एकटाच राहणार आहेस? शोधून काढ बरं कोणीतरी! नाहीच सापडली कोणी तर... कोण ती तुमची... हां... दुर्गा! तिच्याशी जमवून टाकू!"

मी थक्क झालो. काही सुचेना! अचानक अशा प्रकारे सगळ्यांसमोर दुर्गाचा जाहीर उल्लेख व्हावा हे मला मान्यच नव्हतं. तेही एक वेळ क्षम्य, पण... कोण ती तुमची... ती दुर्गा?

दुर्गाच्या गैरहजेरीतही तिचा असा अपमान सहन करणं शक्यच नव्हतं. घडीभर मी काही बोललो नाही. मला न आवडण्याजोगं काहीतरी बोललं गेलंय हे जाणवल्यामुळे महेशभाई पुढे बोलले नाहीत हे खरं; पण मी अस्वस्थ झालो तो झालोच!

मला राग आला होता; पण वाटलं, होतं असं कधीकधी! एवढ्या कारणावरून

एखाद्याची साथसोबत कायमची सोडून देऊ नये, हे मला कळत होतं.

...पण तशातच नंतर जे घडलं त्यानं माझा विश्वास पार ढळला.

महेशभाई आणखी दोन दिवस राहिले होते. ते जावईबापूंच्या ऑफिसात बसत. त्या दिवशी संध्याकाळी पूर्वीसुद्धा शो-रूममध्ये आली होती. महेशभाईंचं विमानाचं तिकीट वगैरे द्यायला मी केबिनमध्ये शिरत होतो.

महेशभाई त्यांच्या जावयाशी बोलत असावेत. "आपल्याला कामाशी मतलब. काम करतोय तोवर ठीक आहे. तुम्हाला जे बदल करावेसे वाटत असतील, ते करून टाका."

दाराशीच थबकलो. जावयांचं बोलणं ऐकू आलं, "पूर्वी नको म्हणत्येय. म्हणत होती तुमचा खास जवळचा माणूस आहे. म्हणून म्हटलं तुम्हालाच विचारावं."

महेशभाईंनी उत्तर देत हसून म्हटलं, "कसला आलाय खास माणूस? मुळात घरून पळून आलेला मुलगा. मोटाभाईंनी शब्द टाकला म्हणून दुकान काढायला जागा दिली, एवढंच काय ते! बाकी काम उत्तम हं! शिवाय हातही स्वच्छ! पण एवढ्यानं तो 'आपला माणूस' होत नाही हो! मी म्हणून त्याला इथवर आणला, अन्यथा अजूनही पंक्चरच काढत बसला असता."

महेशभाईंच्या शब्दांनी हृदयात असह्य कळ उठली. आजवरच्या सगळ्या समजुतींना, माझ्या सगळ्या धारणांना जबरदस्त धक्का बसला होता. महेशभाई मला आपला मानतात, माझ्यावर त्यांचा जीव आहे, इतकं मोठं काम माझ्यावर सोपवून त्यांनी मला आपलं म्हटलं आहे... ती केवळ स्वप्नंच ठरली. स्वप्नांची ती इमारत धडाधडा कोसळली. अगदी चक्काचूर झाला तिचा!

दारावर टकटक करून मी आत गेलो. तिकीट वगैरे सगळं महेशभाईंना दिलं. संध्याकाळी त्यांना पोहोचवायला गेलो तेव्हा म्हटलं, "जावईबापूंना तुम्ही दुसरा माणूस शोधून ठेवायला सांगून जा. उद्यापासून मी येणार नाहीये."

जावईबापू जवळच उभे होते. "का?" त्यांनी विचारलं.

मी उत्तर दिलं नाही. महेशभाई माझ्याकडे पाहत राहिले. म्हणाले, "अचानकच असं काय...?"

"तिरुचिराला मला दुसरं काम मिळालंय." मी म्हटलं.

पूर्वी तिथेच सर्व ऐकत उभी होती. तिनं पतीच्या कानात हळूच म्हटलं, "आपण त्याची माफी मागायला हवी."

त्यांना आपसात चर्चा करायला सोडून मी तिथून निघून गेलो. दुसऱ्या दिवशी ऑफिसात गेलो. कोणतंही कारण न देता, राजीनामा देऊन तिरुचिरापल्लीला गेलो. पुनश्च एकदा अगदी नव्यानं सुरुवात केली.

या दिशेला परत फिरण्याचा मार्ग अशा रीतीनं बंद झाला होता. वर्षं उलटत गेली. अथक परिश्रम करत गेलो. दक्षिणेतल्या प्रत्येक मोठ्या शहरात माझं नाव व्हावं, एवढ्यासाठी मी आयुष्य वेचलं. मावळत्या संध्याकाळी अचानक सकाळ आठवावी, तसं कधीकधी मला ही वाडी, पिवळी इमारत आणि माझं छोटंसं दुकान आठवायचं; पण इकडे यायचा विचार मनात आल्याचं अथवा मीच इकडे आल्याचं आठवत नाही.

हे सारं अचानक एकदम आठवलं ते मोहिंदरच्या पत्रामुळे. मोहिंदर कोण, त्याची आई कोण... काही ठाऊक नाहीये, तरी त्या चार-पाच ओळींच्या पत्रानं मला इथवर ओढून आणलंय.

आठ-दहा दिवसांपूर्वी दुपारच्या डाकेनं आलेलं ते पत्र कितीतरी वेळा वाचलंय; पण काहीच उलगडा होत नाहीये. पत्र लिहिणारा पंजाबचा. पंजाबशी माझा कधीही, कसलाही संबंध नव्हता. माझा पत्ता म्हणाल तर... तो कोणालाही सहज मिळावा एवढी माझ्या कंपनीची ख्याती नक्कीच होती.

माझे जवळचे सहकारी आणि माझे बँकर सोडले, तर माझं नाव क्वचितच कोणाला ठाऊक होतं. त्यामुळेच पत्रात माझं नाव नाहीये.

पत्रात लिहिलंय ते एवढंच की, निमुबेन करत होत्या तशी कामं त्यांच्या वाडीत पुन्हा सुरू करण्यासाठी मोहिंदरला माझ्या मदतीची गरज आहे. हा उल्लेख म्हणजे माझ्या दृष्टीनं एक गूढच होतं.

निमुबेननी आपल्या अंतःकाळी आपल्या जमिनीची कागदपत्रं नेहाबेनकडे पाठवली होती. ती मीच घेऊन गेलो होतो. त्या विलप्रमाणे जमीन नेहाबेनना अथवा दुसऱ्या कोणाला मिळाली असावी आणि त्या व्यक्तीनं या पंजाबी मोहिंदरला तिथे काही काम करायला सांगितलं असावं. असेलही!... पण थेट पतियाळाचा माणूस इथे? काही कळत नव्हतं.

आपला फोन नंबर आणि पत्ता याखेरीज मोहिंदरनं पत्रात स्वतःची कोणतीच ओळख कळवली नव्हती. पत्रातला सर्वांत अजब उल्लेख म्हणजे 'या बाबतीत गरज भासली तर तुम्हाला लिहावं, असं मम्मीनं मला सांगितलं होतं.' हे वाक्य! त्यानंतर आपण गुजरातमध्ये कधी पोहोचणार आहोत त्याचे तपशील वगैरे!

पत्रात दिलेल्या नंबरावर मी फोन केला. एखाद्या ऑफिसातल्या रिसेप्शनिस्टनं द्यावं तसं उत्तर आलं, "सर तो बाहर गए हुए है, गुजरात गए है, आप दो वीक के बाद..."

मी गुजरातचं तिकीट काढायला सांगितलं. इथे भेटण्याच्या तारखेच्या दोन-तीन दिवस आधीच. ही जमीन, तिची मालकी इत्यादी गोष्टींची चौकशी करायची होती हे खरंच; पण या जागेबद्दलची जवळीक, माझ्या मनावरची तिची मोहिनी या गोष्टींची ओढही तितकीच होती. आता मोहिंदर येईल. मी त्याची वाट बघतोय.

काल संध्याकाळी शहरातल्या स्टेशनवर उतरलो. माझ्या आठवणीतल्यापेक्षा कित्येक पटीनं जास्त गर्दी. पूर्वी इथे कधी दृष्टीला पडली नव्हती अशी वाहनं. सर्वांत आधी पिवळी इमारत बघायची इच्छा दाटून आली. टॅक्सी करून तडक गेलो. पाहतो तर तिथे आता शॉपिंग सेंटर आहे. पिवळ्या इमारतीच्या फाटकावर होता तो बोर्ड आता कुठल्याशा नव्या पत्त्यावर आहे. नवा पत्ता शोधावासा वाटेना!

नेहाबेनच्या घरी गेलो. घर तेच होतं. घरात भाडेकरू राहत होते. नेहाबेन परदेशी गेल्या आहेत. रात्री हॉटेलात राहिलो. आज इथे आलो. इथे सगळं पूर्वीसारखंच जसंच्या तसं आहे. पूर्वीचा तो कोलाहल तेवढा नाहीये. निमुबेनच्या घराची किल्ली तलाठ्याकडे होती.

जुने संबंध स्मरून त्यानं आपल्याकडून होईल तेवढी घराची देखभाल केली आहे. सोबत येऊन त्यानं घर उघडून दिलं.

दुपारी पंचायतीच्या दप्तरात असलेले जमिनीचे जुने व्यवहार बघायला गेलो. तिथली मूळ मालकांची नावं बघत बघत शेवटच्या नावापाशी आलो. मोहिंदर पंजाबी. निमुबेननंतर थेट हेच नाव.

तलाठ्यानं अथवा गावातल्या इतर कोणी या मोहिंदरला कधीच पाहिलं नाही. गावातल्या जुन्या माहीतगारांच्या म्हणण्यानुसार शेवटची नोंद मोटाभाईंनी केली होती, ती अजून जशीच्या तशीच आहे. जमीन कसणं, महसूल भरणं, कर देणं अशी कामं मोहिंदरचा मित्र वेळोवेळी येऊन नियमितपणे करून जातो. काम करणाऱ्या मजुरांनी मित्राचं नाव सांगितलं, 'मनोज भै,' पण शहरात ते कुठे राहतात. कोणालाच माहीत नाही.

पडक्या ओट्यावर बसल्या बसल्या मी कितीतरी वेळ विचार करत होतो. थेट पतियाळात राहणारा, पंजाबी आडनावाचा हा मोहिंदर कोण असेल? नेहाबेनचा कोणी नातेवाईक? नेहाबेन तर गुजराती होत्या... जाऊ दे झालं. उद्या कळेलच! मी उठून नदीकाठी फिरायला निघालो.

नदी सदैव वाहती, सदैव जिवंत महीसागर नदी. कित्येक घटनांची, कितीतरी स्वप्नांची, कसल्या कसल्या खिन्नतेची अन् किती किती आनंदाची साक्षीदार. कोणे एके काळी मी या पाण्यात स्नान केलंय. याच ठिकाणी दुर्गानंही कित्येकदा नदीत स्नान केलंय. त्या वेळचं पाणी एव्हाना आम्हा दोघांना घेऊन कोण जाणे कुठल्या कुठे जाऊन पोहोचलंय. आजचं हे पाणी मला ओळखत असेल का... सांगता येत नाही, पण माझी खात्री आहे की हा वालुकामय नदीकाठ, इथले चढउतार... हे काहीच विसरले नसतील. कदाचित म्हणूनच... मी इथे. नदीकाठच्या चढावर बसून, किनाऱ्यावरच्या दगडगोट्यांतून चालत, तो भूतकाळ पुन्हा एकदा डोळ्यांपुढून जाताना पाहू शकतोय.

इकडे डाव्या बाजूच्या काठावर छोटीशी घुमटी होती. आता तिथे मंदिर झालंय. कदाचित मोठं क्षेत्रही मानलं जात असेल, कारण आसपासच्या खडकांवर, मोठमोठ्या वृक्षांच्या बुंध्यावर, मागच्या बाजूला नव्यानं झालेल्या पाणीपुरवठा योजनेच्या फ्रेंचवेलच्या भिंतीवर अनेक यात्रेकरूंनी आपली नावं लिहून ठेवलीत.

मला हसू आलं. आयुष्याच्या शेवटाकडे, मोठ्या कंपनीचा चेअरमन झालोय, पण आयुष्यभर मी नावाविनाच भटकत राहिलोय. या इतक्या अनोळखी नावांमध्ये जणू स्वतःलाच शोधत असल्यागत उभा आहे. मलाही नाव लिहावंसं वाटतंय. एक टोकदार दगड घेऊन एका खडकावर नाव कोरायला बसलोय. किनारा शांत निर्जन आहे; पण कुठूनतरी कुठलासा कोलाहल मन वेढून टाकतोय. कधीतरी इथे पाहिलेलं जग मला बोलावत असावं, असं वाटतंय. माझं नाव लिहायला हात उचलला, की समोर दुर्गा दिसते. जणू विचारतेय,

"कधी नव्हे ते आता, अखेरीला नाव लिहावं वाटतंय?"

काय उत्तर देऊ? माझी ओळख एकाच नावापुरती कुठे आहे? आजवर मला उद्देशून उच्चारली गेलेली सर्व संबोधनं जणू आपसूकच उमटताहेत असं वाटतंय.

एके काळी एवढी सारी संबोधनं होती म्हणूनच मी स्वतःला पिवळ्या इमारतीत राहणाऱ्यांपेक्षा वेगळा, कुलवान, गोत्रवान मानत होतो. आज इतक्या वर्षांनंतर त्याच संबोधनांमुळे आता स्वतःला मी त्या बिननावाच्या, बिनकुळाच्या स्वतःच्या विशिष्ट ओळख नसलेल्यांच्याच जातीचा वाटतोय. कर्णाला जशी नव्हती तशीच आमच्या या जगातदेखील कोणाला स्वतःच्या अस्तित्वाखेरीज दुसरी विशेष अशी कुठलीच ओळख नव्हती.

त्या दिवशी मदुराईमध्ये शेफालीला भेटायला गेलो, तेव्हाचा अनुभव नजरेसमोर तरळून जातोय आणि खडकावर नाव कोरणारा माझा हात अडखळतोय.

मदुराईच्या डॉक्टरांनी शेफालीला दत्तक घेतलं तेव्हा सर्व गोष्टी माझ्या हातूनच झाल्या होत्या. मी मदुराईला गेलो तेव्हापासूनच मला शेफालीला भेटायची इच्छा होत होती. माझ्या स्वतःच्या कंपनीच्या शाखेच्या उद्घाटन समारंभाला कण्णगीला आणि तिच्या पतीला निमंत्रण पाठवायचं होतं. दोघंही प्रख्यात डॉक्टर असल्यानं पत्ता मिळवायला फारसा त्रास झाला नाही.

ऑफिसकरवी पत्र लिहून दोघांना भेटायची वेळ मागून घेतली. पिवळ्या इमारतीचा संदर्भ देऊन शेफालीला भेटायची इच्छा दर्शवणारं वैयक्तिक पत्रही सोबत पाठवलं. त्या दोघांना वेळ काढणं जमणार नसेल, तर शेफालीच्या हातून उद्घाटन करायची व्यवस्था करता येईल, असंही सुचवलं.

दोघांनी भेटायची वेळ कळवली. मंगळवारी, त्यांच्या क्लिनिकवर, संध्याकाळी सहा वाजता.

दोघं पती-पत्नी मला फोन करतील असं वाटलं होतं. एखादे दिवशी घरी बोलावतील, सोबत जेवू म्हणतील, शेफालीला तिच्या घरात प्रत्यक्ष बघता येईल. ती मला ओळखत नसली तरी मी तिचा आवाज ऐकेन...

... पण जरा निराशाच झाली. मंगळवारी सकाळीच मी शेफालीसाठी छानशी भेट खरीदली. कण्णगीचं घर आणि क्लिनिक एकाच जागी असेल असं धरून चाललो. ड्रायव्हरला पत्ता सांगितला आणि संध्याकाळी पाचनंतर गाडी घेऊन यायला सांगितलं.

ठीक सहा वाजता क्लिनिकवर पोहोचलो. जरा वेळ बाहेरच बसावं लागलं. आत गेलो तेव्हा कण्णगीनं- शेफालीच्या आईनं- स्वागत केलं आणि पित्यानं म्हटलं, "तुम्हाला भेटून आनंद झाला, पण आम्हाला पुन्हा भेटायचा प्रयत्न न कराल तर उपकार होतील. वाईट नका वाटून घेऊ, पण शेफालीला आम्ही कुठून तरी घेऊन आलोय, हे आम्ही तिला सांगितलं नाहीये."

तोंडावरच असे शब्द थेट येऊन आदळल्यानं, पुढे काय बोलावं ते सुचलं नाही. पार हतबुद्ध झालो होतो. "ठीक आहे, मी तिला काही सांगणार नाही. फक्त भेटून घेऊ थोडंसं. नाहीतरी तिच्याशी असलं काही बोलण्याचा माझा इरादा नव्हताच." मी म्हटलं.

"म्हणजे तुम्हाला तिला भेटायचंय?" पित्यानं विचारलं. "तुम्ही असा आग्रह धरणार नाही असं मी समजतो. हां, तिचा फोटो बघायला आवडेल तुम्हाला." असं म्हणून त्यांनी शेफालीचा फोटो माझ्या हातात दिला. म्हणाले, "बघा किती नाजूक अन् सुरेख दिसतेय आमची मुलगी. तुम्हाला वाटलं होतं तसा तिच्या डोळ्यांत काही दोष नाहीये. नववीत गेलीये आता."

काय बोलावं ते ठरवता येत नव्हतं, तेवढ्यात तोंडून निघून गेलं, "मला वाटतं, तुमचा काहीतरी गैरसमज होतोय. आश्रमाशी किंवा तिथल्या कोणाशी माझा काही संबंध नाहीये. मी त्यांच्या शेजारी राहत होतो एवढंच. आत्तादेखील मी आश्रमातर्फे आलो नाहीये. माझ्या स्वतःच्या इच्छेनं आलोय. ती जागा मी केव्हाच सोडली."

"नाही, गैरसमज नाही. मी तुम्हाला चांगलं ओळखते." कण्णगी म्हणाली. "शेठ फॅमिलीकडून कागद आणायला तुम्हीच गेला होतात. थँक्स! वेल... आम्ही मान राखतोच तुमचा, पण... शेफालीला भेटायचा हट्ट सोडाल तर... उपकार!"

पत्नीच्या बोलण्याला दुजोरा देत डॉक्टर म्हणाले, "खरंच सांगतो, शेफालीवर तिच्या भूतकाळाची सावलीदेखील पडू द्यायची नाही, असं आम्ही तिला इकडे आणायच्या आधीपासून ठरवलं होतं. ती आमची दत्तक मुलगी आहे असं इथे दुसऱ्या कोणालाच काय, तिलाही माहीत नाही. तिला भेटायचा आग्रह धरला नाहीत तर खरंच, तुमचे उपकार होतील."

इतकं सारं स्पष्ट ऐकून झाल्यावरसुद्धा पुन्हा एकदा शेफालीचा फोटो डोळे भरून पाहायचा मोह मला आवरेना. फोटो बघत असताना, का कोणास ठाऊक, मला वाटू लागलं... शेफालीच्या तोंडवळ्यात डॉक्टर आणि त्यांची पत्नी, दोघांची झलक कुठेतरी दडलीये. ही दोघं शेफालीचे आई-वडील नाहीत हे मला नक्की माहीत होतं; पण ज्याला ते माहीत नसेल, त्याला शेफालीकडे पाहताक्षणी ही मुलगी या डॉक्टरांचीच आहे, असंच वाटलं असतं.

आगगाडीच्या त्या म्हातारबाईंचे शब्द मला आठवले. "त्येचं असं आसतंय, की जो वाढीवतो, मोठं करीतो त्येच्यासारकं व्हायला होतं." आई-वडिलांच्या किंवा पूर्वजांच्या खुणा वारशानं मिळतात हे सहज पटण्यासारखं आहे, पण जन्मल्यापासून ज्यांच्यासोबत सतत राहणं, जगणं घडत असतं, त्यांचा इतका जबरदस्त प्रभाव पडावा... की चेहऱ्याच्या ठेवणीत आणि हावभावातही त्यांची छटा उतरावी! विश्वास बसू नये, अशी गोष्ट मी पुन्हा एकदा स्वतःच्या डोळ्यांनी बघत होतो.

मी फोटो परत केला. उठून चालू लागण्याखेरीज दुसरं काहीच करण्याजोगं नव्हतं. जिना उतरून गाडीत बसलो. ड्रायव्हरनं दोनदा आरशात डोकावून माझा उतरलेला चेहरा पाहिला. मग काही न बोलता हॉटेलकडे गाडी वळली.

शेफालीला भेटता आलं नाही म्हणून वाईट वाटून घ्यायचं कारण नव्हतं. ना ती माझी कोणी लागत होती, ना मला ओळखत होती. तरीही, का ते सांगता येत नाही, पण तिला भेटू न शकल्याचं मला आजही वाईट वाटतं. आज तर... ती संसारी गृहिणी बनली असेल!

आज वाटतं, त्या दिवशी कण्णगीनं इतकं परखड बोलून मला दुःख दिलं असलं, तरी एकप्रकारे माझ्यावर कृपाच केली होती. तिनंच मला जाणवून दिलं, की... की... माझा वंश, पिढ्या, पूर्वज या सगळ्यांच्या अभिमानासहित मी जगत आलोय ते व्यर्थ आहे. आपल्याला कुटुंब, जात, कूळ, गोत्र असण्याचा मला वाटणारा अभिमान माझ्याखेरीज कोणाला स्पर्शूनही जात नाही!

निमुबेननं एकदा गोमतीच्या आईला म्हटलं होतं, "एवढंच ध्यानात घे, की गोमती तिच्या स्वतःच्या बाळाची आई होणार आहे. मूल हे नेहमी आईचंच असतं हे एकदा नीट समजून घेशील, तर तुझ्या सगळ्या चिंता मिटतील बघ!"

आज क्षितिजावर मावळत्या सूर्याला अर्घ्य देऊन मी म्हणतो, "हे सूर्या, तू जगत्पिता म्हणवतोस, म्हणूनच तुला सांगतो की मी वंश, जात, समाज अथवा कुळाचा अभिमान बाळगण्याऐवजी माझ्या मातेचाच पुत्र म्हणवून जगणं पसंत करत आहे.'

बावीस

खिन्नतेनं भारून टाकल्यागत मी कितीतरी वेळ तसाच मुकाट बसून राहिलो. परतायला निघालो तोवर संध्याकाळ ढळली. ज्या जमिनीच्या संदर्भात माझ्या मदतीची अपेक्षा होती ती जमीन एकदा बघून घ्यावी, म्हणून नदीकिनारा ओलांडून मागच्या रस्त्यानं आता शेतातून जात होतो.

शेतातून जात होतो तेव्हाच एकानं मला हाक मारली. मी त्याच्या झोपडीपाशी गेलो. माझ्यासाठी खाट मांडत त्यानं म्हटलं, "बसा. तुम्ही आता शेजारी होणार म्हणे आमचे!"

"कसे?" मी नवलानं विचारलं.

उत्तर देण्याऐवजी त्या शेतकऱ्यानं आपल्या बायकोकडे बघितलं. एकदा माझ्याकडे आणि नंतर घराकडे बघून ओरडून म्हणाला, "यांना पाणीबिणी पाजा की!"

थोड्या वेळानं एक म्हाताऱ्या आजीबाई पाणी घेऊन आल्या. खाट माझ्याकडे सरकवत म्हणाल्या, "आलाहात तर बसा जरा, चा टाकत्ये."

मी खाटेवर बसलो. पाणी प्यायलो. चहा नको म्हटलं. आजीबाईंनी शेतकऱ्याला विचारलं, "त्ये... निम्बेनवाली जमीन घेणारे ह्येच का?"

"व्हयं. त्येच." शेतकऱ्याऐवजी त्याच्या बायकोनं परस्पर उत्तर दिलं.

"निमुबेनची जमीन मी घेणार आहे हे कुठून निघालं?" मी विचारलं.

"ते म्हंजे काय की... तुमी पंचायतीत ग्येल्याचं कळालं, म्हणून म्हटलं. बाकी काय ते तुमचं तुमाला ठाऊक म्हणा!" त्यानं उत्तर दिलं.

"ते आपलं सहजच!" मी म्हटलं. "जमीन मी घेणार नाहीये."

आजीबाईंना माझं म्हणणं खरं वाटेना. म्हणाल्या, "वकीलसुदीक बघून ग्येला. परवाच्याला मनोजभै येऊन ग्येला."

खेडेगावात, जरा कोठे खुट्ट झालं तरी सगळंच्या सगळं गावभर कसं काय पसरतं कोण जाणे! मला हसू आलं.

"ही जमीन मी घेणार आहे असं त्यांच्यापैकी कोणी तुम्हाला सांगितलं? मी तर इथे राहतसुद्धा नाही. 'जरा भेटून जा' असं जमीनमालकाचं पत्र मिळालं म्हणून भेटायला आलोय एवढंच."

"आसं? म्हंजे त्ये तुमचे कोन लागतात म्हनायचे?" आजीबाईंनी सहज विचारलं.

"कोणी नाही." मी उत्तर दिलं. त्याच क्षणी आपण काहीतरी चुकीचं करतोय असं मला वाटून गेलं. माझेच शब्द माझ्याच मनाला खटकत होते.

"पन... आत्ता ती जमीन कोन्त्या तरी भाईरच्या मान्साच्या नावं का हाये? निम्बेननी तर त्या जमिनीवर गोमतीचा हक्क ठिवला होता म्हनं. म्हंजे जमिनीचा मालक गोमतीचाच कोनीतरी आसनार, न्हाई का? दुसराच कोनी कसा आसलं?" अधिक माहिती काढून घ्यायच्या इराद्यानं आजीबाईंनी विचारलं, "ते तुमचे कायतरी लागत आसतीलच की म्हन्ते मी!"

मी गप्प राहिलो.

"मागच्या जल्मीचं कायतरी म्हणायचं आनी काय! न्हाई का?" सूचक हसत आजीबाईंनी माझ्याकडे पाहिलं.

जरा वेळानं मी विचारलं, "गोमतीला ओळखता ना तुम्ही? ती थेट पंजाबात कशी काय जाऊन पोहोचली? हा जमीनवाला कोणी पंजाबी आहे म्हणतात."

आता चकित व्हायची वेळ आजीबाईंची होती. त्या माझ्याकडे बघतच राहिल्या. मग लुगड्याच्या पदराच्या टोकानं तोंड पुसत म्हणाल्या, "गोमतीची चौकशी करताय म्हंजे तुमाला ठाव न्हाय जनू."

"काय?" मी चिंता भरल्या स्वरात विचारलं.

सगळे माझ्याकडे बघू लागले. आजीबाई म्हणाल्या, "म्हंजे खरंच ते तुमचे कोनी लागत न्हाईत म्हणायचे. नायतर आशी गोष्ट तुमाला म्हाईत न्हाई आसं कसं हुईल? आवं, पोर मागं ठिवून गोमती कवाच ग्येली देवाघरी. ह्ये आपलं ते निम्बेनचं वरसाच्या श्राद्धाचं जेवायला तरी कुठे हो न्हायली?"

मला धक्का बसला की नाही तेच समजत नव्हतं, पण वाचा बसली एवढं खरं!

"गोमतीला पोरगा झाला; पन आपंग, एक हात आखूड आन पाय ह्ये आशे वाकडे." आजीबाई सांगू लागल्या. "गोमतीच्या सासरी त्येला कोन ठिवून घेनार व्हतं? मंग आलं ते हिकडेच मोटाभैंच्या माथी. काय बी म्हना, पाप करीवलं म्हनूनच ह्ये आसं झालं बघा. आई ग्येली निघून, पोरगं बी जाण्यातच हाये."

"अरेरे!" मी चुकचुकलो.

"निमू आसती तर तिनं नेलं असतं निभावून, येकले बिचारे मोटाभै काय करनारेत?" आजीबाई बोलतच होत्या, "ते तर बरं म्हन्ते मी, की गोमतीची कुनी मैतरीण व्हती तिकडची काठेवाडची की कुठली. ती येवून घ्येवून ग्येली. तिला दिऊन टाकला म्हने. आता तुमी हा पंजाबी म्हन्ता तोच तर गोमतीचा पोरगा नसंल?"

"मला काहीच माहीत नाहीये." मी म्हटलं. त्या काळी नवीनच समजल्या जाणाऱ्या प्रयोगातून जन्मलेलं गोमतीचं मूल अपंग होतं किंवा काठेवाडात गोमतीची कोणी मैत्रीण होती, यातलं मला काहीच माहीत नव्हतं. "या मोहिंदरला आई असावी असं पत्रावरून वाटतंय, पण तुम्ही म्हणताय गोमती गेली!"

एक गोष्ट माझ्या मनात स्पष्ट होती. जमीन गोमतीला द्यायची निमुबेनची इच्छा असेल, तर जमीन गोमतीचीच असायला हवी, दुसऱ्या कोणाला मिळायला नको. तूर्त हा मोहिंदर कोण आहे ते शोधायची खटपट करणं व्यर्थ आहे. मी उठून चालू लागलो.

बऱ्याच वर्षांनंतर रात्री मला शांत झोप लागली. सकाळी लवकर जाग आली. नदीवर अंघोळ करून आलो. नदीच्या पाण्यात शिरल्यापासून विचारचक्र सुरू झालं. या जागेवर कोणकोणत्या उपक्रमात मदत करता येईल. एखादा ट्रस्ट निर्माण करावा, की आपण स्वतःच त्या कामात सहभागी व्हावं... पुष्कळ विचार मनात येऊ लागले. या मोहिंदरच्या आईनं इथल्या कामामध्ये माझी मदत घ्यायला सांगितलं, त्यामागे काय कारण असावं याची चिंता केलीच नाही.

दहा वाजण्याच्या सुमारास मी पंचायत कचेरीत जायला निघालो. त्या गावढ्या गावातल्या पंचायतीच्या चौकात पोहोचतो तोच एक मोठी थोरली मोटार तिथे येऊन थांबली. सुमारे पस्तिशीची एक तरुण स्त्री खाली उतरली. दुसऱ्या बाजूनं ड्रायव्हर बाहेर आला. त्या स्त्रीचा चेहरा परिचित वाटत होता. मी तिकडे बघत होतो तेवढ्यात ड्रायव्हर मोटारीतून व्हीलचेअर बाहेर काढू लागला होता. मी मोटारीपाशी गेलो. ती दोघं मिळून कोणाला तरी गाडीतून बाहेर काढत होते. त्यांना मदत करावी म्हणून पुढे झालो तोच ती स्त्री म्हणाली, "इट्स ओके."

गाडीतून उचलून बाहेर आणलेल्या व्यक्तीचं वर्णन मी काल संध्याकाळी ऐकलं होतं. 'एक हात आखूड, पाय वाकडे...' आलेल्या दोघांकडे मी नीट बघितलं. ती स्त्री ओळखीची असावी असं वाटत होतं, पण चेहऱ्याची ओळख पटत नव्हती. मोहिंदर व्हीलचेअरवर स्थिरस्थावर होईपर्यंत मी थांबलो. मग हात पुढे करून म्हटलं, "मोहिंदर?"

"ओह, तुम्ही आधीच आला आहात होय?" मोहिंदरनं माझं नाव, ओळख

यातलं काहीच विचारलं नाही, जणू कित्येक वर्षांपासून ओळखतच होतो. सोबतच्या स्त्रीशी ओळख न करून दिल्यानं उलट मीच काहीसा गोंधळलो होतो. खुर्चीतच नीट बसायचा प्रयत्न करत राहिला, पत्नीचं नावसुद्धा सांगितलं नाही!

मी आणि ड्रायव्हर दोघं मिळून त्याची खुर्ची पंचायतीच्या कचेरीकडे ढकलत नेऊ लागलो तसा तो म्हणाला, "इन फॅक्ट, गरज वाटली तर तुम्हाला भेटायला 'मा' नं सांगितलं होतं..."

मी नुसतंच स्मित केलं, मान किंचितशी डोलावली; पण गोमती जग सोडून गेली असताना काठेवाडात राहणाऱ्या कोण्या अनोळखी स्त्रीनं माझं नाव कसं काय सुचवलं असेल, याचा अद्याप उलगडा होत नव्हता.

माझ्या मामी असतील का? पण त्या गोमतीची मैत्रीण कशा असतील? भर चौकातून जाताना मोहिंदरला हे विचारणं शक्य नव्हतं. मी मुकाट्यानं व्हीलचेअरला आधार देत चालत राहिलो.

पंचायत कचेरीच्या पायऱ्यांशी पोहोचलो. वकिलाच्या पोशाखातला एक तरुण बाहेर आला. त्यानं कागदपत्रं तयार ठेवली असावीत. आम्हाला सावलीत नेत त्यानं मोहिंदरला म्हटलं, "तुम्ही इथेच थांबा. खुर्चीत बसून राहा. इथेच करून टाकू सगळं. तेवढ्यातच टेबल खुर्च्या घेऊन माणसं बाहेर आली. झाडाखाली सर्व मांडामांड झाली.

"इथे अजून किती वेळ थांबायचंय?" मोहिंदरच्या पत्नीनं विचारलं, "रजिस्ट्रार इथे येणार की आपल्याला शहरात जावं लागेल?"

"ते सगळं नीट होईल," वकील म्हणाला. "मी सह्या करवून घेतो. साहेब आले की दस्त वगैरे नोंदवून देतील त्याप्रमाणे फी भरून ठेवली आहे. तुम्ही आधीपासून कळवून ठेवलं होतं म्हणजे सर्व व्यवस्थित व्हायलाच हवं. इथेच होईल. उशीर व्हायला लागला तर तुम्ही जाऊन जरा आराम करा, गरज वाटली तर आम्ही तिकडे येऊ."

त्या दोघांचं बोलणं चाललं होतं तोवर मोहिंदर माझ्याकडे वळून म्हणाला, "तुम्हाला सांगूनच टाकतो. ही जमीन माझी पत्नी आणि तुम्ही, तुम्हा दोघांच्या संयुक्त नावे करावी असं आमच्या मनात आहे. निमुबेनसोबत असणाऱ्यांपैकी तुम्ही दोघंच काय ते आता उरला आहात. नंदू आजोबा नाहीत, दुसरं कोणी नाही. 'मा' पण गेली."

मोहिंदर गोमतीचा मुलगा होता याची मला खात्री होती, पण तो आई म्हणून आपल्या सासूचा उल्लेख करत असेल तर? हा प्रश्न माझ्या मनात उद्भवला आणि लगेच शमला, तरीही माझं मन त्याच्या पत्नीच्या चेहऱ्यावर झळकणारी ती परिचित आभा ओळखून काढण्याचे प्रयत्न करत राहिलं. ती निमुबेनसोबत राहिली

असेल, तर मग मी तिला कोठे, केव्हा, कोणत्या नावानं पाहिलं आहे, ते मात्र आठवत नव्हतं.

ऑफिसातला चपराशी पाणी घेऊन आला. आम्ही ते पाणी प्यायलो. त्या तरुणीनं मात्र मोहिंदरसाठी आपल्या गाडीतून पाणी आणायला सांगितलं.

मोहिंदर कागदपत्रं वाचत होता. मी काही बोलणार त्याआधीच त्यानं म्हटलं, "इथे एक छानशी शाळा काढायची 'मा'ची इच्छा होती. म्हणजे नेहमीसारखी शाळा नाही, पण असं ठिकाण जिथे मुलांनी यावं, खूप खेळावं, वाचावं, आपल्या आवडीचं वेगवेगळं काहीही करावं... नेहमीच्या शाळेतल्यासारखं शिक्षण घेतलं नाही तरी हरकत नाही, पण मुलांनी काही ना काही करावं, वेगळं करावं. निमुबेन करत होत्या तसं. 'मा' म्हणायची तुम्ही शिकलेले आहात. तुम्ही हे घडवून आणाल. एकदा का ही जमीन तुमच्या दोघांच्या नावे झाली की मी मोकळा. पुढे तुम्ही त्याचा ट्रस्ट करा अथवा निमुबेन करत होत्या तसं करा. माझी मुळीच हरकत नाही."

एक सर्वस्वी अनोळखी माणूस स्वतःची जमीन मला देऊन टाकतो, त्या जमिनीवर निमुबेन चालवत होत्या तसे काही उपक्रम मी सुरू करेन या आपल्या आईच्या म्हणण्यावर भरवसा ठेवून तो ती जमीन मला सोपवून देतो, याचं मला अतोनात आश्चर्य वाटलं.

असं एकाएकी, मला न विचारता, माझं म्हणणं ऐकून न घेता, मी काय करावं हे कोणी मला सांगावं हे मला मुळीच मान्य नव्हतं. 'यावर आपण जरा आणखी बोलू' असं म्हणायला किंवा नकार द्यायला मी काही बोलायच्या आतच मोहिंदरसोबत आलेल्या तरुण स्त्रीला वकिलानं विचारलं, "घेणारी पार्टी हजर आहे का?"

"हे काय, हे साहेब उभे आहेत की इथे! तीच घेणारी पार्टी!" तिनं उत्तर देऊन टाकलं.

"अरे पण..." मी बोलायचा प्रयत्न केला.

वकील बोलतच होते. "बक्षीसपत्र करून देणाऱ्या पार्टीचं मोहिंदर पंजाबी एवढंच नाव कदाचित चालणार नाही. संपूर्ण नाव पाहिजे असं साहेब म्हणतील बहुतेक!"

बोलायचा प्रयत्न सोडून देऊन, वकिलाच्या म्हणण्याचं उत्तर ऐकायला मी कान टवकारले. एक एक शब्द स्पष्टपणे, सावकाश उच्चारत मोहिंदरनं म्हटलं, "मी आपलं नाव असंच लिहितो. आईचं नाव चालत असेल तर लिहा. दुर्गा!"

जिवंत राहायचं विसरल्यागत माझं शरीर जणू ताठ झालं. वाचा बंद झाली. त्या स्तब्ध अवस्थेतून बाहेर येऊन जरा शांतचित्त व्हायच्या आतच वकिलानं कागद माझ्यासमोर धरले. म्हणाला, "तुम्ही दोघं इथे सही करा."

मोहिंदर, ती तरुणी, नंतर वकील आणि शेवटी त्यानं टेबलावर माझ्या पुढ्यात सरकवलेले ते कागद... सगळ्यांकडे मी बघत राहिलो. सही कुठे करायची ते दाखवायला वकिलानं आपल्या हातातली पेन्सिल कागदावर टेकवली होती. तिथे त्या जागेवर माझ्या आई-बापांनी ठेवलेलं माझं संपूर्ण नाव माझ्या वडिलांच्या नावासकट, माझ्या आडनावासकट लिहिलेलं होतं.

प्रश्नाचं काहूर माजलं होतं, पण मी काहीच विचारलं नाही. वकिलाच्या हातातून पेन घेतलं आणि सही करून टाकली. वकिलानं लगेच, ''आता तुमची सही,'' असं म्हणत कागद त्या तरुणीकडे सरकवला. टेबलावर जरासं झुकून तिनं सही केली, ''करमी मोहिंदर!''

''अरे! तू?'' अतीव प्रेमभावानं माझ्या तोंडून निघून गेलं.

कोण जाणे कसं, माझ्या डोळ्यांत पाणी दाटून आलं. नकळतच माझा हात पुढे झाला. पलीकडच्या खुर्चीवर बसलेल्या करमीला मी जवळ घेतलं.

काही क्षण कोणीच काही बोललं नाही. मग मोहिंदरनं विचारलं, ''चला, आता निमुबेनच्या घरी जाऊ या?''

तेवीस

वृक्षांच्या गर्द छायेच्या जाळीतून सांडत, अंगण उजळून जरा पुढे, चौकात संपूर्णपणे पसरत जाणारं चांदणं निसर्गाचा एक आगळाच आविष्कार उलगडून दाखवत असतं. अंगणाच्या बाहेर, निर्जन तटावर, दूरवरच्या उतारांवर, मोकळ्या विस्तीर्ण शेतावर आणि घरांच्या छपरांवर निवांतपणे पहुडलेल्या चांदण्यात हळूहळू उतरणारी रात्र... या चित्रमय क्षणांचा आनंद ज्यांनी घेतला असेल ते हा अनुभव विसरू म्हटलं तरी कधीच विसरू शकणार नाहीत.

मी आणि करमी संध्याकाळपासून इथे बसून आहोत. मोहिंदर तिकडे ओसरीवर व्हीलचेअरमध्ये बसला होता. आता आतल्या खोलीत गेला आहे. रात्र पडूनदेखील एखादा तास उलटला असेल.

मधूनच हसणारे, केव्हातरी भरून येणारे करमीचे टपोरे डोळे रात्रीच्या चांदण्यात मी बघू शकतोय. पिवळ्या इमारतीच्या आडोशाला मी राहू लागलो तेव्हा करमी जेमतेम वर्षभराची असेल नसेल. ती जागा सोडून निघालो, तेव्हा पाचएक वर्षांची असेल. पस्तिशी पार केलेल्या, चांदण्यात बसलेल्या या करमीमध्ये मी त्या काळातला तिचा तो मळकासळका, परंतु अतीव कोवळा चेहरा हुडकत इथे बसलोय.

पिवळ्या इमारतीत असताना करमी क्वचितच बोलायची. तिथल्या घटना तिथले न्याय-अन्याय... प्रत्येक गोष्टीची मूक साक्षीदार असल्यागत सगळं केवळ बघत असायची. आज मात्र संध्याकाळपासून अविरत बोलतेच आहे. तिच्या बोलण्यात एकच नाव वारंवार येत होतं ते म्हणजे 'दुर्गाई'. हे नाव उच्चारताना तिच्या चेहऱ्यावर एक वेगळाच मधुर भाव चमकून जात होता. मला मात्र त्या नावाच्या उच्चारागणिक अंतरात खोलवर कुठेतरी काहीतरी सलत होतं, बोचत होतं.

"तुम्ही निघणार होतात त्याच दिवशी नेमकी निम्बेनची बातमी आली होती, होय ना?" सहजच

विचारल्यासारखं दाखवत करमी म्हणाली. "दुर्गाई रात्रीच वाडीवर पोहोचली होती."

"बरं एवढं लक्षात राहतं तुझ्या!" वाळूत रेघोट्या ओढत मी करमीला म्हटलं, "त्या वेळी तू अगदी एवढीशी होतीस, तरी तेव्हाचं सगळं आठवतंय तुला?"

"आम्ही कधी 'एवढेसे' नसतोच!" दुर्गाईची शिष्या आणि आता तिची सून असलेली करमी अगदी दुर्गासारखीच उत्तरं देत होती. मला गंमत वाटली.

चांदण्याच्या प्रकाशात चमकणाऱ्या पाण्याकडे बघत करमीनं म्हटलं, "तुम्ही गेलात. दुर्गाई गेली. नंतर सगळंच झपाट्यानं बदलत गेलं. नेहाबेनचं येणं कमी झालं. तिथल्या घडामोडी बाहेरच्या जगापर्यंत पोहोचवणारं कोणी उरलंच नाही."

"नलिनीबेन तिथे किती काळ होत्या?" मी विचारलं.

"शेवटपर्यंत. रिटायर होईपर्यंत तिथेच होत्या." करमीनं उदास स्वरात उत्तर दिलं. म्हणाली, "दुर्गाई गेली अन् एक-दोन आठवड्यांतच त्या लोकांनी मला बेनच्या घरचं काम करायला लावून दिलं. कसं कोण जाणे, रजिस्टरमधून माझं नावच काढलं गेलं."

उगवत्या चांदण्याच्या मंद धूसर प्रकाशासारखा करमीचा चेहरादेखील धूसर झाला. बोलता बोलता ती थांबली. पलीकडच्या तीराकडे एकटक बघू लागली. जराशानं पुन्हा बोलू लागली, "निम्बेनच्या बाराव्याला प्रार्थनासभेसाठी नलिनीबेनसोबत वाडीवर गेले नसते, तर आज नलिनीबेनच्या घरची धुणीभांडीच करत बसलेली असते."

"म्हणजे? दुर्गा तुला वाडीहून स्वतःसोबत घेऊन गेली?" मी विचारलं.

"नाही. त्या दिवशी ते शक्यही नव्हतं. दुर्गाईला माझ्याबद्दल कळलं तशी मला एका कोपऱ्यात नेऊन तिनं म्हटलं, करमे, नीट ऐकून ठेव. पळून जायच्या तयारीत राहा. केव्हाही येऊन तुला घेऊन जाणारे मी!"

सांगता सांगता करमीला हसू फुटलं. म्हणाली, "तशातच गोमतीच्या पोटी मोहिंदरचा जन्म झाला. जन्मतःच हा असा. महिन्याभरातच गोमतीमा धनुर्वातानं गेल्या. मोहिंदरला सांभाळायला मोटाभाईंनी दुर्गाईला पालीताण्याहून बोलावून घेतलं. लायब्ररीयनची नोकरी देण्याचं पत्र पाठवलं म्हणून ती येऊ शकली. थोडे दिवस सगळं तसंच रेंगाळलं. शेवटी नेहाबेननं दिल्लीहून आलेल्या त्या मेहरासाहेबांना कळवलं म्हणून ते लोक येऊन 'दुर्गाईनं सोबत यायचं' या अटीवर मोहिंदरला पतियाळ्याला घेऊन गेले."

"आणि तू?" मी उत्सुकतेनं विचारलं.

"त्या वेळी मी होते सात वर्षांची. वर्षभर तर दुर्गाईची साधी खबरसुद्धा मिळाली नव्हती. एके दिवशी अचानक ती स्वतःच येऊन उभी ठाकली. आली नलिनीबेनकडे, पण जेवली नंदूकडे. रात्री बेनना म्हणाली, "हे बघा बेन, माझं आता

बस्तान नीट बसलंय. मायेपोटी मी तुम्हाला सर्वांना भेटायला आलेय, तुमची परवानगी असेल तर या पोरांना घेऊन एखाद्या दिवशी बाहेर फिरायला जाऊ.''

''मग फिरायला गेलात आणि तिथून तुला घेऊन गेली.'' मी मध्येच म्हटलं.

''छे, छे!'' एक खडा उचलून पाण्यात फेकत करमीनं म्हटलं. ''दुर्गाईनं तर मला सोबत न्यायलासुद्धा नाही म्हटलं.''

''तुला वाईट नाही वाटलं?''

''वाटलं की! रडूसुद्धा आलं. किती हट्ट केला मी! 'घेऊन जा गं' असं म्हणून बेननी पण आग्रह केला, तर दुर्गाई म्हणते कशी, रजिस्टरमध्ये नोंद असलेल्या मुलांनाच फक्त मी घेऊन जाणार आणि परत आणून पोहोचवणार. तुम्हीच सांगा बेन, एक दिवस राहायचं आणि नाही ती जबाबदारी डोक्यावर घ्यायची, सांगितलंय कोणी? हो का नाही?''

''मग?'' करमीच्या गोष्टीची मला मौज वाटू लागली होती.

''मग काय? बाकीची सगळी मुलं मजा करून आली. अगदी, रात्र पडल्यावर परत आली. खूप भटकले असतील त्यामुळे सगळे पार थकून गेले होते. मध्यरात्री दुर्गाईनं मला उठवलं. म्हणाली, 'नीट ऐक. आता मी तुला कुंपणाच्या भिंतीवर चढवणारे. भिंतीपलीकडे जो कोणी असेल त्याच्यासोबत तो नेईल तिकडे जायचं. मी उद्याबिद्या तुला भेटेन. मी येईपर्यंत कोणाशी काही बोलायचं नाही. समजायचं की आपल्याला देवानं जीभ दिलीच नाहीये. मुकी असल्यासारखं राहायचं. समजलं?'

''तुम्हाला माहीत आहे, दुर्गाई जे म्हणेल ते कळो वा नको, आम्ही मुकाट्यानं तसं करून टाकत होतो. मग प्राण गेला तरी चालेल.''

करमी सांगत होती ती घटना नदीच्या चंदेरी प्रवाहात दिसत असल्यागत मी त्या वाहत्या पाण्याकडे बघत होतो. हे असं माझ्या पुढ्यातच घडत होतं जणू... दुसऱ्या दिवशी सकाळी दुर्गाई सावकाश उठते किंवा नलिनीबेन हाक मारून तिला उठवतात. अजाणपणाचा आव आणून दुर्गाई म्हणते, ''काय झालं?''

नलिनीबेन सांगतात, ''अगं दुर्गे, करमी सापडत नाहीये.''

''कोण करमी?'' एवढं म्हटल्यावर दुर्गाचा चेहरा गंभीर होतो. दुर्गाच्या प्रश्नानं चपापून बेन साशंक नजरेनं दुर्गाकडे बघू लागतात. त्यांची शंका खरी असली तरी बिचाऱ्या करतात काय? तोवर दुर्गा लगेच म्हणते, ''अगंबाई, खरंच की! काल आपण तिला आपल्यासोबत नेलं नाही म्हणून रुसली असेल. थांबा, पिंपळाशी बघून येते.''

मी बघतोय, त्या जलप्रवाहात मला दिसतंय... दुर्गा पिंपळाशी जातेय, आपल्या त्या आवडत्या जागेला आसवांनी न्हाऊ घालतेय, परत येऊन बेनना म्हणतेय, ''तिकडे कुठेच नाहीये ती. पळून गेली असेल का? पोलिसांना कळवायचं?''

मनात म्हणतेय, ‘रजिस्टरमधून स्वतःच नाव खोडलंय. आता पोलिसांना काय सांगणारेत? आता तर ट्रस्टींनासुद्धा कळू न देता गप्प राहण्यातच शहाणपण आहे.’

मी वेड्यासारखा एकटक नदीकडे बघत राहिलो. करमीला हसू आलं. ती पुढे सांगू लागली. “दुसऱ्या दिवशी दुपारी ती मला भेटली. आम्ही राहिलो होतो तिथे एक बाग होती. तिथेच एक छोटंसं घर होतं. एक बेन, दोन मुली आणि एक पुरुष इतके जण तिथे होते. दुर्गाई मला म्हणाली, ‘तुझ्यासाठी प्रचंड शोधाशोध चाललीये तिकडे. आजच निघायला हवं.’ झालं. मग मला सोबत घेऊन रात्रीच्या गाडीनं निघाली की थेट पंजाब!”

मोहिंदर करमीपेक्षा चार-पाच वर्षांनी लहान होता. आपण स्वतः त्याला खेळवलंय, वाढवलंय हे सांगताना या वयातही करमी लहान झाल्यागत खळखळून हसत होती. मोहिंदरचा स्वभाव, त्याचे गुण, त्याचा समजूतदारपणा सगळं सगळं करमी सांगत होती.

मोहिंदरशी लग्न करायला दुर्गानं करमीला सांगितलं असावं असं मला वाटलं, पण करमीच म्हणाली, “दुर्गाई आजारी पडली अन् नंतर गेलीच, तसा मोहिंदर अगदी एकाकी झाला. माझ्यानं ते पाहवत नव्हतं. ‘मी सदैव तुझ्यासोबत राहीन’ असं मीच त्याला म्हटलं.”

“करमी, दुर्गाला काय झालं होतं?”

“काही नाही हो! बस्स, एक दिवस ताप आला आणि...” करमी पुढे काही बोलली नाही.

मग मी विचारलं, “वकिलाकडून जमिनीचे कागद तू तयार करवलेस?”

“अरे हो!” करमी एकदम उद्‌गारली. “दुर्गाईला तुमचं नाव माहीत होतं बरं का! तिनं मला सांगितलं होतं!”

दुर्गाला माझं नाव, तेही संपूर्ण नाव कुठून समजलं, ते मला उमगत नव्हतं; पण मी करमीला काही विचारलं नाही.

दुर्गाला माझं नाव ठाऊक होतं याचा अर्थ माझ्या नीट लक्षात यावा, एवढं मला पुरेसं होतं. ते लक्षात येताक्षणी दुर्गा माझ्यापासून दूर गेली ती रात्र मला आठवली.

माझी गाडी रात्री एक वाजता होती. ऑफिसचं काम संपल्यावर मला स्टेशनवर जायला सांगून महेशभाई घरी गेले. दुर्गाची गाडी रात्री अकराच्या सुमाराला सुटणार हे मला माहीत होतं. काम आटोपून मी त्या सुमाराला स्टेशनवर पोहोचलो.

नंदू प्लॅटफॉर्मवर उभा होता. गाडीत खिडकीशी बसून दुर्गा नंदूशी बोलत होती. दुर्गाला पालीताण्याला पोहोचवायची जबाबदारी लक्ष्मीवर असावी. मागच्या कंपार्टमेंटच्या बाकावर ती आपलं अंथरूण घालत होती.

दुर्गाच्या समोरच्या बाकावर एक जोडपं बसलं होतं. सोबत त्यांची म्हातारी 'मा'. मी नंदूजवळच खिडकीशी उभा राहून दुर्गाला म्हटलं, "शेवटपर्यंत कामात अडकलो होतो."

उत्तरादाखल दुर्गा नुसतं किंचितसं हसली. तेवढंच. मी पुढे बोलणार तेवढ्यात नेहाबेन येऊन थडकल्या. "तू पण जाणार का?" एवढं मला विचारलं आणि लगेच दुर्गाशी बोलण्यात गुंतल्या. आम्ही सगळे घोळका करून खिडकीशी उभे होतो. एखाद-दोन वेळा दुर्गानं माझ्याकडे नजर टाकली. आम्ही जरासं हसत नजरेनं एकमेकांचा निरोप घेतल्यासारखं केलं.

जराशानं नंदू पेपरमिंट आणायला समोरच्या स्टॉलकडे गेला.

एकाएकी माझी नजर लक्ष्मीकडे गेली. पलीकडच्या कंपार्टमेंटमधून हळूच डोकावून ती त्या जोडप्याला खाणाखुणा करत होती. नकळत माझे डोळे विस्फारले गेले. नेमक्या त्याच क्षणी दुर्गाचं लक्ष लक्ष्मीकडे गेलं... अन् तिच्या मोहक डोळ्यांत वेदना झळकली... निमिषार्धात लोपही पावली!

आपण फार चतुर आहोत असं लक्ष्मीला वाटत होतं की काय न कळे; पण सर्वांच्या देखत ती इशाऱ्यानं सुचवत होती, तुमच्यासमोर बसलीये ती मुलगी चोर आहे, जरा सावध राहा, तुमचं सामान सांभाळा.

तिथे हजर असलेल्या एकजात साऱ्यांनी ते नाटक बघितलं. काय करावं ते न सुचून त्या जोडप्यानं मान खाली घातली.

माझा चेहरा तांबडालाल झाला. नेहाबेननी नजर फिरवली. दुर्गानं माझ्याकडे पाहिलं. दुर्गा... ती असहाय मुलगी जणू आधार मागितल्यागत माझ्याकडे पाहत होती; पण... मीदेखील बळंबळं हसल्यासारखं करत तिच्याकडे पाहत राहण्याखेरीज काही करू शकलो नव्हतो.

न जाणे कोणत्या अगम्य आंतरिक शक्तीनिशी दुर्गानं तो क्षणही जिरवून टाकला. तेवढ्यात गाडी सुटली. जणू काहीच घडलं नसल्यागत, दुर्गानं माझ्याकडे बघत अगदी सहज स्वरात म्हटलं, "ठीक आहे...!"

नंदू येऊन पोहोचला. काहीतरी अघटित घडल्याचं त्याला जाणवलं. मला म्हणाला, "काय?" मी निरुत्तर.

गाडी दिसेनाशी होईपर्यंत कोणाच्या तोंडून शब्दही निघाला नाही. सगळे परत गेले. नंदू तेवढा थांबला. म्हणाला, "गेली! आपल्या इच्छेनं आली होती, आपलं काम पूर्ण करून गेली." मग माझ्याकडे वळून म्हणाला, "तूसुद्धा जा रे बाबा, तुम्ही इथे राहण्यासाठी नव्हताच. सुरुवातीपासून मी म्हणत आलोय, की ही जागा, हे घर तुमचं नव्हेच. ही अशी वस्ती तुमच्यासाठी नसतेच. लक्ष्मी माधो नंदू... यांच्यासारख्यांसाठी असते रे!"

चालता चालताच मी नंदूचा हात थोपटला. रागात असल्यागत त्यानं झटक्यानं हात ओढून घेतला. त्याला काय होतंय हे मला समजलं होतं. तो गाडीपासून दूर गेल्यानंतर काय घडलं, ते मी त्याला सांगितलं नव्हतं, त्यामुळे तो चिडला होता. उफाळून आलेला संताप मनातून काढून टाकेपर्यंत नंदू असाच व्यथित होत राहील, हे मला ठाऊक होतं. त्याला डिवचण्यासाठी मी मुद्दामच सर्व सांगून टाकलं. शेवटी म्हटलं, "लक्ष्मीनं असं करायला नको होतं."

"लक्ष्मीवर दोष ढकलून तू सुटून जाऊ शकत नाहीस!" नंदूनं लगेच म्हटलं.

गालावर सणसणीत चपराक बसावी तसं झालं. नंदूचं म्हणणं अगदी खरं होतं हे मला ठाऊक नव्हतं का? गाडी सुटतेवेळी दुर्गानं मला उद्देशून म्हटलेल्या त्या शेवटच्या शब्दांचा अर्थ मला समजून घ्यायचाच नव्हता. असं तर नव्हतं? दुर्गानं म्हटलं होतं, "ठीक आहे...!" तेवढ्यावरूनच मी प्रत्यक्षात कसा आहे, माझी पातळी काय आहे ते माझ्या लक्षात यायला हवं होतं.

त्या वेळी जे उमजलं नव्हतं, ते आत्ता नंदूच्या बोलण्यानंतर सूर्यप्रकाशाइतकं लख्ख होऊन समोर आलं. त्या क्षणापासून आत्ताच्या घडीपर्यंत एका गोष्टीचं मला राहून राहून दुःख होतंय, की... दुर्गाला समजण्यात मी नेहमीच चूक करत आलोय. मीच नव्हे माझ्यासकट प्रत्येक जण ही चूक करत आलाय.

"मनानं ती मुळीच वाईट नाहीये रे! लहानग्या लेकराचं दुःख सहन झालं नाही म्हणून कधीकाळी केली असेल चोरीबिरी, पण मन फार चांगलं आहे तिचं. अगदी शुद्ध आहे," म्हणणारा माधो काय, लक्ष्मी काय अथवा नलिनीबेन काय, 'त्या वेळी मला फार वाईट वाटलं, पण मी काही बोलू शकले नाही' म्हणणाऱ्या नेहाबेन काय, आम्ही साऱ्यांनीच दुर्गाला ओळखण्यात चूक केली आहे.

इतरांची चूक एकवेळ क्षम्य ठरेल, क्षमा नाही ती मला! म्हणूनच दुर्गाच्या डोळ्यांतले भाव, त्या डोळ्यांची भाषा समजूनदेखील मौन धारण करणाऱ्या माझ्यासारख्याला दुर्गानं 'ठीक आहे...' न म्हणावं तर काय म्हणावं?

एक नंदूच तोंडावर म्हणू जाणे, "दोष तुझाच आहे. लक्ष्मीनं काय वाटेल ते केलं असलं तरी माझी मा कधीच 'चोर' नव्हती, हे तुला चांगलं ठाऊक होतं ना? ती कधीही, क्षणभरसुद्धा चोर नव्हती असं तू ठासून म्हणायला हवं होतंस. लाला, वरवर कितीही आव आणला तरी आपण सगळेच आत खोलवर कोठेतरी तिला दोषी मानत आलो आहोत. 'ती मनानं चांगली आहे' वगैरे बोलणं केवळ दाखवण्यापुरतं. आपण काय बोलतो याचं खरंखुरं भान आहे कोणाला! असल्या बहाण्यामागे दडून साक्षात तूसुद्धा गप्प बसलाय ना? धिक्कार आहे!"

अगदी खरं! नंदू सत्य तेच बोलत होता. प्रत्यक्षात दुर्गा 'चोर' कधीच नव्हती. ती चोर असती तर स्टेशनवर, गाडीमध्ये, जागोजागी अनेक ठिकाणी इतक्या

मौल्यवान वस्तू विखुरल्या होत्या, त्या कशा सुरक्षित राहिल्या असत्या? ती खरंच चोर असती, तर समोरच्या व्यक्तीच्या खिशातून तिकीट काढून घेण्याइतकं कसब तिच्यापाशी होतं, याचा मी जिताजागता साक्षीदार आहे.

दुर्गा चोर असती तर दुपारपासून उपाशी असलेल्या मुलीच्या नजरेसमोरच इतर प्रवाशांचे टिफीन अद्याप इतके सुरक्षित कसे राहिलेत, असं मी लक्ष्मीला ठणकावून विचारायला हवं होतं. लक्ष्मी खोटं बोलतेय, हे त्या जोडप्याला मी बजावून सांगायला हवं होतं. म्हणायला हवं होतं, "दुर्गापासून सावध राहायची गरज नाहीये, उलट दुर्गा हजर आहे तोवर तुमचं सामान अगदी सुरक्षित आहे. निश्चिंतपणे, खुशाल झोपी जा."

...पण मी तसं म्हटलं नाही याची मला खंत वाटतेय. त्याचं दुःख आजही माझ्या मनात ठसठसतंय. दुर्गाला मी दगा दिलाय, तिचा विश्वासघात केलाय अशी माझ्या मनाला टोचणी लागून राहिलीये. 'आपण चोर नाही' असं तेव्हा दुर्गा स्वतःच कसं सिद्ध करू शकती असती? म्हणूनच ती काही बोलली नसावी. नंदू तिथे नव्हता, पण मी होतो ना? मी गप्प राहिलो, तिसरा तो ईश्वर. तो कधीच काही बोलत नाही!

वाडीकडून राखणदाराची हाक ऐकू आली. डोक्यातले विचार जणू झटकून टाकावेत तसा डोक्यावरून हात फिरवत मी उठलो. करमी कधीच तिथून उठली होती. चांदण्याच्या प्रकाशात काहीतरी हुडकत असल्यागत वाळूतले शिंपले वेचत होती.

उदास भासणारं चांदणं आणि तशीच उदास नदी, दोघांना सोडून आम्ही वाडीकडे चालू लागलो. निमुबेन बसायच्या तो ओटा तुटक्या मोडक्या अवस्थेत, पण अजून शिल्लक होता. मोहिंदर ओट्याजवळ व्हीलचेअरवर बसला होता. "नदीकडून फिरून आलात का बाप-लेक?" त्यानं विचारलं.

"हो. माहीत आहे का तुला, अरे याच नदीकाठावर मी बोलायला शिकले," असं म्हणत करमी ओट्यावर टेकली.

मी मोहिंदरच्या शिरावर हात ठेवला, त्याच्या आखूड हाताचा तळवा माझ्या हाती घेऊन कितीतरी वेळ त्याच्यासमोर ओट्यावरच गप्प बसून राहिलो. बऱ्याच वेळानंतर मोहिंदरनं म्हटलं, "मग... उद्या जाऊ आम्ही? तुम्ही म्हणाल तेव्हा परत येऊ."

ओट्यावरून उठत मी म्हटलं, "यस माय चिल्ड्रन...जा!!"

चोवीस

तिकडचं सर्व आवरून इकडेच यायचं वचन देऊन करमीनं आणि मोहिंदरनं निरोप घेतला. त्यांच्या गाडीनं उडवलेला धुरळा अजून खाली बसला नाहीये. मी पुन्हा निमुबेनच्या जमिनीकडे निघालोय. काल भेटला होता तो वकील समोरून येताना दिसला. मला पाहून थांबला. जमीन मिळाल्याबद्दल त्यानं माझं अभिनंदन केलं. म्हणाला, "खरोखरच ही झीरो व्हॅल्यू डील आहे का? रीअली नो पेमेंट? टोटल गिफ्ट?"

"हो काहीच नाही."

"ते... मोहिंदरसाहेब तुमचे कोण लागतात?"

मी त्याच्याकडे रोखून पाहिलं. म्हणालो, "ही इज माय सन इन लॉ. सख्खा जावई."

बुचकाळ्यात पडल्यागत पुन्हा पुन्हा माझ्याकडे बघत वकील निघून गेला. मी निमुबेनच्या जमिनीवर प्रत्यक्ष उभा आहे. मी करमीसोबत इथे राहावं, अशी दुर्गाची इच्छा होती. निमुबेन चालवत असत तसे उपक्रम पुन्हा एकदा इथे सुरू व्हावेत, असं तिला वाटत होतं. ज्या पद्धतीनं निमुबेन इथे जगत होत्या, त्याच पद्धतीनं जगणं मला जमेल की नाही, ते मी सांगू शकत नाही. नव्यानं काही हाती घ्यावं इतकं आयुष्य तरी माझ्याकडे उरलंय की नाही कोण जाणे!

दुर्गाला हे सगळं माहीत होतंच की! न जाणो, माझ्या अखेरच्या दिवसांत मला इथेच करमीपाशी थांबवून घेण्यासाठीच तिनं हे घडवून आणलं असेल. स्वतः जिथे खेळली, वाढली तिथे, आपलं म्हणावं असं काहीतरी जिथे होतं, तिथे दुर्गाला स्वतःला राहता आलं नाही, म्हणून मग मी तरी तिथे राहावं अशी तिनं इच्छा बाळगली.

मी राहीन. आता मी इथेच राहीन. हातून काही घडो वा न घडो, पण मी राहीन इथे!

दुर्गा सृष्टिसर्जनाचं बोलली होती, असं नंदूनं त्या दिवशी म्हटलं होतं. अशा तऱ्हेचा विचार करणं, फार काय या गोष्टी समजून घेणं एवढंसुद्धा मला

कधी जमलं नाही. आज थोडंफार लक्षात येतंय. हळूहळू उतरत येणाऱ्या रात्रीच्या छायेत गावाकडे जाणाऱ्या सुनसान रस्त्यावर चालू लागण्याआधी या भूमीची इथली ही माती हातात घेऊन तिच्या साक्षीनं मी कबूल करतो की, माझ्या वंशात जन्मलेल्यांनाच मी माझे सख्खे आप्त समजत आलो असलो, तरी करमी, पुटू, सौम्या, रेखा, मुन्ना... फार काय, जगातल्या तमाम उंच भिंतीच्या पलीकडे वसलेल्यांच्या विश्वाचा माझ्या आधीच्या कुठल्या ना कुठल्या पिढीशी... जग ज्याला नातं म्हणतं, संबंध आहेच आहे. भिंतीपलीकडचं जग माझ्याशी 'नात्या'नं जोडलं गेलेलं आहे. माझ्या मानण्या न मानण्यानं काही फरक पडत नाही.

आदिब्रह्मापासून ज्याची निर्मिती झाली आहे असं समजलं जातं, त्या विश्वानं आकलनाचा कोणता टप्पा गाठला आहे ते मला माहीत नाही, परंतु एकूणच सृष्टी म्हणजे जर त्या आदिब्रह्माचं प्रकट स्वरूप असेल, तर ती संपूर्ण सृष्टी, ते संपूर्ण विश्व उपजत नात्यांनी एकमेकांशी बांधलेलं, जुळलेलं आहे याचं आकलन एक ना एक दिवस करून घ्यावंच लागेल, एवढं मात्र माझ्या पक्कं ध्यानात आलं आहे. ज्या वेळी हे आकलन होईल, त्या वेळी नात्यांच्या या साखळीत केवळ मानवजातीचाच समावेश करून चालणार नाही.

निमुबेनच्या जमिनीवर करायच्या कामाचा प्रारंभ कोणत्या उपक्रमापासून कशा प्रकारे करावा, याचा विचार करत मी आता परतीच्या वाटेला लागलो आहे. माझ्या पुढ्यातल्या रस्त्यानं खांद्याला दप्तरं अडकवलेली मुलं चाललीयेत. एक मुलगा, एक मुलगी. एकमेकांशी बोलत दोघं चालताहेत. तिकडच्या एका वावरात कोणीतरी काहीतरी म्हणतंय आणि बांधापाशी काम करणारा मुलगा उत्तर देतोय, "सावलीच्या आईला सांगितलंय."

शाळेत जायला निघालेल्या त्या दोघांपैकी मुलीला हसू येतंय. तळवा तोंडावर ठेवून आपलं हसू दाबत वेडावून दाखवल्यागत ती ऐकलेले शब्द पुन्हा उच्चारतेय, "सावलीची आई..."

आता तिच्यासोबतच्या मुलालासुद्धा हसायला येतंय. तो खुळावल्यागत म्हणतोय, "सावलीची नाही, सावलीच्या आईची आई."

दुप्पट चेव चढल्यागत मुलगी पुन्हा म्हणतेय, "सावलीच्या आईच्या आईची आई."

'कुहू' म्हणून साद घालणाऱ्या कोकिळाला प्रतिसाद मिळत जातो आणि साद-प्रतिसादाचा तो क्रम वाढत राहतो, तसाच या मुलांचा खेळ रंगत चालला आहे. एकमेकांवर मात करण्यासाठी ती दोघं म्हणताहेत,

तिची आई.

तिच्या आईची आई.

तिच्यासुद्धा आईची...

तिच्यासुद्धा...

रस्त्याला दोन फाटे फुटलेत. तिच्याही... तिच्याही... असं म्हणत दोघं जण शाळेकडे जाणाऱ्या रस्त्याला वळलेत ते मी बघतोय. ती दोघं शाळेत पोहोचतील. शाळेत पोहोचेतो, एकमेकांशी चढाओढ करत ते कितव्या पिढीपर्यंत पोहोचतील कोणास ठाऊक! कोण्या एका क्षणी मात्र तिच्याही आईची आई... म्हणता म्हणताच त्यांचं अंतर्मन उजळून निघेल. त्यानंतरच्या आयुष्यात ते जे शिकतील ते जगातली कोणतीही शाळा त्यांना शिकवू शकणार नाही.

आदिकालापासून ते आजपावेतो, मानवसमाजाचं आकलन अशा क्षुल्लक वाटणाऱ्या खेळातूनच विकसित होत आलं आहे, याचा मला साक्षात्कार झालाय.

... आणि

...कशापासून प्रारंभ करायचाय, याचं उत्तरही आता सापडलंय!!

■